# ഇന്ന് തന്നെ ചെയ്യൂ

# ഇന്ന് തന്നെ ചെയ്യൂ

ഡാരിയസ് ഫോറോക്സ്

വിവർത്തനം : രഘുരാജ് പനങ്ങാട്ട്

MANJUL

മഞ്ജുൾ പബ്ലിഷിങ് ഹൗസ്

*First published in India by*

MANJUL

**Manjul Publishing House**

*Corporate and Editorial Office*

• 2nd Floor, Usha Preet Complex,
42, Malviya Nagar, Bhopal 462 003 - India

*Sales and Marketing Office*

• C-16, Sector 3, Noida, Uttar Pradesh, 201301, India

Website: www.manjulindia.com

*Distribution Centres*

Ahmedabad, Bengaluru, Bhopal, Kolkata, Chennai,
Hyderabad, Mumbai, New Delhi, Pune



English edition first published by
Penguin Random House India 2020

This edition first published in India in 2024

**ISBN 978-93-5543-865-2**

Translator: Raghuraj Panangatt

Printed and bound in India by Repro India Ltd.

# ഉള്ളടക്കം

ഭാഗം 2

## ഉത്പാദനക്ഷമത മെച്ചപ്പെടുത്തുക



ഭാഗം 3

## അധിക നേട്ടങ്ങൾ

# പുസ്തകത്തെക്കുറിച്ച്

ഈ പുസ്തകം എഴുതുന്ന സമയത്ത്, ഞാൻ ആഴ്ചതോറും വാർത്താക്കുറിപ്പുകൾ അയയ്ക്കാൻ ഉപയോഗിച്ചിരുന്ന ഇമെയിൽ സേവനത്തിൽ നിന്നും ഞാൻ വിലക്കപ്പെട്ടിരുന്നു. എന്റെ ബ്ലോഗ് എഴുത്തിലും മുഖ്യ പങ്ക് വഹിച്ചിരുന്ന സേവനമായിരുന്നു അത്. അതിനാൽതന്നെ ബ്ലോഗിനോളം തന്നെ പ്രധാനമായിരുന്നു ഈ സേവനവും.

മെയിൽ സേവനങ്ങൾ ഉപയോഗിക്കാൻ പറ്റാത്തതിന്റെ (എന്റെ വാർത്താക്കുറിപ്പിന് പുതുതായി സബ്സ്ക്രൈബ് ചെയ്യുന്ന വർക്കുള്ള സ്വാഗത സന്ദേശം പോലും പോകുന്നില്ല) കാരണം, ഞാൻ ലിസ്റ്റ് ബോംബ് ചെയ്യപ്പെട്ടു. നിങ്ങളുടെ ലിസ്റ്റിനായി സൈൻ അപ്പ് ചെയ്യാൻ ആഗ്രഹിക്കാത്ത ആളുകളിൽ നിന്നുള്ള ഇമെയിലുകൾ ഉപയോഗിച്ച് സ്പാമർമാർ നിങ്ങളുടെ ഇമെയിലുകൾ ലിസ്റ്റ് സൈൻ അപ്പുകൾ ബോംബ് ചെയ്യുമ്പോൾ ഇത് സംഭവിക്കുന്നു. ഇപ്പോൾ, ഞാൻ ഒരു സ്പാമറായി അറിയപ്പെടുന്നു. കാരണം, സ്വയം സൈൻ അപ്പ് ചെയ്യാത്ത ആളുകൾക്ക് ഞാൻ മെയിലുകൾ അയക്കുന്നു. സ്പാമർമാരെ ലിസ്റ്റു ചെയ്യുന്ന ഒരു വെബ്സൈറ്റ് പറയുന്നത് ഇതാണ്.

അവരുടെ കണ്ണിൽ ഞാനൊരു സ്പാമറാണ്. ഞാൻ അങ്ങനെ ഒരാളാണോ? ഒരിക്കലുമല്ല. എനിക്കൊരു ജീവിതമുണ്ട് എന്തൊക്കെയായാലും, ഓരോ ആഴ്ചയിലും ലേഖനങ്ങൾ പ്രസിദ്ധീ കരിക്കുന്നതും വായനക്കാരുമായി ബന്ധം നിലനിർത്തുന്നതും എന്റെ ജീവിതത്തിന്റെ ഭാഗമായിരുന്നു. അതും ഇപ്പോൾ എന്നിൽനിന്നും എടുത്തുമാറ്റപ്പെട്ടിരിക്കുകയാണ്.

വൈരുദ്ധ്യമെന്തെന്നാൽ, ഈ സേവനം ഞാൻ ഉപയോഗി ക്കാൻ തുടങ്ങിയിട്ട് പത്ത് ദിവസങ്ങളേ ആയുള്ളൂ. അതിനായി ഞാൻ മണിക്കൂറുകളോളം ചെലവിട്ടു.

പൊതുവെ, ഇത്തരം സാഹചര്യങ്ങളിൽ അസ്വസ്ഥനാവുന്നതും മറ്റുള്ളവരെ പഴിക്കുന്നതുമാണ് എന്റെ പതിവ്. ഒന്നുമില്ലെങ്കിലും, വലിയൊരു ഇമെയിൽ പട്ടിക തയ്യാറാക്കാൻ ഒരുപാട് സമയം ഞാൻ ചിലവഴിച്ചതല്ലേ. അതിൽ നിന്നും നിഷേധിക്കപ്പെട്ടപ്പോൾ എനിക്ക് ഒരു നിമിഷം ദേഷ്യം വന്നു. പക്ഷേ, പിന്നീട് ഞാൻ എന്താണ് ചെയ്തതെന്ന് നിങ്ങൾക്കറിയാമോ?

പ്രധാനപ്പെട്ട മറ്റൊരു ഉദ്യമത്തിലേക്ക് ഞാൻ കടന്നു. ഞാൻ ഈ പുസ്തകം എഴുതാൻ തുടങ്ങി.

അത്രയേയുള്ളൂ. ഞാൻ അത് ഒഴിവാക്കി മറ്റൊന്നിലേക്ക് വന്നു. ജീവിതം ഒരിക്കലും നിന്നുതരില്ല. ഓരോ നിമിഷം പോകുംതോറും, നമ്മൾ മരണത്തിലേക്ക് അടുത്തുകൊണ്ടിരിക്കുകയാണ്.

ഞാൻ ഇന്നുള്ളതിൽ നിന്നും വളരെ വ്യത്യസ്തനായിരുന്നു മൂന്ന് വർഷങ്ങൾക്കു മുൻപ്. പരാതി പറയാറുണ്ടായിരുന്നു, കുറ്റബോധം തോന്നാറുണ്ടായിരുന്നു, മറ്റുള്ളവരെ പഴിക്കുമായിരുന്നു, അർത്ഥവത്തായ ഒരു കാര്യത്തിനായും പ്രവർത്തിക്കുകയില്ലായിരുന്നു. പക്ഷേ, വായനയും ഡയറിയെഴുത്തും, ആഴ്ചതോറുമുള്ള ബ്ലോഗെഴുത്തും എന്റെ ജീവിതത്തെ പുനരാവിഷ്കരിച്ചു.

ആ കാലയളവിൽ, എന്റെ ജീവിതത്തിനായുള്ള തത്ത്വശാസ്ത്രം ഞാൻ സ്വയം കൊത്തിയെടുത്തു, ഒരു ശിൽപിയെപ്പോലെ. എന്റെ തത്ത്വശാസ്ത്രം മൂന്ന് വാക്കുകളിൽ ചുരുക്കിയെഴുതാം, എന്റെ പുസ്തകത്തിന്റെ പേരും അതുതന്നെയാണ് : *ഇന്നു തന്നെ ചെയ്യൂ.*

നോക്കൂ, ജീവിതമെന്നത് പരിമിതമായ ഒന്നാണ്, കഴിഞ്ഞു പോയ സമയങ്ങൾ വീണ്ടെടുക്കാനാവില്ല. ഏതൊരു കാര്യത്തിനായി നമ്മൾ ഉപയോഗപ്പെടുത്തുന്ന നേരവും നമുക്ക് പിന്നീട് തിരികെ ലഭിക്കുകയില്ല. പക്ഷേ, കുറച്ചുകൂടെ വലിയൊരു കാഴ്ചപ്പാടോടെ ജീവിതത്തെ നോക്കിക്കാണാൻ ഞാൻ നിങ്ങളെ വെല്ലുവിളിക്കുന്നു.

നിങ്ങൾ ഇപ്പോൾ ചെയ്യുന്ന കാര്യമാണ് അടുത്ത വർഷം, അല്ലെങ്കിൽ രണ്ട് വർഷങ്ങൾക്കു ശേഷം, അതുമല്ലെങ്കിൽ പത്ത് വർഷങ്ങൾക്കു ശേഷം നിങ്ങൾ എവിടെയായിരിക്കുമെന്ന് തീരുമാനിക്കുന്നത്. ഓരോ ദിവസവും നമ്മൾ താൽപ്പര്യമില്ലാത്ത പ്രവർത്തികൾ ചെയ്തുകൊണ്ടിരിക്കുന്നു. ബില്ലുകൾ അടച്ചുതീർക്കുന്നതിനെയോ വീട് വൃത്തിയാക്കുന്നതിനെയോ കുറിച്ചല്ല ഞാൻ പറഞ്ഞുവരുന്നത്, നിങ്ങൾ കൂടുതൽ സമയവും എങ്ങനെയാണ് ഉപയോഗപ്പെടുത്തുന്നത് എന്നതിനെക്കുറിച്ചാണ്. ആ സമയമാണ് നിങ്ങളുടെ ജീവിതത്തെ നിർണ്ണയിക്കുന്നത്.

എനിക്ക് പതിമൂന്നോ പതിനാലോ വയസ്സുള്ളപ്പോൾ, ഒരു സുഹൃത്തിനൊപ്പം *'ഫൈറ്റ് ക്ലബ്ബ്'* എന്ന ചലച്ചിത്രം ഞാൻ ആദ്യമായി കണ്ടു. അന്നു മുതൽ അതിലെ ഒരു വാക്യം എന്റെ മനസ്സിൽ കൊത്തിവെച്ചതുപോലെ നിലനിൽക്കുന്നുണ്ട്: "നിങ്ങൾ ചെയ്യുന്ന ജോലി അല്ല നിങ്ങൾ, എത്ര പണം നിങ്ങളുടെ ബാങ്ക് അക്കൌണ്ടിലുണ്ട് എന്നതുമല്ല." ആ ചലച്ചിത്രം അന്ന് കണ്ടതിൽ ഞാൻ ഏറെ സന്തോഷിക്കുന്നു. ഒരു ഡസൻ തവണയിലധികം ഞാൻ ആ ചലച്ചിത്രം കണ്ടിട്ടുണ്ട്, ഒന്നിൽ കൂടുതൽ തവണ ഞാൻ ആ പുസ്തകം വായിച്ചിട്ടുണ്ട്. ആ ഒരൊറ്റ ചിന്തയാണ് എനിക്ക് സ്വതന്ത്രനാകാൻ പ്രചോദനം നൽകിയത്. 'എന്റെ ജോലിയല്ല ഞാൻ. എന്റെ ബാങ്ക് അക്കൌണ്ടിലുള്ള പണവുമല്ല ഞാൻ.'

ഇതൊന്നുമല്ലെങ്കിൽ പിന്നെ, നമ്മളെല്ലാം ആരാണ്?

കഴിഞ്ഞ 17-18 വർഷങ്ങളായി, ഞാൻ ഈ ചോദ്യത്തിന് ഉത്തരം തേടുകയാണ്. ഇപ്പോഴത്തെ അവസ്ഥയിൽ, ഞാൻ വിശ്വസിക്കുന്നത്, നമ്മുടെ പ്രവർത്തികളാണ് നമ്മൾ എന്നാണ്. നമ്മുടെ പ്രവർത്തികൾ നമ്മുടെ സ്വഭാവത്തെ വെളിപ്പെടുത്തും. അതാണ് നമ്മൾ.

രസകരമെന്തെന്നാൽ, നമ്മൾ ചെയ്യുന്ന ജോലിയാണ് നമ്മൾ. എന്തൊക്കെ പറഞ്ഞാലും, നമ്മുടെ ജീവിതത്തിന്റെ സിംഹഭാഗം സമയവും പണം സമ്പാദിക്കാനായാണ് നാം ചെലവിടുന്നത്. പണത്തിനായി നമ്മൾ നമ്മുടെ സമയത്തെ വിൽക്കുന്നു. നിങ്ങൾക്ക് ഇഷ്ടമാണെങ്കിലും അല്ലെങ്കിലും, അതിനായി ജീവിതത്തിന്റെ ഒരു ഭാഗം നിങ്ങൾ ചെലവഴിച്ചേ മതിയാകൂ. പലരും പണം സമ്പാദിക്കാനായി തങ്ങളുടെ മുഴുവൻ ജീവിതവും വിലയായി നൽകും. പക്ഷേ കുറച്ചു പേർ, ഭാവിയിൽ നല്ലൊരു ജീവിതമുണ്ടാക്കാനായി ഇന്നത്തെ സമയം ചെലവഴിക്കും.

അതുകൊണ്ടാണ് ഞാൻ എപ്പോഴും 'ഇന്ന് തന്നെ ചെയ്യുന്നത്' – പ്രത്യേകിച്ച്, ഇതുപോലുള്ള പ്രധാന കാര്യങ്ങൾ :

- വായന
- വ്യായാമം
- നിക്ഷേപം
- കരുതിവെയ്ക്കൽ
- അടുപ്പമുള്ളവരുമായി സമയം ചെലവിടൽ
- ചിരി
- അവധിക്കാല യാത്ര
- ജീവിതം ആസ്വദിക്കൽ

ശരിയാണ്, ജീവിതച്ചെലവുകളുമുണ്ട്. എന്തുതന്നെ സംഭവിച്ചാലും, *പ്രധാനപ്പെട്ട* കാര്യങ്ങൾ ഞാൻ ഇന്നു തന്നെ ചെയ്യും—നാളെയല്ല.

## നിങ്ങൾക്കെന്താണ് പ്രധാനമെന്ന് കണ്ടെത്തൂ

നല്ല ജീവിതത്തിലേക്കുള്ള കുറുക്കുവഴികളെയോ, കാര്യക്ഷമത മെച്ചപ്പെടുത്താനുള്ള നിർദ്ദേശങ്ങളെയോ, മറ്റു തന്ത്രങ്ങളെയോ കുറിച്ചുള്ളതല്ല ഈ പുസ്തകം. അതിനെപ്പറ്റിയെല്ലാം നമുക്കറിയാം. ശരിയാണ്, കുറഞ്ഞ സമയത്തിനുള്ളിൽ വലിയ നേട്ടങ്ങളുണ്ടാക്കാനായി ഞാൻ പ്രായോഗികമായി ഉപയോഗിച്ച തന്ത്രപരമായ കുറച്ച് ഉപദേശങ്ങൾ ഇടയ്ക്കിടെ നിങ്ങളുമായി പങ്കുവെയ്ക്കും. എന്നിരുന്നാലും, നിങ്ങളുടെ ജീവിതത്തിന് വ്യക്തതയുണ്ടാകാൻ സഹായിക്കുന്ന, വളരെ ശ്രദ്ധയോടെ തിരഞ്ഞെടുക്കപ്പെട്ട ലേഖനങ്ങളുടെ ഒരു ശേഖരം ഉൾപ്പെടുന്നതാണ് ഈ പുസ്തകം.

നല്ലൊരു ജീവിതമുണ്ടാകാനുള്ള ചേരുവകൾ വളരെ ലളിതമാണ് : നിങ്ങൾക്കെന്താണ് വേണ്ടതെന്ന കാര്യത്തിൽ ഒരു വ്യക്തതയുണ്ടാക്കുക, ബാക്കിയുള്ളതെല്ലാം ഒഴിവാക്കുക. ആ പ്രക്രിയ എളുപ്പമാണ്, എന്നിട്ടും എന്റെ ആവശ്യകതകൾ കണ്ടെത്താൻ എനിക്ക് ഒരുപാട് വർഷങ്ങളെടുത്തു.

എന്റെ യാത്രയാണ് ഈ പുസ്തകം. ഈ പുസ്തകത്തിലുള്ള ലേഖനങ്ങൾ എന്റെ ബ്ലോഗിൽ നിങ്ങൾക്കു കണാൻ കഴിയും. പക്ഷേ, ശരിയായ ക്രമത്തിലായിരിക്കില്ല എന്നുമാത്രം. ബ്ലോഗെന്നാൽ അസംഘടിതമാണ്. ഞാൻ നേരിട്ട വെല്ലുവിളികൾ അതിൽ കുറിച്ചിട്ടിട്ടുണ്ട്. പക്ഷേ, ഒരു പുസ്തകം ഒരു പ്രത്യേക ലക്ഷ്യത്തോടെയുള്ള ഘടനാപരമായ വിവരശേഖരമാണ്.

*ഇന്നു തന്നെ ചെയ്യൂ* എന്ന പുസ്തകം, അനന്തമായ മാറ്റിവെയ്ക്കലിൽ നിന്നും മറികടക്കാനും, എന്റെ കാര്യക്ഷമത വർദ്ധിപ്പിക്കാനും, അർത്ഥവത്തായ കൂടുതൽ കാര്യങ്ങൾ ചെയ്തുതീർക്കാനും എന്നെ സഹായിച്ച എന്റെ പാതയും അടിത്തറയുമാണ്. നിങ്ങളുടേതുമാകാം.

## എങ്ങനെയാണ് ഈ പുസ്തകം രചിച്ചത്

ഈ യാത്രയ്ക്ക് മൂന്ന് ഭാഗങ്ങളുണ്ട്. ഒന്നാം ഭാഗം, നിങ്ങൾ ജീവിതത്തെ നോക്കിക്കാണുന്ന രീതിയിൽ മാറ്റം വരുത്തുന്നതിലൂടെ ആരംഭിക്കുന്നു. മാറ്റിവെയ്ക്കലുകൾ ഇനിയില്ല. നിരാശകൾ ഇല്ല. കുറ്റബോധങ്ങൾ ഇല്ല.

നിങ്ങൾക്കറിയാമോ, എന്റെ അമ്മൂമ്മയുടെ അവസാന കുറച്ച്

വർഷങ്ങൾ അവർ അസുഖത്തിന്റെ പിടിയിലായിരുന്നു. അവർ ജീവിതത്തിൽ ചെയ്യാതിരുന്ന കാര്യങ്ങളെക്കുറിച്ച് നിരന്തരം പറഞ്ഞുകൊണ്ടിരുന്നു. ശരിയാണ്, നല്ല കാര്യങ്ങളെക്കുറിച്ചും പറഞ്ഞിരുന്നു. പക്ഷേ, കുറ്റബോധമായിരുന്നു വളരെയധികം നിഴലിച്ചിരുന്നത്. അനുകൂല വികാരങ്ങളേക്കാൾ പ്രതികൂല വികാരങ്ങളാണ് ആത്മാവിനെ വളരെയധികം സ്വാധീനിക്കുക എന്ന് പഠനങ്ങൾ പോലും തെളിയിക്കുന്നു.

അതുകൊണ്ട്, നിങ്ങളുടെ സമയം എങ്ങനെ പ്രയോജനകരമായി ഉപയോഗപ്പെടുത്തണമെന്നും എങ്ങനെ കൂടുതൽ കാര്യങ്ങൾ നേടിയെടുക്കണമെന്നും പറഞ്ഞുതുടങ്ങുന്നതിനു മുൻപ്, നമ്മുടെ ചിന്താഗതിയിലേക്ക് ശ്രദ്ധ തിരിക്കാം. ഒന്നാം ഭാഗം അതിനെക്കുറിച്ചാണ് : നിഷ്ക്രിയമായ അവസ്ഥയിൽ നിന്നും സജീവമായ അവസ്ഥയിലേക്കുള്ള മാറ്റം. ഒന്നാം ഭാഗം അവസാനിക്കുമ്പോൾ, എനിക്ക് പ്രതീക്ഷയുണ്ട്, നിങ്ങൾ ജീവിതത്തിന്റെ മുഖത്തു നോക്കി പറയും, “ഞാനാണ് നിയന്ത്രിക്കുന്നത്.”

നിങ്ങളുടെ ജീവിതത്തെയും, അതിലൂടെ നിങ്ങളുടെ സമയത്തെയും നിങ്ങൾ നിയന്ത്രിക്കുമ്പോൾ, അതാണ് നേട്ടങ്ങളുണ്ടാക്കാൻ ഏറ്റവും മികച്ച അവസരം. കാരണം, അതാണ് കാര്യക്ഷമത : സമയത്തിന്റെ ശരിയായ ഉപയോഗം. രണ്ടാം ഭാഗത്തിൽ, അത് എങ്ങനെയാണ് പ്രാവർത്തികമാക്കേണ്ടതെന്നതിനെക്കുറിച്ചുള്ള ലേഖനങ്ങൾ കൊടുത്തിട്ടുണ്ട്. “ഇങ്ങനെ ചെയ്യുന്നതിലൂടെ നിങ്ങളുടെ കാര്യക്ഷമത മെച്ചപ്പെടും.” എന്ന രീതിയിലുള്ള ആശയങ്ങളേക്കാൾ മികച്ചവയാണ് ഞാൻ പങ്കുവെച്ചിട്ടുള്ളത്. കാര്യക്ഷമതയിലേക്കുള്ള വ്യത്യസ്തമായൊരു പാതയാണ് ഞാൻ കൈക്കൊണ്ടിരിക്കുന്നത്. ഉദാഹരണത്തിന്, ഒരു വർഷത്തിൽ 100 പുസ്തകങ്ങൾ വായിക്കുന്നതിനെക്കുറിച്ചാണ് ഒരു ലേഖനം. അത് കാര്യക്ഷമതയുമായി ബന്ധമുള്ളതാവാൻ വഴിയില്ല, പക്ഷേ, എനിക്ക് പ്രധാനമെന്ന് തോന്നുന്ന കാര്യങ്ങളെ ഞാനെങ്ങനെയാണ് നോക്കിക്കാണുന്നതെന്ന് നിങ്ങൾക്കത് കാണിച്ചുതരും. ഒരു കാര്യം ചെയ്യണമെന്ന് നിങ്ങൾ തീരുമാനിക്കുകയാണെങ്കിൽ, അതിലേക്കുള്ള പാതയും നിങ്ങൾ കണ്ടെത്തിയിട്ടുണ്ടാകണം. അതുകൊണ്ട്, കൂടുതൽ പുസ്തകങ്ങൾ വായിക്കുന്നതിനെക്കുറിച്ചുള്ള ലേഖനം വായിക്കുമ്പോൾ, എന്റെ ആശയങ്ങൾ കൂടി ഒന്നു ശ്രദ്ധിക്കൂ. ഞാനെങ്ങനെയാണ് വെല്ലുവിളികളെ നേരിട്ടിരുന്നത് എന്ന് നോക്കൂ. എന്നാൽ മാത്രമേ, നിങ്ങൾക്കും ആ ആശയങ്ങൾ നിങ്ങളുടെ ജീവിതത്തിലും പ്രായോഗികമാക്കാൻ സാധിക്കുകയുള്ളൂ.

അവസാനമായി മൂന്നാം ഭാഗത്തിൽ, പാതയിൽ നിന്നും വ്യതിചലിക്കാതെ എങ്ങനെ തുടരാം എന്ന് പറയുന്നുണ്ട്. ഒരു ലേഖനം വായിച്ചിട്ട്, അല്ലെങ്കിൽ ഒരു ഉപദേശം കേട്ടിട്ട്, ഒരു ദിവസത്തിനായി അത് പ്രയോജനപ്പെടുത്തുക എന്നത് എളുപ്പമാണ്. പക്ഷേ, അതുകൊണ്ട് ഗുണമൊന്നുമില്ല. ഓരോ ദിവസവും ചെറിയ കാര്യങ്ങൾ തുടർന്നു ചെയ്യുന്നതിലൂടെ മാത്രമേ, ശരിയായ പുരോഗതിയുണ്ടാക്കാനും, വലിയ നേട്ടങ്ങൾ കൊയ്യാനും നമുക്ക് സാധിക്കുകയുള്ളൂ. ഉദാഹരണത്തിന്, മൂന്നാം ഭാഗത്തിൽ ഉൾപ്പെടുത്തിയ ഒരു ലേഖനം സംയുക്തത്തിന്റെ ശക്തിയെക്കുറിച്ചുള്ളതാണ്. ദിവസേന ചെയ്യുന്ന ചെറിയ കാര്യങ്ങൾ ഒന്നായി ഒത്തുചേരും. കാലക്രമേണ, കരുത്തുറ്റ ശരീരം, സ്വാശ്രയം, മികച്ച നിക്ഷേപങ്ങൾ, അങ്ങനെ പലതുമായി അവ പരിണമിക്കും. സംയുക്തത്തെക്കുറിച്ച് പഠിക്കുമ്പോൾ, ഞാൻ മനസ്സിലാക്കിയ മറ്റൊരു കാര്യമാണ്, വേദനിപ്പിക്കുന്ന കാര്യങ്ങളും നിങ്ങൾക്ക് സംയുക്തമാക്കാൻ സാധിക്കുമെന്നത്.

നിങ്ങൾ എല്ലാ ദിവസവും പരാതിപ്പെടുമ്പോൾ, അനാരോഗ്യകരമായ ഭക്ഷണം കഴിക്കുമ്പോൾ, വ്യായാമം ചെയ്യാതിരിക്കുമ്പോൾ, അവയെല്ലാം ഒത്തുചേരും. അങ്ങനെയാണ് നമ്മുടെ ജീവിതം പരിതാപകരമാകുന്നത്. ഒരൊറ്റ നിമിഷം കൊണ്ട് ഒരാളുടെ ജീവിതം നശിച്ചതായി നിങ്ങൾ അധികം കേട്ടുകാണില്ല. ദുരന്തങ്ങൾ സംഭവിക്കാറുണ്ട്, ശരിയാണ്. പക്ഷേ, നമ്മളിൽ പലരും ജീവിതം കൈയിൽ നിന്നും വഴുതിപ്പോകാൻ സ്വയം അനുവദിക്കും. ഇന്ന് ചെയ്യണ്ട എന്ന് നമ്മൾ തീരുമാനിക്കും. കാരണം, "ചെയ്തിട്ടെന്താണ്." അതെ, ഇതാണ് കാര്യം : എങ്ങനെ ജീവിക്കണമെന്നറിഞ്ഞാൽ, ജീവിതം മികച്ചതാകും.

ഞാൻ ഈ പുസ്തകത്തിലൂടെ നിങ്ങളുടെ മുന്നിലെത്തിക്കുന്ന 30 ലേഖനങ്ങൾ, അചഞ്ചലമായ ഒരു വ്യവസ്ഥിതിയാണ് രൂപപ്പെടുത്തുന്നത് (കൂടുതൽ വായനായോഗ്യമാക്കുന്നതിനായി, പ്രത്യേകിച്ചും കിൻഡിലിനു വേണ്ടി, ലേഖനങ്ങളിൽ ഞാൻ മാറ്റങ്ങൾ വരുത്തിയിട്ടുണ്ട്. ഞാൻ പഠിച്ച പുതിയ പാഠങ്ങൾക്കും, വായനക്കാരിൽ നിന്നുമുള്ള അഭിപ്രായങ്ങൾക്കും അനുസൃതമായി പല ലേഖനങ്ങളും ഞാൻ മെച്ചപ്പെടുത്തിയിട്ടുണ്ട്).

ഞാൻ ഈ പുസ്തകത്തിൽ പറഞ്ഞിട്ടുള്ള ശീലങ്ങൾ കൈക്കൊള്ളുന്നതിലൂടെ, ജീവിതം നിങ്ങൾക്കു നേരെ എറിയുന്ന ഏത് വെല്ലുവിളികളെയും നേരിടാൻ നിങ്ങൾ പ്രാപ്തനാകും. ജീവിതം എളുപ്പമായിരുന്നെങ്കിൽ എന്ന് ആശിക്കേണ്ട ആവശ്യം നിങ്ങൾക്കുണ്ടാവുകയില്ല, നിങ്ങളിപ്പോൾ ശക്തനാണ്.

ഇത് എഴുതുന്ന നേരം, സൂര്യൻ ഉദിച്ചു നിൽക്കുന്നുണ്ട്, മേഘങ്ങളൊന്നും കാണുന്നില്ല, താപനില 28 ഡിഗ്രിയാണ് (82 ഫാരൻഹീറ്റ്), ഞാൻ വീട്ടിൽ മേശയ്ക്കു പിന്നിൽ കുപ്പായമൂരി ആപ്പിൾ മ്യൂസിക്കിൽ സംഗീതവും ആസ്വദിച്ച് ഇരിക്കുന്നു. എന്റെ മനസ്സിൽ ഒന്നേയുള്ളൂ, “ജീവിതം മനോഹരമാണ്.”

എന്നാൽ നമുക്ക് തുടങ്ങാം, സുഹൃത്തേ.

—ഡാരിയസ്

*ജൂൺ 7, 2018*

*ലീവാർഡൻ, നെതർലാൻഡ്സ്.*

# ഈ പുസ്തകം എങ്ങനെ വായിക്കണം

വായന ആരംഭിക്കുന്നതിനു മുൻപ്, ഒരു പുസ്തകം എങ്ങനെയാണ് വായിക്കേണ്ടത് എന്ന്, ഞാൻ പഠിച്ച പാഠങ്ങളിൽ ചിലത് നിങ്ങളുമായി പങ്കുവെയ്ക്കാം; പ്രത്യേകിച്ച്, ഇതുപോലുള്ള ക്രിയാത്മകമായ ഒരു പുസ്തകം.

1. പുസ്തകം വായിക്കുന്നതുമായി ബന്ധപ്പെട്ട് ഒരു നിയമവുമില്ല. അതിനാൽത്തന്നെ ഇഷ്ടമുള്ള രീതിയിൽ, ഇഷ്ടമുള്ള ക്രമത്തിൽ നിങ്ങൾക്ക് വായിക്കാം.
2. നിങ്ങൾക്ക് അപ്രസക്തമെന്ന് തോന്നുന്ന ഭാഗങ്ങൾ ഒഴിവാക്കാം. പുസ്തകത്തിലെ ഒരക്ഷരം പോലും വിടാതെ വായിക്കണം എന്നില്ല.
3. പ്രധാന ഭാഗങ്ങൾ അടയാളപ്പെടുത്തിവെയ്ക്കുക. ഓർത്തെടുക്കാൻ എളുപ്പത്തിനായി കുറിച്ചിടുക.
4. വായിച്ചു തുടങ്ങുന്നതിനു മുൻപായി, പേജുകളിലൂടെ ഒരു ഓട്ട പ്രദക്ഷിണം നടത്തുന്നത് ഉപകാരപ്പെട്ടേക്കാം. ഞാൻ ഇങ്ങനെ ചെയ്യാറുണ്ട്. കാരണം, ഏതൊക്കെ ഭാഗങ്ങൾ ഒഴിവാക്കണം, ഏതൊക്കെ ഭാഗങ്ങൾ ശ്രദ്ധിച്ചു വായിക്കണം എന്ന് മനസ്സിലാക്കാൻ വേണ്ടിയാണത്. ചിലപ്പോൾ, ഒരു ഭാഗം പോലും വിടാതെ വായിക്കും. മറ്റു ചിലപ്പോൾ, പകുതിയോളം ഭാഗം ഒഴിവാക്കും.
5. ജീവിതം മാറിമറിയാൻ ഒരേയൊരു ആശയം മതി. അത്തരത്തിലുള്ള നല്ലൊരു ഉപദേശമാണ് നിങ്ങൾക്കൊരു പുസ്തകം നൽകുന്നതെങ്കിൽ, തീർച്ചയായും ആ പുസ്തകം വായിക്കാനായി നിങ്ങൾ നൽകിയ സമയം ഉപയോഗപ്രദമായി എന്ന് കരുതാം.

വായന ആസ്വദിക്കൂ.

ഭാഗം 1

# മാറ്റിവെയ്ക്കൽ ഒഴിവാക്കുക

"ഇന്ന് ഒഴിഞ്ഞുമാറുന്നതിലൂടെ നിങ്ങൾക്ക് നാളത്തെ ഉത്തരവാദിത്വങ്ങളിൽ നിന്നും രക്ഷപ്പെടാനാവുകയില്ല."

—എബ്രഹാം ലിങ്കൺ

# ഇന്ന് തന്നെ ചെയ്യൂ, നാളെയല്ല

ഏതൊരു കാര്യവും ഞാൻ ഓരോ തവണ നീട്ടിവയ്ക്കുമ്പോഴും, കാലതാമസം വരുത്തുമ്പോഴും, നിത്യേനയുള്ള വ്യായാമം ഒഴിവാക്കുമ്പോഴും, അലസത കാരണം ചെയ്തുതീർക്കേണ്ട ജോലികൾ ചെയ്യാതിരിക്കുമ്പോഴും, ഞാൻ ഓരോ കാരണങ്ങൾ കണ്ടെത്തിയിരുന്നു.

ഞാൻ ക്ഷീണിതനാണെന്ന് സ്വയം വിശ്വസിപ്പിച്ചു. അല്ലെങ്കിൽ നാളെ ചെയ്തുതീർത്താലും മതിയെന്ന് ആശ്വസിച്ചു. മാറ്റിവെയ്ക്കുന്നതുകൊണ്ട് എന്താണ് പ്രശ്നം, അല്ലേ?

എന്നാൽ അങ്ങനെയല്ല, പ്രശ്നമുണ്ട്. കാരണം, നിങ്ങളുടെ ജീവിതത്തിന്റെ ഉത്തരവാദിത്തം നിങ്ങളുടെ കൈയിലാണ്. നമ്മുടെ എല്ലാ പ്രശ്നങ്ങളുടെയും പരിഹാരമായി പലപ്പോഴും നമ്മൾ കാണുന്നത്, ഉത്പാദനക്ഷമത വർദ്ധിപ്പിക്കാനുള്ള നിർദ്ദേശങ്ങളെയും ആപ്പുകളെയും മാർഗ്ഗങ്ങളെയുമാണ്. പക്ഷേ, അങ്ങനെ ചെയ്യുന്നത്, നമ്മുടെ കഴിവില്ലായ്മയെ മറച്ചുവെച്ച് മറ്റുള്ള കാര്യങ്ങളുടെ മേൽ കുറ്റം ചുമത്താനുള്ള വഴിയാണ്.

- "എന്റെ പ്രശ്നമല്ല, ഈ ലാപ്ടോപ്പ് കാരണമാണ്. നാശം, എനിക്കിനി ഇങ്ങനെ ജോലി ചെയ്യാൻ വയ്യ."
- "ഓഫീസിൽ എന്നും ബഹളമാണ്."
- "എനിക്ക് നിരന്തരം കോളുകളും സന്ദേശങ്ങളും വന്നു കൊണ്ടിരിക്കുന്നു."
- "എനിക്ക് സമയം കിട്ടുന്നേയില്ല."

മാറ്റിവെയ്ക്കലിനെതിരെ പോരാടുക എന്നാൽ തന്നോടുതന്നെ യുദ്ധം ചെയ്യുക എന്നാണ്. എന്റെ വ്യക്തിജീവിതത്തിൽ അത്തരത്തിലുള്ള ഒരുപാട് ഉദാഹരണങ്ങളുണ്ട്. എന്റെ ഔദ്യോഗികജീവിതം തന്നെ നിലച്ചുപോയി എന്നു തോന്നിച്ച വർഷമായിരുന്നു 2013. അതിനും രണ്ട് വർഷം മുമ്പാണ്, സ്വന്തം അച്ഛനുമൊത്ത് ഒരു സ്ഥാപനം തുടങ്ങുന്നത്. പക്ഷേ, രണ്ട് വർഷങ്ങൾക്കു ശേഷം, കൂടുതൽ നേടണം,

കൂടുതൽ പഠിക്കണം എന്ന ചിന്ത എന്നെ വിശ്രമമില്ലാതെ പരിശ്രമിക്കാൻ പ്രേരിപ്പിച്ചു.

അതിനാൽത്തന്നെ, ഞാൻ കുറച്ചുസമയം സ്വതന്ത്രമായി ജോലിചെയ്യാൻ തുടങ്ങി. വെബ്സൈറ്റുകൾ നിർമ്മിച്ചുകൊടുത്തു, പകർപ്പവകാശം/ആധാരമെഴുത്ത്, കണ്ടന്റ് മാർക്കറ്റിംഗ്, ഡിസൈനിംഗ് എന്നിങ്ങനെ പലതും ചെയ്തു. പക്ഷേ, ഒന്നും തന്നെ പച്ച പിടിച്ചില്ല. എന്തുകൊണ്ട്? ഞാൻ ഒരിക്കലും ബുദ്ധിമുട്ടേറിയ ജോലികൾ ചെയ്തിരുന്നില്ല. പകരം, അവയിൽ നിന്നും രക്ഷപെടാനുള്ള മാർഗ്ഗമായാണ് ഞാൻ ജോലിയെ കണ്ടിരുന്നത്.

## നമ്മളെല്ലാം ഒഴിഞ്ഞുമാറാൻ ശ്രമിക്കാറുണ്ട്

ഒരു ബിസിനസ്സോ ഔദ്യോഗിക ജീവിതമോ കെട്ടിപ്പടുക്കുക എന്നത് അത്ര എളുപ്പമല്ല. അതിനായി കഠിനവും മടുപ്പുളവാക്കുന്നതും അതൃപ്തവുമായ ജോലികൾ ചെയ്യേണ്ടിവന്നേക്കാം. ഉപഭോക്താക്കളെയും ജോലികളെയും ആരും കൈയിൽ കൊണ്ടേൽപ്പിക്കുകയില്ല. നേടിയെടുക്കുക തന്നെ ചെയ്യണം. കണ്ടന്റ് മാർക്കറ്റിംഗ്, നേരിട്ടുള്ള വില്പന, വ്യാപാര ശൃംഖല, അങ്ങനെ ഏത് രീതിയിലൂടെയും നിങ്ങൾക്ക് സ്വന്തം മേഖലയിൽ ഉയർച്ച നേടാം.

ഉദ്യോഗത്തിൽ സ്ഥാനക്കയറ്റം ആഗ്രഹിക്കുന്നുവെങ്കിൽ, ബന്ധങ്ങൾ വളർത്തിയെടുക്കണം, തന്ത്രപരമായ നീക്കങ്ങൾ കൈക്കൊള്ളണം, ലക്ഷ്യത്തേക്കാൾ ഒരു പടി മുന്നിൽ എത്തണം, ചെയ്യുന്ന ജോലിയിൽ സമർത്ഥനായിരിക്കണം.

ഇതെല്ലാമാണ് നിങ്ങൾ ചെയ്യേണ്ടത്, അല്ലേ? നമ്മളിൽ പലർക്കും ഇത് നേരത്തേ തന്നെ അറിയാവുന്നതാണ്. അല്ലെങ്കിൽ, പിന്നീട് കണ്ടെത്തിയതാണ്. വിജയത്തിലേക്കുള്ള രഹസ്യവഴി എന്നൊന്നില്ല. ഇത്രയൊക്കെ അറിഞ്ഞിട്ടും, ജോലിയിൽ നിന്നും രക്ഷപെടാൻ ആണ് നമ്മൾ ശ്രമിക്കുന്നത്. എന്റെ അഭിപ്രായത്തിൽ, ഇതാണ് മാറ്റിവെയ്ക്കലിൽ പ്രധാന പങ്ക് വഹിക്കുന്നത്. എന്താണ് ചെയ്യേണ്ടതെന്ന് നിങ്ങൾക്കറിയാം, പക്ഷേ ചെയ്യുകയില്ല. പകരം, ഒരു വാർത്താ ചാനൽ തുറന്ന് ആവശ്യമില്ലാത്ത കാര്യങ്ങൾ വായിച്ചുകൊണ്ടിരിക്കും. അല്ലെങ്കിൽ, സ്വന്തം ജീവിതത്തെ നിങ്ങൾ വെറുക്കുന്നത് കാരണം, ഒരു ചിത്രത്തിനു പോലും ലൈക്ക് കൊടുക്കാതെ ഇൻസ്റ്റാഗ്രാം തുറന്ന് ഇരിക്കും. ചിലപ്പോൾ സാറാ, എച്ച് & എം, നെറ്റ്-എ-പോർട്ടർ, മിസ്റ്റർ പോർട്ടർ പോലുള്ള ഓൺലൈൻ വ്യാപാര സൈറ്റുകളിൽ അലഞ്ഞുനടക്കും.

ഒരു പരിധിവരെ, ഇതുതന്നെയായിരുന്നു എന്റെ ജീവിതത്തിലും സംഭവിച്ചുകൊണ്ടിരുന്നത്. ഉദാഹരണത്തിന്, ഞാൻ പുതിയൊരു പുസ്തകത്തിന്റെ പണിപ്പുരയിലാണ്. ആ പുസ്തകം എന്തിനെക്കുറിച്ചാണെന്നും അതിന്റെ തലക്കെട്ടായി എന്താണ് വെക്കേണ്ടതെന്നും എനിക്കറിയാം. പക്ഷേ, എഴുതുക എന്നത് വളരെ ദുഷ്കരമായൊരു കാര്യമാണെനിക്ക്.

അതിനാൽ, ഞാൻ ഒഴികഴിവുകൾക്കായി പരതും, മെയിലുകൾക്ക് മറുപടി അയക്കും, കാപ്പി കുടിക്കാൻ പോകും, ഓൺലൈനിലൂടെ സാധനങ്ങൾ വാങ്ങും, ബിസിനസ്സ് മുന്നോട്ട് പോകുന്നതിനുള്ള കാര്യങ്ങളിൽ ഏർപ്പെടും. അച്ചടക്കമില്ലായ്മയല്ല എന്റെ പ്രശ്നം. ഞാൻ എന്നോടു തന്നെ പൊരുതുന്നതാണത്. സ്റ്റീവൻ പ്രെസ്സ്ഫീൽഡ് തന്റെ വിഖ്യാതമായ *'ദി ആർട്ട് ഓഫ് വാർ'* എന്ന പുസ്തകത്തിൽ, ഓരോരുത്തരുടെയും ഉള്ളിലെ ഈ ശത്രുവിനെ 'എതിർപ്പ്.' എന്നാണ് വിളിക്കുന്നത്. ഇങ്ങനെയാണ് അദ്ദേഹം എഴുതിയിരിക്കുന്നത് :

*"എതിർപ്പുകൾ എന്നും നുണകളും അസംബന്ധങ്ങളും നിറഞ്ഞതായിരിക്കും."*

## ഇന്ന് തന്നെ ചെയ്യൂ, നാളെയല്ല

എനിക്കെന്നും സ്വയം ഇക്കാര്യം ഓർമ്മപ്പെടുത്തണമായിരുന്നു. മാറ്റിവെയ്ക്കുമ്പോഴെല്ലാം നാം ആഗ്രഹിക്കുന്നത് നാളെ ചെയ്യാം എന്നാണ്. ഞാനിപ്പോഴും അങ്ങനെതന്നെയാണ്. അത് നമ്മളിലെല്ലാം അന്തർലീനമായ ഒരു സ്വഭാവമാണെന്നാണ് തോന്നുന്നത്. ഇപ്പോഴുള്ള ഞാനും മൂന്ന് വർഷം മുൻപത്തെ ഞാനും തമ്മിലുള്ള വ്യത്യാസം ചെറുതും ലളിതവുമാണ്: ഉപയോഗപ്രദവും സന്തോഷവും അർത്ഥവത്തുമായ ഒരു ജീവിതം നയിക്കാൻ ഞാൻ ചിട്ടയായ ഒരു ജീവിതശൈലി പിന്തുടരുന്നു.

കാര്യങ്ങൾ എങ്ങനെ മുന്നോട്ട് കൊണ്ടുപോകണമെന്നതിനെക്കുറിച്ച് മുൻപ് എനിക്ക് വലിയ ധാരണയുണ്ടായിരുന്നില്ല. ഞാൻ പെട്ടെന്നുതന്നെ പിൻവാങ്ങുമായിരുന്നു, തടസ്സങ്ങളിൽ പെട്ടുപോകുമായിരുന്നു, അതൃപ്തിയും സമ്മർദ്ദവും എന്നെ തളർത്തിയിരുന്നു. പക്ഷേ ഇപ്പോൾ, വെല്ലുവിളികളെ മറികടക്കാൻ ഞാനൊരു മാർഗ്ഗം കണ്ടെത്തിയിട്ടുണ്ട്. ഇതാ :

- **എന്റെ മാനസികബലം ശക്തിപ്പെടുത്താൻ ഞാനെന്നും വ്യായാമം ചെയ്യുന്നു.** പണ്ട് ഞാൻ എന്റെ കഴിവിനെ ഉപേക്ഷയോടെയാണ്

കണ്ടിരുന്നത്. മാനസികമായി അശക്തനായിരുന്നു, അനാവശ്യ ചിന്തകൾ എന്നെ അലട്ടിയിരുന്നു, എന്നിൽ ഞാൻ വിശ്വസിച്ചിരുന്നില്ല. കഴിവില്ലാത്തതുകൊണ്ടായിരുന്നില്ല, എന്റെ കഴിവുകളിൽ ഞാൻ വിശ്വാസമർപ്പിച്ചിരുന്നില്ല. അതിനാൽ ഞാൻ ആത്മസംയമനം, പ്രായോഗികതാവാദം, ശ്രദ്ധ തുടങ്ങിയ ചിന്തകളെ നിയന്ത്രിക്കാനും മാനസികബലത്തെ ശക്തിപ്പെടുത്താനും സഹായിക്കുന്നവയെക്കുറിച്ചുള്ള പുസ്തകങ്ങൾ വായിച്ചുതുടങ്ങി. എന്റെ ചിന്തകൾക്ക് അടിമയാകാനല്ല, അവയെ നിയന്ത്രിക്കാനാണ് ഞാൻ ഇഷ്ടപ്പെട്ടിരുന്നത്.

- **ഞാൻ ദിവസേന ശാരീരിക വ്യായാമം ചെയ്യുന്നു.** വ്യായാമം ഇല്ലാതിരുന്ന ദിവസങ്ങളിൽ ഞാൻ അസ്വസ്ഥനായിരുന്നു, ഏകാഗ്രതയും ഊർജ്ജവും ആത്മവിശ്വാസവും നഷ്ടപ്പെട്ടിരുന്നു. മനസ്സിനും ശരീരത്തിനും നിത്യേന നൽകുന്ന വ്യായാമം എന്നെ എന്നും ഊർജ്ജസ്വലനാക്കിത്തീർത്തു. മാറ്റിവെയ്ക്കലിനെതിരെയുള്ള പോരാട്ടം, അങ്ങനൊരു തീരുമാനമെടുക്കുന്നതിലൂടെത്തന്നെ ആരംഭിച്ചിരിക്കുകയാണ്. ഒരു യോദ്ധാവും പരിശീലനം നേടാതെയല്ല യുദ്ധത്തിനു പങ്കെടുക്കുന്നത്, അല്ലേ? ശാരീരികമായും മാനസികമായും മികച്ച സ്ഥിതി നിലനിർത്തുക, എല്ലായ്പ്പോഴും.
- **ജീവിതം നിയന്ത്രണത്തിൽ നിർത്താൻ സഹായിക്കുന്ന കുറച്ചു ചിട്ടകൾ ഞാൻ പിന്തുടരുന്നു.** ഞാൻ കുറിപ്പുകൾ സൂക്ഷിക്കുന്നു, വായിക്കുന്നു, ഓരോ ദിവസത്തേക്കുമുള്ള പ്രധാനപ്പെട്ട കാര്യങ്ങൾ മുൻകൂട്ടി തയ്യാറാക്കുന്നു, അനാവശ്യ വാർത്തകൾക്ക് ചെവി കൊടുക്കുന്നില്ല. എല്ലാ ദിവസവും കുടുംബത്തിനും കൂട്ടുകാർക്കുമായി സമയം ചെലവിടുന്നു. ബന്ധങ്ങൾ നിലനിർത്തുന്നത് പ്രധാനമാണ്. അത് എന്റെ സമനില പാലിക്കാൻ സഹായിക്കുന്നു. എനിക്ക് ജീവിതത്തിൽ അമിതപ്രതീക്ഷകൾ ഒന്നുമില്ല, ഞാൻ ഓരോ ദിവസവും ആസ്വദിക്കുന്നു. അതിനപ്പുറത്തേക്ക് ഞാൻ ചിന്തിക്കുന്നുമില്ല.
- **ചെയ്തുതീർക്കേണ്ട ചെറിയ (എന്നാൽ പ്രധാനപ്പെട്ട) കുറച്ചു കൃത്യങ്ങളുടെ പട്ടിക ഞാനെന്നും സൂക്ഷിക്കുന്നു.** എന്റെ പുതിയ പുസ്തകത്തെ തന്നെ ഉദാഹരണമായി എടുക്കാം. ഒരിടത്ത് ഇരുന്ന് എഴുതുന്നതുപോലുള്ള ദുഷ്കരമായ പ്രവർത്തികളിൽ നിന്നും രക്ഷപ്പെടുകയാണ് പൊതുവെ എന്റെ പതിവ്. അതിന് കാരണമായി കണ്ടെത്തുന്നത് അന്നത്തെ ദിവസം നല്ലതല്ല എന്ന തോന്നലുണ്ടാക്കുന്നതാണ്. പക്ഷേ, ഓരോ തവണ

അങ്ങനൊരു തോന്നലുണ്ടാകുമ്പോഴും, ഞാനെന്റെ ചെറിയ കൃത്യങ്ങളുടെ പട്ടിക തുറന്ന് അവയിലൊന്ന് 'ഇന്നു'തന്നെ ചെയ്യും.

- **എന്റെ സന്ദേശം മറ്റുള്ളവരിലേക്ക് എത്തിക്കുന്നതിനായി, ഞാൻ പ്രേരണാ തത്വം പഠിക്കുകയും പ്രാവർത്തികമാക്കുകയും ചെയ്യുന്നു.** എന്റെ ഗുരു പറഞ്ഞുതന്നിട്ടുണ്ട്: "നിനക്ക് ലോകത്തെ തന്നെ മികച്ച ഒരു എഴുത്തുകാരനും അധ്യാപകനും ആയിത്തീരാൻ സാധിക്കും. പക്ഷേ, അക്കാര്യം മറ്റുള്ളവരിലേക്ക് എത്തപ്പെട്ടില്ലെങ്കിൽ, നിനക്ക് ഫലം കണ്ടെത്താനാവില്ല." പ്രേരണാ തത്വം മികച്ച ആശയങ്ങളും, കവർ ലേഖനങ്ങളും, വെബ്സൈറ്റ് കോപ്പികളും, മെയിലുകളും എഴുതാൻ നിങ്ങളെ സഹായിക്കും.

ഈയൊരു തന്ത്രം പ്രായോഗികമാക്കാൻ തീർച്ചയായും സമയമെടുക്കും. പിന്നെയും ഒരുപാട് കാര്യങ്ങൾ നടപ്പിലാക്കാനുണ്ട്. പക്ഷേ, ഇതൊരു തന്ത്രമാണ്, ജാലവിദ്യയല്ല.

എന്തൊക്കെയായാലും, ഫലപ്രദമായ ജീവിതം കെട്ടിപ്പടുക്കുക എന്നത് അത്ര എളുപ്പമുള്ള കാര്യമല്ല. മാത്രമല്ല, ശാസ്ത്രവും എളുപ്പ വഴികളും ഒന്നുമല്ലിത്. മറിച്ച് വ്യക്തിപരവും, ഔദ്യോഗികപരവും, വ്യവസായപരവുമായ ജീവിതം കെട്ടിപ്പടുക്കാനുള്ള സുസ്ഥിരമായ ഒരു വ്യവസ്ഥിതി ഉണ്ടാക്കിയെടുക്കലാണ്. ഫലപ്രദമായൊരു ജീവിതം നയിച്ചുകൊണ്ടുപോകാനുള്ള നിങ്ങളുടെ പദ്ധതി എന്താണ്?

എന്തു തന്നെയായാലും : **ഇന്നു തന്നെ ചെയ്യുക.** നാളെയല്ല.

# ശ്രദ്ധ വ്യതിചലിക്കുമ്പോൾ ഞാനെന്താണ് ചെയ്യാറുള്ളത്

സ്വന്തം ജോലികൾ ചെയ്തുതീർക്കുന്നതിൽ നിങ്ങൾക്ക് ബുദ്ധിമുട്ട് അനുഭവപ്പെടാറുണ്ടോ? മറ്റു വാർത്തകളോ പരദൂഷണങ്ങളോ, അല്ലെങ്കിൽ മറ്റെന്തെങ്കിലും വിഷയങ്ങളോ നിങ്ങളുടെ ശ്രദ്ധയെ വ്യതിചലിപ്പിക്കാറുണ്ടോ? അങ്ങനെയാണെങ്കിൽ, നിങ്ങളും എന്നെപ്പോലെ തന്നെയാണ്. കാരണം, ജോലി ചെയ്യുന്ന സമയത്ത് ഒരു കാര്യത്തിൽ മാത്രം ശ്രദ്ധയൂന്നുക എന്നത് വളരെ ദുഷ്കരമായ കാര്യങ്ങളിൽ ഒന്നാണ്. എപ്പോഴും എന്തെങ്കിലും തടസ്സങ്ങൾ ഉണ്ടായിക്കൊണ്ടേയിരിക്കും, അല്ലേ?

- മറ്റൊരു വ്യക്തി
- ഫോൺ കോൾ
- മീറ്റിംഗ്
- തെറ്റായ മുന്നറിയിപ്പുകൾ
- വീട്ടിലെ പൂച്ച
- അയൽപക്കത്തെ പൂച്ച
- ഇന്നലെ രാത്രി നടന്ന മത്സരത്തിന്റെ ഫലം

ശരിയാണ്, നിങ്ങൾക്ക് ഈ കാരണങ്ങളുടെ മേൽ പഴി ചുമത്താം, പക്ഷേ, എത്ര ദുർബ്ബലമാണത്. ഇത്തരം കാര്യങ്ങൾ നിങ്ങളുടെ അനുവാദം കൂടാതെ നിങ്ങളെ ശല്യം ചെയ്യുകയില്ലെന്ന് എനിക്കും നിങ്ങൾക്കും നന്നായറിയാം. അതിനർത്ഥം, നിങ്ങളുടെ മനസ്സ് ഏകാഗ്രമല്ലെന്നാണ്; മനസ്സിനെ സ്വാധീനിക്കാൻ മറ്റൊന്നിനോ മറ്റൊരാൾക്കോ നിങ്ങൾ അവസരം കൊടുക്കുകയാണ്. ഭയപ്പെടുത്തുന്നു, അല്ലേ?

അങ്ങനെയാണ് ഞാൻ തടസ്സങ്ങളെ കാണുന്നത്. പക്ഷേ,

എപ്പോഴും ഏകാഗ്രത നിലനിർത്താൻ എനിക്ക് കഴിയുകയില്ല എന്നത് സത്യം തന്നെയാണ്. ചിലപ്പോൾ അബദ്ധം പറ്റാറുണ്ട്. അത് നല്ലൊരു കാര്യമല്ല. പരദൂഷണങ്ങളോ, ദിവസേന 439 തവണ ഇൻസ്റ്റാഗ്രാമിൽ കയറിയിറങ്ങുന്നതോ, 49 യൂട്യൂബ് വീഡിയോകൾ കാണുന്നതോ, അശുഭകരമായ വാർത്തകൾ വായിക്കുന്നതോ നിങ്ങളുടെ ജീവിതത്തെ അനുകൂലമായി സ്വാധീനിക്കാൻ പോകുന്നില്ല. അതുകൊണ്ട്, ഏകാഗ്രത മെച്ചപ്പെടുത്താൻ നിങ്ങൾക്ക് എന്താണ് ചെയ്യാൻ കഴിയുക? പ്രധാനപ്പെട്ട ജോലികൾ ചെയ്യുമ്പോൾ, എന്റെ ശ്രദ്ധ വ്യതിചലിക്കാതിരിക്കാൻ ഞാൻ ചെയ്യുന്ന രണ്ട് കാര്യങ്ങൾ ഇവയാണ്.

## 1. ഒഴിവാക്കുക. ഒഴിവാക്കുക. ഒഴിവാക്കുക.

ഓരോ ദിവസവും, നമ്മൾ പല കാര്യങ്ങളും ശേഖരിക്കാറുണ്ട്. പണം കൊടുത്ത് വാങ്ങുന്ന തുണികൾ, അടുക്കള ഉപകരണങ്ങൾ, അലങ്കാര വസ്തുക്കൾ, കളിപ്പാട്ടങ്ങൾ, യന്ത്രോപകരണങ്ങൾ തുടങ്ങിയ സാധനങ്ങളെക്കുറിച്ച് മാത്രമല്ല ഞാൻ പറഞ്ഞുവരുന്നത്. നമ്മൾ ആശയങ്ങൾ ശേഖരിക്കാറുണ്ട്. എന്നെങ്കിലും അതിനെക്കുറിച്ച് നിങ്ങൾ ചിന്തിച്ചിട്ടുണ്ടോ? പലതരം ആശയങ്ങളും നമുക്ക് മുന്നിലൂടെ കടന്നുപോകാറുണ്ട്; അതിൽ ചിലത് നമ്മൾ പ്രാവർത്തികമാക്കുകയും ശീലമായി തുടരുകയും ചെയ്യുന്നു. ഉദാഹരണത്തിന്, കൂടുതൽ യൂട്യൂബ് വീഡിയോകൾ നിർമ്മിക്കുവാനായി എന്നോട് പലരും പറഞ്ഞിട്ടുണ്ട്. എന്റെ കുടുംബം, സുഹൃത്തുക്കൾ, സഹപ്രവർത്തകർ, വായനക്കാർ, വിദ്യാർത്ഥികൾ – എല്ലാവരിലും ആശയങ്ങളുണ്ട്. അവരെല്ലാം എന്നെ സഹായിക്കാനും ആഗ്രഹിക്കുന്നു.

അതുപോലെതന്നെ, ഞാനും എന്റെ ആശയങ്ങൾ മറ്റുള്ളവരുമായി പങ്കുവെക്കുന്നു. വ്യക്തിജീവിതം, ഔദ്യോഗികജീവിതം, ബിസിനസ്സ്, ബന്ധങ്ങൾ തുടങ്ങിയവ അങ്ങനെ മെച്ചപ്പെടുത്താം എന്നതിനെക്കുറിച്ചുള്ള ആശയങ്ങൾ. നമ്മളെല്ലാവരും അത് ചെയ്യാറുണ്ട്. അതിൽ തെറ്റൊന്നുമില്ലതാനും. മറ്റുള്ളവരിൽ നിന്നുമുള്ള ആശയങ്ങളിൽ നിന്നും നമുക്കാവശ്യമായവ മാത്രമായി അരിച്ചെടുക്കാതിരിക്കുമ്പോഴാണ് പ്രശ്നമുണ്ടാകുന്നത്. അതുകൊണ്ട്, യൂട്യൂബ് വീഡിയോകൾ നിർമ്മിക്കണമെന്നുള്ള മറ്റുള്ളവരുടെ ആവശ്യം എന്നെ ഇങ്ങനെ ചിന്തിപ്പിച്ചു, “ശരിയാണ്! യൂട്യൂബ് വീഡിയോകൾ നിർമ്മിക്കണം!”

കഴിഞ്ഞ ആറുമാസക്കാലമായി, ഇക്കാര്യം എന്റെ ചിന്തകളിൽ

നിറഞ്ഞുനിൽക്കുന്നുണ്ട്. മാത്രമല്ല, ഒരു പദ്ധതി തയ്യാറാക്കാനായി ഒരുപാട് സമയം ചെലവഴിക്കുകയും ചെയ്തു. "എന്തിനെക്കുറിച്ചായിരിക്കണം എന്റെ വീഡിയോകൾ? എവിടെ വെച്ചാണ് ഞാൻ ചിത്രീകരിക്കേണ്ടത്? എങ്ങനെയാണ് എഡിറ്റ് ചെയ്യേണ്ടത്? എന്തുതരം സംഗീതമാണ് ഉപയോഗിക്കേണ്ടത്?" ഇവയെല്ലാം എന്നെ ഒരുപാട് ചിന്തിപ്പിച്ചു. ഈയടുത്തായി ഞാൻ ഒരു വീഡിയോ പുറത്തിറക്കുകയും ചെയ്തു. നല്ല പ്രതികരണമായിരുന്നു. പക്ഷേ, ഒരേയൊരു പ്രശ്നം മാത്രം; എന്റെ ഒരുപാട് സമയവും ശ്രദ്ധയും അത് അപഹരിച്ചു. അതിന്റെ ഫലമായി, പുതിയ ആശയങ്ങൾ കണ്ടെത്തുവാനോ, പോഡ്കാസ്റ്റ് ചെയ്യുവാനോ, എഴുതുവാനോ എനിക്ക് വേണ്ടത്ര സമയം ലഭിച്ചിരുന്നില്ല.

പക്ഷേ, ഇവയെല്ലാമായിരുന്നു ഞാൻ ശരിക്കും ചെയ്യാൻ ആഗ്രഹിച്ചിരുന്ന കാര്യങ്ങൾ. ഞാൻ ബ്ലോഗ് തുടങ്ങിയതുതന്നെ അതിനാണ്. എനിക്ക് എഴുതാൻ ഇഷ്ടമാണ്, ഞാനതിൽ കഴിവുള്ളവനുമാണ്. അതുകൊണ്ടുതന്നെ, താരതമ്യേന എനിക്ക് ദുഷ്കരമായ യൂട്യൂബ് വീഡിയോ നിർമ്മാണത്തേക്കാൾ വളരെ എളുപ്പമാണ് എഴുതുന്നത്. കൂടാതെ, ലേഖനങ്ങൾ, പുസ്തകങ്ങൾ, ഓൺലൈൻ പഠനങ്ങൾക്കാവശ്യമായ പഠനവസ്തുക്കൾ എന്നിവ എഴുതിത്തയ്യാറാക്കുന്നത് ഞാൻ വളരെയധികം ആസ്വദിക്കുന്നുമുണ്ട്. അതിൽ ബുദ്ധിമുട്ട് തോന്നിയാലും എന്നെയത് ബാധിക്കുകയില്ല. പക്ഷേ, യൂട്യൂബ് വീഡിയോ നിർമ്മാണ സമയത്ത്, ഞാൻ ഒരുപാട് സമ്മർദ്ദമനുഭവിച്ചിരുന്നു. കൂടാതെ, നേരത്തെ പറഞ്ഞതുപോലെ, എന്റെ ശ്രദ്ധയും ജോലിയും അതിന് വിലകൊടുക്കേണ്ടിവന്നു. ഏകാഗ്രത നഷ്ടപ്പെട്ടപ്പോൾ ഞാനെന്താണ് ചെയ്തത്? ഞാൻ സ്വയം ചോദിച്ചു :

> *"ജീവിതം ലളിതമാക്കുന്നതിലൂടെ ഏകാഗ്രത നിലനിർത്തുവാനായി ഞാൻ എന്തെല്ലാം കാര്യങ്ങളാണ് ഒഴിവാക്കേണ്ടത്?"*

ഈ സാഹചര്യത്തിൽ, ഞാൻ യൂട്യൂബിനായി സമയം കളയുന്നത് നിർത്തി. ജീവിതത്തിന്റെ പല മേഖലകളിലും ഞാൻ പ്രയോഗിക്കുന്ന ഒരു പ്രധാന തന്ത്രമാണ് ഒഴിവാക്കൽ. കഴിഞ്ഞ കുറെ വർഷങ്ങളിലായി നമ്മൾ ഒരുപാട് അനാവശ്യമായ ഭാരങ്ങൾ ശേഖരിച്ചിട്ടുണ്ടാകാം, അവയെയെല്ലാം സ്ഥിരമായി ഒഴിവാക്കിക്കൊണ്ടിരിക്കണം :

- ആശയങ്ങൾ
- പദ്ധതികൾ
- ജോലികൾ

- വസ്തുക്കൾ
- അങ്ങനെ പലതും

ഏകാഗ്രത നിലനിർത്താൻ ബുദ്ധിമുട്ട് തോന്നുന്നുവെങ്കിൽ, ഈ ആശയം പ്രയോഗിച്ചു നോക്കുക. നിങ്ങളുടെ ജീവിതത്തെ ആസ്വാദ്യകരമാംവിധം ലളിതമാക്കുക. സത്യസന്ധമായി പറയൂ, ആരാണ് ദുരിതപൂർണ്ണമായ ജീവിതം ആഗ്രഹിക്കുന്നത്? ജീവിതത്തിൽ പല ബുദ്ധിമുട്ടുകളുമുണ്ട്, വീണ്ടും ക്ലേശകരമാക്കരുത്.

## 2. കഴിഞ്ഞകാല വിജയങ്ങളെക്കുറിച്ച് ചിന്തിക്കുക

കഴിഞ്ഞ കാലങ്ങളിലെ വിജയങ്ങളെയും സന്തോഷങ്ങളെയും കുറിച്ചുള്ള ചിന്തകൾ സെറോടോണിൻ ഉത്പാദനത്തെ ഉത്തേജിപ്പിക്കും. നമ്മുടെ കോശങ്ങൾ ഉത്പാദിപ്പിക്കുന്ന ഒരു രാസവസ്തുവാണ് സെറോടോണിൻ.

ശരീരത്തിലെ എല്ലാ ഭാഗങ്ങളെയും സ്വാധീനിക്കുന്ന ഒരു പ്രധാന രാസവസ്തുവാണ് സെറോടോണിൻ. ശാരീരിക പ്രവർത്തനങ്ങളുടെ കാര്യത്തിൽ വലിയൊരു പങ്കുവഹിക്കുന്നുമുണ്ട് സെറോടോണിൻ. എന്നാൽ, മാനസിക സമ്മർദ്ദം കുറയ്ക്കുക, ലൈംഗിക തൃഷ്ണ ഉത്തേജിപ്പിക്കുക, മാനസികാവസ്ഥ സന്തുലിതപ്പെടുത്തുക, ഉറക്കം നിയന്ത്രിക്കുക, ഉത്കണ്ഠ ക്രമപ്പെടുത്തുക തുടങ്ങിയവയും സെറോടോണിന്റെ ജോലിയാണ്.

നമ്മുടെ പൊതുവായുള്ള ക്ഷേമത്തിൽ വളരെ വലിയൊരു പങ്കുവഹിക്കുന്നതും സെറോടോണിനാണ്. പക്ഷേ, സെറോടോണിനും നിങ്ങളുടെ ഏകാഗ്രതയും തമ്മിലുള്ള ബന്ധം ഇതൊന്നുമല്ല. ചെയ്യുന്ന പ്രവർത്തിയുടെ ഫലങ്ങൾ വൈകുമ്പോഴുണ്ടാകുന്ന അതൃപ്തിയെ നിയന്ത്രിച്ചു നിർത്താനും സെറോടോണിൻ സഹായിക്കുന്നു. സെറോടോണിന്റെ പ്രവർത്തനം കുറയുമ്പോൾ, ദീർഘകാല ജോലികൾക്കുമേലുള്ള നമ്മുടെ ശ്രദ്ധയും കുറയുന്നു. പദ്ധതി പ്രകാരം പ്രവർത്തിക്കാൻ നമ്മൾ മടിക്കുന്നു.

നിങ്ങൾക്ക് ഏകാഗ്രത നഷ്ടപ്പെടുന്നുണ്ടെങ്കിൽ, ശരീരത്തിലെ സെറോടോണിൻ പ്രവർത്തനം കുറഞ്ഞതാവാനാണ് സാധ്യത കൂടുതൽ. അതുകൊണ്ടാണ് നിങ്ങൾ പുറത്തു പോകുക, മദ്യപിക്കുക, സാധനങ്ങൾ വാങ്ങാൻ പോകുക, ശാരീരിക ബന്ധത്തിൽ ഏർപ്പെടുക, ടി.വി. കാണുക തുടങ്ങിയ ഹ്രസ്വകാല സന്തോഷം തരുന്ന പ്രവർത്തികളിൽ സമയം ചെലവഴിക്കുന്നത്.

ഏകാഗ്രത വർദ്ധിപ്പിക്കണമെങ്കിൽ, സെറോടോണിൻ പ്രവർത്തനം ഉത്തേജിപ്പിക്കണം. വ്യായാമത്തിലൂടെ അതിന് സാധിക്കുമെന്നാണ് പഠനങ്ങൾ തെളിയിക്കുന്നത്. പക്ഷേ, അത്രയും തന്നെ ഫലപ്രദവും, അതിനേക്കാൾ എളുപ്പവുമായ ഒന്നാണ് ബുദ്ധിക്ക് വ്യായാമം നൽകുക എന്നത്.

നിങ്ങൾ ചെയ്യേണ്ടത് ഇത്രമാത്രമാണ്, കഴിഞ്ഞ കാലങ്ങളിലെ ശുഭകാര്യങ്ങൾ ഓർത്തെടുക്കുക.

ശുഭകാര്യങ്ങൾ ഓർത്തെടുക്കുന്നതുമൂലം എങ്ങനെയാണ് ചെയ്യുന്ന കാര്യങ്ങളിൽ ശ്രദ്ധ വർദ്ധിക്കുന്നതെന്ന്, UCLA-യിലെ ന്യൂറോസയന്റിസ്റ്റും *ദി അപ്പ്‌വേഡ് സ്പൈറൽ* എന്ന പുസ്തകത്തിന്റെ രചയിതാവുമായ അലക്സ് കോർബ് വിശദീകരിക്കുന്നു :

> *"(സെറോടോണിൻ അളവ് വർദ്ധിപ്പിക്കാൻ) നിങ്ങൾ ആകെ ചെയ്യേണ്ടത്, നിങ്ങളുടെ ജീവിതത്തിൽ സംഭവിച്ച നല്ല കാര്യങ്ങളെ ഓർത്തെടുക്കുക എന്നതാണ്. ലളിതമായ ഈ പ്രക്രിയയിലൂടെ, ഏകാഗ്രതയെ നിയന്ത്രിക്കുന്ന പ്രീഫ്രണ്ടൽ കോർട്ടക്സിന്റെ പിൻവശത്തുള്ള ആന്റീരിയർ സിംഗുലേറ്റ് കോർട്ടക്സിലെ സെറോടോണിൻ ഉത്പാദനം വർദ്ധിപ്പിക്കുന്നു."*

സെറോടോണിന്റെ അളവ് വർദ്ധിക്കുന്നതിലൂടെ, നിങ്ങളുടെ ഏകാഗ്രതയും ഉയരുന്നു. നിങ്ങൾ ചെയ്യേണ്ടതും ഇതുതന്നെയാണ്. കേൾക്കുമ്പോൾ നിസ്സാരമായി തോന്നിയേക്കാം. പക്ഷേ, എന്തു പ്രശ്നം വന്നാലും അത് തരണം ചെയ്യേണ്ടതും നമ്മുടെ കടമയാണ്.

എനിക്ക് ശ്രദ്ധിക്കാൻ കഴിയുന്നില്ലെങ്കിൽ, ഞാൻ ആദ്യം ചെയ്യുക, പരിഹാരം കണ്ടെത്തേണ്ട എന്തോ ഒരു പ്രശ്നം ഉണ്ടെന്ന് സ്വയം ഏറ്റുപറയുക എന്നതാണ്. ചിലർ തങ്ങൾക്ക് ഒരു പ്രശ്നവും ഇല്ലെന്ന ധാരണയിലാണ് ജീവിതം മുന്നോട്ടു കൊണ്ടുപോകുന്നത്.

- അല്ല, ഓരോ രണ്ട് മിനിറ്റിലും ഫോൺ എടുത്തു നോക്കുന്നത് സാധാരണമല്ല.
- അല്ല, എന്നും പരദൂഷണങ്ങളിൽ പങ്കുകൊള്ളുന്നത് സാധാരണമല്ല.
- അല്ല, മടുപ്പ് അനുഭവിച്ചിരിക്കുന്നത് സാധാരണമല്ല.

ജീവിതത്തിൽ ശ്രദ്ധ ചെലുത്തു. നിങ്ങൾക്ക് പ്രധാനം എന്നു തോന്നുന്നവയെ ചിന്തകളിൽ ഉൾക്കൊള്ളിക്കുക. ശേഷം, ആ കാര്യങ്ങൾ ചെയ്തു തീർക്കുക, ശ്രദ്ധയോടെ – പാതയിൽ തുടരുക.

വിജയാശംസകൾ.

# മാറ്റിവെയ്ക്കുന്ന ശീലത്തെ എങ്ങനെ ഇല്ലാതാക്കാം (സാങ്കേതികതയുടെ പിൻബലത്തോടെ)

ആധുനിക സംസ്കാരത്തിന്റെ ആരംഭം മുതൽ തന്നെ മാറ്റിവെയ്ക്കൽ എന്ന സ്വഭാവവും മനുഷ്യരിലുണ്ട്. വിശ്വപ്രശസ്ത വ്യക്തിത്വങ്ങളായ ഹെറോഡോട്ടസ്, ലിയാനാർഡോ ഡാവിഞ്ചി, പാബ്ലോ പിക്കാസോ, ബെഞ്ചമിൻ ഫ്രാങ്ക്ളിൻ, ഇലിയനോർ റൂസ്സ്‌വെൽറ്റ് തുടങ്ങി നൂറുകണക്കിന് പേർ, മാറ്റിവെയ്ക്കൽ എങ്ങനെ ഫലങ്ങളെ ബാധിക്കും എന്നതിനെക്കുറിച്ച് സംസാരിച്ചിട്ടുണ്ട്. മറ്റിവയ്ക്കലിനെ ക്കുറിച്ചുള്ള വാചകങ്ങളിൽ എനിക്കേറ്റവും പ്രിയപ്പെട്ടവയിൽ ഒന്നാണ് എബ്രഹാം ലിങ്കണിന്റേത് :

*"ഇന്ന് ഒഴിഞ്ഞുമാറുന്നതിലൂടെ നിങ്ങൾക്ക് നാളത്തെ ഉത്തരവാദിത്തങ്ങളിൽ നിന്നും രക്ഷപ്പെടാനാവുകയില്ല."*

രസകരമായതെന്തെന്നാൽ, മാറ്റിവെയ്ക്കൽ അപകടകരമാണെന്ന് നമുക്കെല്ലാം അറിയാം. ആരാണ് മാറ്റിവെയ്ക്കാൻ താൽപ്പര്യപ്പെടുന്നത്? ആർക്കും അത്ര ഇഷ്ടമുള്ളതൊന്നുമല്ലത്. എനിക്കും. എന്നിട്ടുപോലും, എന്റെ ജീവിതത്തിൽ ഏറ്റവും കൂടുതൽ സംഭവിച്ചിട്ടുള്ളതും അതുതന്നെ. കോളേജ് കാലഘട്ടത്തിൽ, ഓരോ സെമസ്റ്ററിലും ഇതാണ് സംഭവിക്കാറുള്ളത് :

ഓരോ സെമസ്റ്റർ തുടങ്ങുമ്പോഴും, ഭൂമിയിലെ ഏറ്റവും ശാന്തനായ വ്യക്തി ഞാനായിരിക്കും. ഉല്ലസിച്ച് നടക്കും, കറങ്ങാൻ പോകും, ഓരോ നിമിഷവും ആസ്വദിക്കും. ജീവിതത്തിലെ ഏറ്റവും നല്ല നിമിഷങ്ങൾ. എന്തുതന്നെ വന്നാലും ഒരിക്കലും സമ്മർദ്ദം അനുഭവപ്പെടില്ല. പക്ഷേ, പരീക്ഷാ തീയതിയുടെ ഒരാഴ്ച മുന്നേ, എന്റെ മാനസികാവസ്ഥ തന്നെ തകരാറിലാകും.

> *"എന്തുകൊണ്ട് നീ നേരത്തേ തുടങ്ങിയില്ല?"* ഞാൻ സ്വയം ചോദിക്കും.

പിന്നെ കാണാൻ പോകുന്നത് എന്റെ ഏറ്റവും വൃത്തികെട്ട വശമാണ്. നിറയെ റെഡ്ബുൾ ക്യാനുകളുമായി ഒരു റൂമിനകത്ത് – തലപുകഞ്ഞ് പഠിക്കുന്നുണ്ടാകും. പഠനങ്ങൾ വ്യക്തമായി തെളിയിക്കുന്നത് : മാറ്റിവെയ്ക്കൽ ഹ്രസ്വകാലത്തേക്ക് സന്തോഷം തന്നേക്കാം, പക്ഷേ, കാലക്രമേണ പ്രതികൂല അനുഭവങ്ങൾ വന്നുചേരും. എന്തുകൊണ്ടാണ് നിങ്ങൾ മാറ്റിവെച്ചത് എന്നതിന് പ്രസക്തിയില്ല. ചിലർക്ക് അവസാന നിമിഷത്തെ സമ്മർദ്ദം ഇഷ്ടമായിരിക്കാം. ചിലർ തോൽവി ഭയന്ന് മാറ്റിവെച്ച് മാറ്റിവെച്ച് അവസാന നിമിഷം വരെ കൊണ്ടെത്തിക്കും.

മാറ്റിവെയ്ക്കുന്നവർക്കെല്ലാം ഒരു കാര്യത്തിൽ സാമ്യമുണ്ടാകും, അവരെല്ലാം തന്നെ അതിന് വലിയ വില കൊടുക്കേണ്ടിവരും. അമേരിക്കൻ സൈക്കളോജിക്കൽ സൊസൈറ്റി ജേർണലിൽ പ്രസിദ്ധീകരിക്കപ്പെട്ട, ഡയാൻ ടൈസ്, റോയ് ബൌമെയ്സ്റ്റർ എന്നിവരുടെ തെളിവു സഹിതമുള്ള പഠനത്തിൽ, മാറ്റിവെയ്ക്കലിന്റെ വിലയെപ്പറ്റി വ്യക്തമായി ചർച്ച ചെയ്യപ്പെടുന്നുണ്ട്. അവ ബന്ധപ്പെട്ടിരിക്കുന്നത് :

- വിഷാദം
- യുക്തിഹീനമായ വിശ്വാസങ്ങൾ
- ആത്മാഭിമാനക്കുറവ്
- ഉത്കണ്ഠ
- സമ്മർദ്ദം

മാറ്റിവെയ്ക്കുക എന്നത് നിഷ്കളങ്കമായ ഒരു പെരുമാറ്റരീതിയല്ല. മോശം ആത്മനിയന്ത്രണത്തിന്റെ സൂചനയാണത്. ഗവേഷകർ മാറ്റിവെയ്ക്കലിനെ മദ്യപാനം, മയക്കുമരുന്ന് എന്നിവയുടെ ദുരുപയോഗവുമായിവരെ താരതമ്യം ചെയ്യാറുണ്ട്. ഗൗരവകരമായ ഒന്നു തന്നെയാണത്. ഞാനത് ഒരുപാട് വർഷക്കാലം അനുഭവിച്ചിട്ടുമുണ്ട്.

കോളേജിൽ നിന്നും ഇറങ്ങി വർഷങ്ങൾ കഴിഞ്ഞിട്ടും ഓരോ കാര്യങ്ങൾ തുടങ്ങുന്നതിലും ചെയ്തുതീർക്കുന്നതിലും ഒരുപാട് ബുദ്ധിമുട്ടനുഭവിച്ചിട്ടുണ്ട്. നമ്മുടെ ചിട്ടവട്ടങ്ങളിലേക്ക് നുഴഞ്ഞുകയറുന്ന ഒന്നാണ് മാറ്റിവെയ്ക്കൽ എന്ന സ്വഭാവദൂഷ്യം. പെട്ടെന്ന് അടർത്തി മാറ്റാൻ പറ്റുന്ന ഒന്നല്ല അത്. ഓരോ തവണയും പുതിയ ബിസിനസ്സ് ആശയങ്ങൾ വരുമ്പോഴും, പുതിയൊരു ചുവടെടുത്തുവെയ്ക്കാൻ തുടങ്ങുമ്പോഴും, ഇതാണ് സംഭവിക്കാറുള്ളത് :

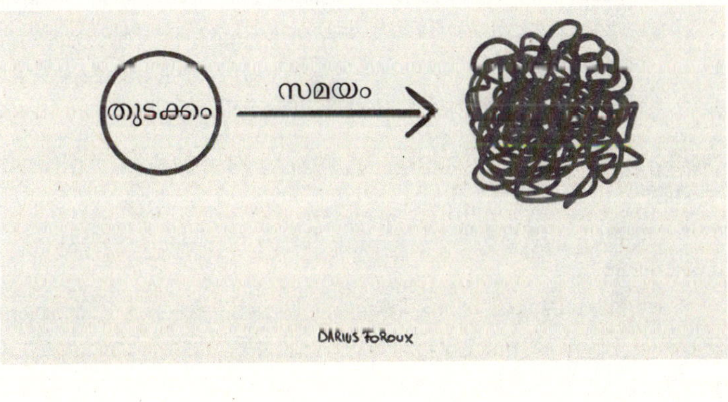

പുതിയ ആശയങ്ങളും ലക്ഷ്യങ്ങളും ഉണ്ടാകുമ്പോഴും, ഞാൻ അതിനായി പ്രയത്നമാരംഭിക്കും. പക്ഷേ, പാതിവഴി എത്തുമ്പോഴേക്കും എല്ലാം തകിടം മറിയും. നല്ലൊരു തുടക്കത്തിൽ നിന്നും പൂർണ്ണ തകർച്ചയിലേക്ക്. വഴിതെറ്റിക്കുന്ന കാര്യങ്ങൾ, പുതിയ ആശയങ്ങൾ, മറ്റ് അവസരങ്ങൾ, തോൽവികൾ, അശുഭ ചിന്തകൾ, അങ്ങനെ പലതും മാർഗ്ഗമധ്യേ വന്നുചേരും. അതിന്റെ ഫലമോ, എന്നും ഒന്നുതന്നെ: എങ്ങും എത്താതെ നിർത്തും.

എപ്പോഴെല്ലാം ഏതെങ്കിലും ഒരു ആശയമോ ഒരു ലക്ഷ്യമോ എനിക്കുണ്ടായാൽ, ഞാനതിനായി തുടങ്ങുമെങ്കിലും ഉടനീളം അത് മോശമായി ഭവിക്കുന്നു. ഞാൻ തുടക്കം മുതൽ ആകെ അരാജകത്വ ത്തിലേക്ക് പോയി. സർവ്വനാശം, വ്യത്യസ്തമായ ആശയങ്ങൾ, മറ്റ് അവസരങ്ങൾ, പരാജയം, സ്വയമായ നിഷേധാത്മക സംസാരം മുതലായവ വഴിയിൽ വരും. ഫലം എപ്പോഴും ഒന്നുതന്നെ : നിങ്ങൾക്ക് ഒന്നും നേടിയെടുക്കാൻ കഴിഞ്ഞില്ല.

## മാറ്റിവെയ്ക്കലിനെ മറികടക്കുക

എന്റെ വീക്ഷണത്തിൽ, ഡയാൻ ടൈസിന്റെയും റോയ് ബൌമെയ്സ്റ്ററിന്റെയും പഠനത്തിൽ നിന്നുമുള്ള സുപ്രധാന കണ്ടെത്തൽ ഇതാണ് :

> *"ഇവിടെ തെളിവുകൾ പ്രസ്താവിക്കുന്നത്, അവസാന നിമിഷങ്ങളിലെ അമിത സമ്മർദ്ദം അടുത്തടുത്ത് വന്ന് ജോലി ചെയ്യാൻ നിർബന്ധിക്കുംവരെയും, ഏൽപ്പിച്ച ജോലികൾ ചെയ്യാതെ ഉല്ലസിച്ച് നടക്കാൻ താൽപര്യപ്പെടുന്നവരാണ് മാറ്റിവെയ്ക്കുന്നവരെന്നാണ്. ആത്മനിയന്ത്രണത്തിന്റെ അഭാവം മൂലമുണ്ടാകുന്നതാണ് മാറ്റിവെക്കലെന്ന് ഇവിടെ വ്യക്തമാകുന്നു; തത്ഫലമായി, സ്വന്തം ജോലി ചെയ്യുന്നതിനുള്ള പ്രചോദന ത്തിനായി ബാഹ്യശക്തികളെ ആശ്രയിക്കുന്നു."*

ആത്മസംയമനം, ആത്മനിയന്ത്രണം, മനഃശക്തി, എന്നിവയെ നമ്മൾ ശരിക്കു മനസ്സിലാക്കുന്നില്ല. നമ്മൾ കരുതും : "അതെ തീർച്ചയായും, മൂന്ന് ആഴ്ചകൾ കൊണ്ട് എനിക്കൊരു നോവലെഴുതാൻ സാധിക്കും."

സ്വന്തം കാഴ്ചപ്പാടിൽ, നമ്മളെല്ലാവരും അതിസമർത്ഥരും അതീവ മനഃശക്തിയുള്ളവരുമാണ്. പക്ഷേ, കാര്യം വരുമ്പോൾ

നമ്മൾ പരുങ്ങലിലാവും. നിങ്ങൾക്ക് മാറ്റിവെയ്ക്കുന്ന ശീലമുണ്ടെങ്കിൽ, ജോലിയിൽ കാലതാമസമുണ്ടാകുന്നത് നിങ്ങൾക്ക് തടയാനാകില്ല. ജോലി എത്ര ചെറുതോ വലുതോ ആകട്ടെ.

ശരിയാണ്, എല്ലാവർക്കും സ്വന്തം സുരക്ഷിത മേഖലയിൽ നിന്നും പുറത്തുവരാൻ ഭയമാണ്. അതുകൊണ്ടാണല്ലോ അതിനെ *സുരക്ഷിത* മേഖല എന്ന് വിളിക്കുന്നത്. ധീരമായ ഒരു ചുവട് വെയ്ക്കാൻ ധൈര്യം വേണം. പക്ഷേ, ബില്ലുകൾ അടയ്ക്കുക, മേലുദ്യോഗസ്ഥന വേണ്ടി എന്തെങ്കിലും പ്രിന്റ് എടുത്തു കൊടുക്കുക, നികുതി അടയ്ക്കുക തുടങ്ങിയവ പോലുള്ള നിസ്സാര പ്രവർത്തികൾക്ക് ധൈര്യം വേണമെന്നില്ല. സത്യമെന്തെന്നാൽ : നിങ്ങൾ ചെയ്യാൻ ശ്രമിക്കുന്ന കാര്യവും മാറ്റിവെയ്ക്കലും തമ്മിൽ ഒരു ബന്ധവുമില്ല – ചെറുതോ വലുതോ, പിന്നീട് ചെയ്യാൻ കഴിയും. അല്ലേ? കാര്യങ്ങൾ ചെയ്തുതീർക്കുക എന്നത് എന്റെ ജീവിതത്തിൽ ഇങ്ങനെയാണ് :

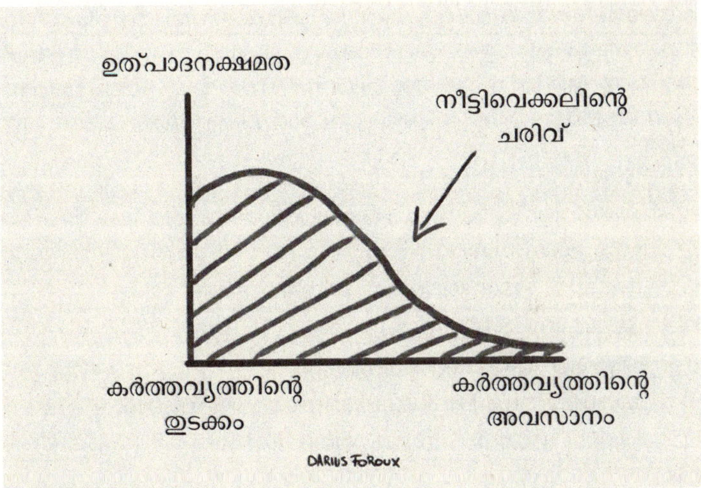


ഒരു കർത്തവ്യത്തിന്റെ തുടക്കത്തിന്റെയും അവസാനത്തിന്റെയും ഇടയിൽ നമ്മുടെ ശ്രദ്ധയിൽ വ്യതിചലനമുണ്ടാകുന്ന ഒരു സന്ദർഭമുണ്ട്. മാറ്റിവെയ്ക്കലിന്റെ ചരിവ് എന്നാണ് ഞാൻ അതിനെ വിളിക്കുന്നത്. ശരിയായ പാതയിൽ സഞ്ചരിച്ചുകൊണ്ടിരിക്കുന്ന നിങ്ങൾ പിൻവാങ്ങുന്ന യഥാർത്ഥ നിമിഷം അതാണ്.

നിങ്ങൾ ഒരു ഉദ്യമം ചെയ്തുതുടങ്ങുന്നു, ആവേശം കൊള്ളുന്നു, ഏകാഗ്രതയോടെ ചെയ്യുന്നു. പക്ഷേ, കുറച്ചു സമയത്തിനു ശേഷം

നിങ്ങൾ ചിന്തിക്കുന്നു : വാർത്തകൾ ഒന്നു നോക്കിയിട്ടുവരാം. ഇതുപോലെ ചെറിയ കാര്യത്തിലാവും എന്നും തുടക്കം. പിന്നെ വിചാരിക്കും : *ഗെയിം ഓഫ് ത്രോൺസിന്റെ* ഒരു എപ്പിസോഡ് കാണാം. പിന്നെ ഒരു യൂട്യൂബ് വീഡിയോ. പിന്നെ മറ്റൊന്ന്. പിന്നെ കുറച്ചുനേരത്തെ ഇൻസ്റ്റാഗ്രാം യാത്ര. അങ്ങനെ മുന്നോട്ട്. ഒരു പ്രഹരത്തോടുകൂടി ഇതവസാനിക്കുന്നു : **"എന്റെ സമയം പാഴാക്കുന്നത് ഇത് അവസാനമായിരിക്കും!"** അതാണ്, ശരി.

## മനഃശക്തിയല്ല, വ്യവസ്ഥിതികളാണ് വിജയം കാണുക

ജോലി ചെയ്തുതീർക്കാനുള്ള ഒരു പദ്ധതിയാണ് നിങ്ങൾക്ക് ശരിക്കും ആവശ്യം. പലരും ചിട്ടകളിൽ നിന്നും, പദ്ധതികളിൽ നിന്നും, ചട്ടക്കൂടുകളിൽ നിന്നും ഒഴിഞ്ഞുമാറി നടക്കുന്നു. കാരണം, അവർ ആഗ്രഹിക്കുന്നത് "സ്വാതന്ത്ര്യം" ആണ്.

നിങ്ങളെ നിരാശപ്പെടുത്തുന്നതിൽ ഞാൻ ഖേദിക്കുന്നു : സ്വാതന്ത്ര്യം നിങ്ങളുടെ ശത്രുവാണ്. വാസ്തവമിതാണ്, കാര്യങ്ങൾ നടക്കണമെങ്കിൽ നിയമങ്ങൾ പാലിക്കണം. അത് ഫലപ്രദമെന്ന് പഠനങ്ങളിലൂടെ തെളിയിക്കപ്പെട്ടവയാണ്, എന്തൊക്കെയാണത്?

- സ്വയം നിശ്ചയിച്ച സമയപരിധി.
- ഉത്തരവാദിത്തബോധം (കൂട്ടുകാരോടോ പരിശീലകനോടോ ഉള്ള പ്രതിബദ്ധത).
- നിശ്ചിത ഇടവേളകളിലെ പഠനം/ജോലി.
- ദിവസേന 30 മിനിറ്റ് വ്യായാമം.
- ആരോഗ്യകരമായ ഭക്ഷണക്രമം.
- ശ്രദ്ധയെ വ്യതിചലിപ്പിക്കുന്നവയെ ഒഴിവാക്കൽ.
- **ഏറ്റവും പ്രധാനം : സ്വയം പ്രചോദിപ്പിക്കൽ.**

ശരിയായ ഉത്പാദനക്ഷമമായ *തന്ത്രങ്ങൾ* സംയോജിപ്പിച്ചാൽ ഉത്പാദനക്ഷമമായ *വ്യവസ്ഥിതി* ഉണ്ടാകും.

സമയപരിധി ത്വരയുണ്ടാക്കും, പ്രതിബദ്ധത ഉത്തരവാദിത്തമുണ്ടാക്കും, നിശ്ചിത ഇടവേളകളിലെ ജോലി ഏകാഗ്രത വർദ്ധിപ്പിക്കും, വ്യായാമവും കൃത്യമായ ഭക്ഷണക്രമവും ഊർജ്ജസ്വലത നൽകും, വഴിതെറ്റിക്കുന്ന കാര്യങ്ങളെ ഒഴിവാക്കൽ പ്രലോഭനങ്ങളിൽ നിന്നും രക്ഷിക്കും. പക്ഷേ, സ്വയം ഒരു പ്രചോദനം കണ്ടെത്താൻ കഴിഞ്ഞില്ലെങ്കിൽ, ഒരു വ്യവസ്ഥിതിക്കും

നിങ്ങളെ സഹായിക്കാൻ കഴിയുകയില്ല. മനുഷ്യർ അതിനെ അനാവശ്യമായി സങ്കീർണ്ണമായി കാണുകയാണ്. സത്യത്തിൽ വളരെ ലളിതമാണ് : *നിങ്ങൾ ചെയ്തുകൊണ്ടിരിക്കുന്ന കാര്യം എന്തുകൊണ്ടാണ് ചെയ്യുന്നത്?*

നിങ്ങൾക്കറിയില്ലെങ്കിൽ, ഒരു കാരണം ഉണ്ടാക്കിയെടുക്കുക. ചെയ്യുന്ന കാര്യത്തിന്റെ കാരണമറിഞ്ഞാൽ, എത്ര മടുപ്പിക്കുന്ന കാര്യമാണെങ്കിലും നിങ്ങൾക്കത് സമ്മർദ്ദം തരികയില്ല. അത് ലളിതമായ ഒരു ഉദ്യമം മാത്രമായിരിക്കും.

അതിനാൽ, ഒരു ജോലി എടുത്തുചാടി തുടങ്ങുന്നതിനു പകരം, ഒരു നിമിഷം ചിന്തിക്കുക, എന്തുകൊണ്ടാണ് നിങ്ങളാ ജോലി ചെയ്യുന്നതെന്ന് കണ്ടെത്തുക, ശേഷം ആ കാരണത്തെ അനുകൂലിക്കുന്ന ഒരു പദ്ധതിയുമായി മുന്നോട്ടുപോകുക. ഇതിൽ അത്ര വലിയ സങ്കീർണ്ണതകൾ ഒന്നും തന്നെയില്ല, *ശാസ്ത്രം മാത്രം.*

# സമയം പാഴാക്കുന്നത് നിർത്തി, നിങ്ങളുടെ വ്യക്തിഗത ഫലപ്രാപ്തി എങ്ങനെ മെച്ചപ്പെടുത്താം

ഞാൻ ഉത്പാദനക്ഷമതയെക്കുറിച്ച് പഠനം നടത്താനുള്ള കാരണം വളരെ ലളിതമാണ്. ഫലപ്രദമായ ജീവിതമെന്നാൽ സന്തോഷകരമായ ജീവിതം എന്നാണ്. കൂടാതെ, ശരാശരി മനുഷ്യരെക്കാൾ ഉത്പാദനക്ഷമമായ ജീവിതമാണ് നിങ്ങൾ നയിക്കുന്നതെങ്കിൽ, തൊഴിൽരംഗത്ത് നിങ്ങൾ വളരെ വേഗം ഉയർച്ചയിലെത്തും. കൂടുതൽ അറിവ് നേടി, കൂടുതൽ പ്രയത്നിക്കുകയാണെങ്കിൽ, പ്രതിഫലവും അധികമായിരിക്കും.

ഉത്പാദനക്ഷമത എന്ന് പറയുമ്പോൾ ഞാൻ അർത്ഥമാക്കുന്നത് ഫലപ്രദമായിരിക്കുക എന്നാണ്. കാരണം ഉത്പാദനക്ഷമത മെച്ചപ്പെടുന്നതിലൂടെ ശരിയായ കാര്യങ്ങൾ നടക്കണമെന്നില്ല. ഒരുപാട് കാര്യങ്ങൾ ചെയ്തുതീർക്കപ്പെടുന്നു എന്നുമാത്രമാണ് അത് അർത്ഥമാക്കുന്നത്. പക്ഷേ, അതല്ല ഇവിടെ പ്രധാനം.

ഫലപ്രദം എന്നാൽ ശരിയായ കാര്യങ്ങൾ ചെയ്തുതീർക്കുക എന്നതാണ്. നിങ്ങൾ ആഗ്രഹിക്കുന്നത് നല്ല ജോലി, വരുമാനം, അർത്ഥവത്തായ ജീവിതം, കഴിവുകൾ നേടിയെടുക്കുക എന്നിവയാണെങ്കിൽ, അവയെല്ലാമാണ് പ്രധാനം. അല്ലെങ്കിൽ, തുടങ്ങിയ ഇടത്തുതന്നെ നിങ്ങൾ വീണ്ടും വീണ്ടും തിരിച്ചെത്തും. എപ്പോഴും തിരക്കിലായിരിക്കും, പക്ഷേ ആഗ്രഹിച്ചതൊന്നും നേടിയെടുക്കാനുമാവില്ല. മറ്റൊരു തരത്തിൽ പറയുകയാണെങ്കിൽ, അനാവശ്യമായ കാര്യങ്ങൾ ചെയ്യുന്നത് എളുപ്പമാണ്; നിങ്ങൾ ആഗ്രഹിക്കുന്ന ഫലങ്ങളുമായി യാതൊരു ബന്ധവുമില്ലാത്ത പ്രവർത്തികൾ.

## ഫലങ്ങളാണ് പ്രധാനം

പ്രായോഗികമായി, അത് അർത്ഥമാക്കുന്നത് ഇതാണ് : ആഴ്ചയിൽ 50 മണിക്കൂർ ജോലി ചെയ്തിട്ടും, വ്യക്തിപരമായോ മാനസികമായോ സാമ്പത്തികമായോ ഒരുതരത്തിലുള്ള ഉയർച്ചയും നിങ്ങൾക്കുണ്ടാകുന്നില്ലെങ്കിൽ, നിങ്ങൾ ചെയ്യുന്നത് ഫലപ്രദമല്ല. പലരും എന്നോട് ചോദിക്കാറുണ്ട്, "എവിടെയാണ് ഞാൻ തുടങ്ങേണ്ടത്?" അതിനുത്തരമായി, ഉത്പാദനക്ഷമത മെച്ചപ്പെടുത്താനുള്ള പഠനക്രമത്തിൽ ഞാൻ പഠിപ്പിക്കാറുള്ള ഒരു പരിശീലനം നിങ്ങളുമായി പങ്കുവെയ്ക്കാം, 'മാറ്റിവെക്കാതിരിക്കുക.'

പീറ്റർ ഡ്രക്കറിന്റെ ദി എഫെക്റ്റീവ് എക്സിക്യൂട്ടിവിൽ നിന്നും എടുത്തതാണ് ഈ പരിശീലനം. വിജ്ഞാന പ്രവർത്തകരുടെ കാര്യക്ഷമതയുടെ കാര്യത്തിൽ, എന്റെ അഭിപ്രായത്തിൽ, ആദ്യത്തെയും മികച്ചതുമായ ചിന്തകനാണ് ഡ്രക്കർ.

ഉത്പാദനക്ഷമതയുമായി ബന്ധപ്പെട്ട് ഇന്ന് കാണുന്ന പല പുസ്തകങ്ങളും ലേഖനങ്ങളും ഉപകരണങ്ങളും ആപ്പുകളും എല്ലാത്തിനും വഴിയൊരുക്കിയത് ഡ്രക്കറുടെ സ്വാധീനമാണ്. അദ്ദേഹമാണ് 'വ്യക്തിപരമായ ഫലസിദ്ധി' എന്ന പദം തന്നെ കൊണ്ടുവന്നത്.

നിങ്ങൾ അടുത്തതായി കാണാൻ പോകുന്നത്, സ്വന്തം കാര്യക്ഷമത വർദ്ധിപ്പിക്കാനായി നിങ്ങൾക്ക് പ്രാവർത്തികമാക്കാൻ കഴിയുന്ന, 'ദി എഫെക്റ്റീവ് എക്സിക്യൂട്ടിവി'ൽ നിന്നുമുള്ള ലളിതമായ ഒരു പരിശീലനമാണ് (എളുപ്പമാക്കാനായി ഞാൻ ചെറിയ മാറ്റം വരുത്തിയിട്ടുണ്ട്).

## ആദ്യ ചുവട് : സ്വന്തം സമയം അറിയുക

ഞാൻ പലപ്പോഴും കേൾക്കാറുണ്ട് : "എനിക്കെന്താണ് പറ്റിയതെന്നറിയില്ല. ഞാൻ ഓരോ കാര്യങ്ങളും മാറ്റിവെച്ചുകൊണ്ടിരിക്കുന്നു."

എന്റെ ചോദ്യമിതാണ് : *"നിങ്ങൾക്ക് സ്വന്തം സമയം അറിയുമോ?"*

അറിയില്ലെങ്കിൽ, നിങ്ങളുടെ സമയം അളക്കുക. മാറ്റിവെയ്ക്കൽ ഒഴിവാക്കി കാര്യക്ഷമത വർദ്ധിപ്പിക്കാനുള്ള സമയമാണിത്. കാരണം, സമയം കൃത്യമായി പ്രയോജനപ്പെടുത്തണമെങ്കിൽ, എവിടെയാണ് സമയം നഷ്ടമാകുന്നതെന്ന് ആദ്യം മനസ്സിലാക്കണം. ഓർമ്മയിൽ സൂക്ഷിക്കൽ ബുദ്ധിമുട്ടാണ്. കഴിഞ്ഞ ആഴ്ച ഇതേ സമയം നിങ്ങൾ എന്തു ചെയ്യുകയായിരുന്നു എന്നു ചോദിച്ചാൽ, നിങ്ങൾക്ക് ഉത്തരം പറയാൻ കഴിയുമോ? ഇല്ല, അതാണ്.

എങ്ങനെയാണ് അത് മനസ്സിലാക്കുക? ചെയ്യുന്ന കാര്യങ്ങളുടെ ഒരു പട്ടിക തയ്യാറാക്കുക. ഓരോ സെഷൻ തുടങ്ങുന്നതിന് മുൻപു തന്നെ ഞാൻ എല്ലാവരോടും പറയാറുണ്ട്, കഴിഞ്ഞ രണ്ടാഴ്ചയിലെ പ്രവർത്തന പട്ടിക തയ്യാറാക്കിവെയ്ക്കാൻ. പ്രവർത്തന പട്ടിക എന്നാൽ നിങ്ങൾ കരുതുന്നതു തന്നെ – ദിവസേന ചെയ്യുന്ന കാര്യങ്ങൾ ഓരോ മണിക്കൂർ കൂടുംതോറും കുറിച്ചുവെയ്ക്കുക.

എങ്ങനെയാണ് നിങ്ങളവ കുറിച്ചിടുന്നത് എന്നതല്ല, കഴിഞ്ഞ രണ്ടാഴ്ചയിലെ കാര്യങ്ങൾ സൂക്ഷിച്ചിട്ടുണ്ടാകണം, അതാണ് പ്രധാനം. ഒരു മാസത്തെ കാര്യങ്ങൾ കുറിച്ചുവെയ്ക്കാൻ സാധിച്ചാൽ അത്യുത്തമം.

എന്റെ മേശമേൽ എപ്പോഴും ഒരു ചെറിയ നോട്ടുബുക്കും ഒരു പേനയും ഉണ്ടാകും. ഓരോ മണിക്കൂറിലും, കഴിഞ്ഞ ഒരു മണിക്കൂർ എന്താണ് ചെയ്തതെന്ന് സമയം സഹിതം ഞാൻ കുറിച്ചുവെയ്ക്കും. നോട്ടുബുക്ക് കാണത്തക്ക രീതിയിൽ വെക്കണം, എന്നാലേ ഓർമ്മ വരികയുള്ളൂ.

### രണ്ടാം ചുവട് : നിഷ്ഫല പ്രവർത്തികൾ തിരിച്ചറിയുക

ഈ ഘട്ടം വളരെ എളുപ്പമാണ്. നിങ്ങളോട് ഒരു ചോദ്യം മാത്രം :

> "നോട്ടുബുക്കെടുത്ത് കഴിഞ്ഞ ദിവസങ്ങളിൽ ചെയ്ത ഓരോ കാര്യങ്ങളിലൂടെ കണ്ണോടിക്കുക. അക്കാര്യങ്ങൾ ചെയ്യുന്നത് നിർത്തിയാൽ എന്താണ് സംഭവിക്കുക?"

*"ആകെ മൊത്തം തകിടം മറിയും"* എന്നാണ് നിങ്ങളുടെ ഉത്തരമെങ്കിൽ, ഒന്നിലും മാറ്റം വരുത്തരുത്. പക്ഷേ, *"ഒന്നും സംഭവിക്കില്ല,"* എന്നാണെങ്കിൽ, നിങ്ങൾ കണ്ടെത്തിയിരിക്കുന്നു. ഒരു പ്രതിഫലവും ലഭിക്കാത്ത കാര്യങ്ങൾ നമ്മളെല്ലാവരും ചെയ്യാറുണ്ട്. സമയം പാഴാക്കുന്നവ എന്നാണ് ഞാനവയെ വിളിക്കാറുള്ളത്.

### മൂന്നാം ചുവട് : സമയം പാഴാക്കുന്നവയെ ഒഴിവാക്കുക

യുറേക്കാ... അത്രയേയുള്ളൂ. സമയം എവിടെയാണ് നഷ്ടപ്പെടുന്നതെന്ന് മനസ്സിലാക്കൂ. ജീവിതത്തിലെ പ്രധാന കാര്യങ്ങളും നിസ്സാര കാര്യങ്ങളും വേർതിരിക്കൂ. എന്നിട്ട് നിസ്സാരവും സമയം പാഴാക്കുന്നവയുമായ കാര്യങ്ങളെ ഒഴിവാക്കൂ. "ഇത്ര

*എളുപ്പമാണോ?"* അതെ. നിങ്ങളുടെ കാര്യക്ഷമത നല്ല രീതിയിൽ മെച്ചപ്പെടണമെങ്കിൽ, സ്ഥിരമായി ഒരു പ്രവർത്തന പട്ടിക സൂക്ഷിക്കൂ. വർഷത്തിൽ 365 ദിവസവും പ്രവർത്തനങ്ങൾ എഴുതി സൂക്ഷിക്കണമെന്നില്ല. പകരം, വർഷത്തിൽ രണ്ടോ മൂന്നോ ആഴ്ചകളിലെ വിവരങ്ങൾ രണ്ട് തവണയായി സൂക്ഷിക്കൂ. നിങ്ങളുടെ സമയം മനസ്സിലാക്കാനും സമയം പാഴാക്കുന്നവയെ കണ്ടെത്താനും അത് ധാരാളം മതിയാവും. കൂടാതെ, ലളിതമായ ഈ പരിശീലനത്തിലൂടെ ലഭിക്കുന്ന മറ്റൊരു ഗുണമാണ്, ദിനചര്യകളെക്കുറിച്ച് എപ്പോഴും അത് നമ്മളെ ഓർമ്മപ്പെടുത്തുന്നുവെന്നത്.

പലപ്പോഴും നമ്മൾ സമയം പാഴാക്കുന്ന തരത്തിലുള്ള കാര്യങ്ങൾ ചെയ്തുതുടങ്ങുകയും അവ നമ്മുടെ ശീലമായി മാറുകയും ചെയ്യുന്നു. അനാവശ്യമായ ശീലങ്ങളെക്കുറിച്ച് ബോധവാനായില്ലെങ്കിൽ, അത്തരത്തിലുള്ള ദുശ്ശീലങ്ങളെ ഒഴിവാക്കുക ബുദ്ധിമുട്ടായിരിക്കും. ഉത്പാദനക്ഷമത മെച്ചപ്പെടുത്താൻ സഹായിക്കുന്ന ഏറ്റവും മികച്ച മാർഗ്ഗങ്ങളിൽ ഒന്നായിട്ടാണ് ഞാനീ പരിശീലനത്തെ കാണുന്നത്. ഉടൻ ആരംഭിക്കൂ. നിങ്ങളുടെ പ്രവർത്തന പട്ടിക ഇങ്ങനെയായിരിക്കും :

- (സമയം) – പ്രവർത്തന പട്ടിക തയ്യാറാക്കുന്നതിനെക്കുറിച്ചുള്ള ഡാരിയസ് ഫോറോക്സിന്റെ ലേഖനം വായിച്ച് ഞാൻ സ്വന്തമായി ഒന്ന് തയ്യാറാക്കി.
- (സമയം) – മൊബൈൽ ഫോൺ ഓഫ് ചെയ്തു, (ചെയ്തുകൊണ്ടിരുന്ന ജോലിയിലേക്ക്) തിരികെ പോയി.
- (സമയം) – വാർത്തകൾ വായിച്ചു. ഫേസ്ബുക്ക്, ഇൻസ്റ്റാഗ്രാം, യൂട്യൂബ് തുടങ്ങിയവയിൽ സമയം ചെലവഴിച്ചു. (സത്യസന്ധമായി എഴുതുക. മറിച്ചും സംഭവിക്കാറുണ്ട്.)
- (സമയം) – മെയിലുകൾക്ക് മറുപടി നൽകി.

വളരെ നല്ലത്. നിങ്ങൾ എഴുതിത്തുടങ്ങിയതിൽ സന്തോഷം. അടുത്ത രണ്ടാഴ്ചത്തേയ്ക്ക് ഇത് തുടരൂ.

# ഉത്പാദനക്ഷമതയില്ലാത്തവരിൽ നിന്നും നിങ്ങൾ അനുകരിക്കാൻ പാടില്ലാത്ത ശീലങ്ങൾ

കാര്യക്ഷമതയെക്കുറിച്ച് ഞാൻ പഠിക്കാൻ കാരണം തന്നെ ഞാൻ കാര്യക്ഷമതയില്ലാത്തവനായതുകൊണ്ടാണ്. സത്യമാണ്. ഉറക്കത്തിനായി ഞാൻ ഒരുപാട് സമയം ചെലവഴിക്കാറുണ്ട്. സംസാരപ്രിയനാണ് ഞാൻ. ഒരുപാട് വായിക്കും. എന്നും പാട്ടുകൾ കേൾക്കും. ചലച്ചിത്രങ്ങൾ കാണും. എന്നിൽ ഉദാസീനത വളർത്തുന്ന തരത്തിലുള്ള യന്ത്രോപകരണങ്ങൾ വാങ്ങും.

എന്റെ ഉത്പാദനക്ഷമതാ വ്യവസ്ഥിതിയ്ക്ക് വേണ്ടിയല്ലായിരുന്നെങ്കിൽ, എനിക്കൊന്നും സാധിക്കില്ലായിരുന്നു. ഈ ലേഖനം പോലും എഴുതില്ലായിരുന്നു. പക്ഷേ, നമ്മൾ സാമൂഹ്യ മാധ്യമങ്ങളിൽ കാണുന്നതോ, മികച്ച കാര്യക്ഷമതയും ആരോഗ്യവും സമ്പത്തും നേടിയെടുത്തവർ. അതാണോ സത്യാവസ്ഥ? എനിക്കറിയില്ല. എനിക്കറിയാവുന്നത് ഇത് മാത്രമാണ് : 24 മണിക്കൂറും ഒരാൾക്ക് കാര്യക്ഷമമായി പ്രവർത്തിക്കാൻ കഴിയുകയില്ല. കാര്യക്ഷമത വർദ്ധിപ്പിക്കുന്നതിൽ ഏറ്റവും വലിയ പങ്കു വഹിക്കുന്ന ഒന്നാണ് അനാവശ്യമായ ശീലങ്ങൾ ഒഴിവാക്കുക എന്നത്.

താഴെ പറയാൻ പോകുന്നത്, ഞാൻ ഒഴിവാക്കിയതോ സമയം ചെലവഴിക്കുന്നത് കുറച്ചതോ ആയ പത്ത് അനാവശ്യ ശീലങ്ങളെ കുറിച്ചാണ്. ഇതിൽ ഏതെങ്കിലും നിങ്ങൾക്കും ഉണ്ടോ? വിഷമിക്കണ്ട : നമ്മളിലെല്ലാവരിലും കാണും ചിലത്. പക്ഷേ, അത്തരം അഞ്ചോ അതിലധികമോ ശീലങ്ങൾ നിങ്ങളിലുണ്ടെങ്കിൽ, മാറേണ്ട സമയമായി. ഒരു കാര്യം ഉറപ്പാണ് : ഒരാളും കാര്യക്ഷമതയില്ലാത്തവനാകാൻ ആഗ്രഹിക്കുന്നില്ല.

## അമിതാധ്വാനം

ചില ദിവസങ്ങളിൽ ഞാൻ 12-13 മണിക്കൂർ തുടർച്ചയായി ജോലി ചെയ്യാറുണ്ട്. വ്യായാമത്തിനും ഭക്ഷണത്തിനുമായി മാത്രമേ ഇടവേളയെടുക്കാറുള്ളൂ. കുറച്ചു ദിവസത്തേക്ക് ഈ രീതി തുടരാനും എനിക്ക് സാധിക്കും. കുറച്ചു ദിവസത്തിനുശേഷം ഒരു മാറ്റം. ആശ്വാസം. ഞാൻ പൊരുതുകയാണ്. ജോലികൾ ചെയ്തുതീർക്കാൻ കഴിയുന്നില്ല. ചെയ്തുതീർക്കണമെന്ന് തോന്നുന്നതു പോലുമില്ല. അത് നല്ല കാര്യമല്ല. അതുകൊണ്ട്, എന്റെ ജോലിസമയം ഒന്ന് ക്രമപ്പെടുത്താൻ തീരുമാനിച്ചു. ഹെമിംഗ്‌വേ എന്ന എഴുത്തുകാരൻ പിന്തുടരുന്ന ശീലം, 'സ്വരം നന്നാവുമ്പോൾ പാട്ട് നിർത്തുക.'

അതാണ് ഇനി എന്റെയും പുതിയ ലക്ഷ്യം. പക്ഷേ, അത് ബുദ്ധിമുട്ടാണ്. കാരണം, നമ്മളെല്ലാവരും ആഗ്രഹിക്കുന്നത് വേഗം, വേഗം, പെട്ടെന്ന്, പെട്ടെന്ന്, ഇപ്പോൾ, ഇപ്പോൾ വേണം എന്നല്ലേ. നിങ്ങളെക്കുറിച്ചും, നിങ്ങളുടെ സമയത്തെക്കുറിച്ചും, സമയപരിധിയെക്കുറിച്ചും മനസ്സിലാക്കുക. സമയപരിധി ഇല്ലേ? അതിനെ സങ്കീർണ്ണമായി കാണേണ്ട, സമ്മർദ്ദം നിറഞ്ഞ സമയങ്ങൾക്ക് അത് ആവശ്യമാണ്. എല്ലാത്തിനുമുപരി : ക്ഷമ കൈവെടിയരുത്.

## അനാവശ്യ വേവലാതികൾ

ഞാൻ പാപ്പരാകുമോ? എന്റെ ജോലി നഷ്ടപ്പെട്ടാൽ ഞാനെന്തു ചെയ്യും? അവളെന്നെ സ്നേഹിക്കുന്നില്ലെങ്കിലോ? എനിക്ക് ക്യാൻസർ ബാധിച്ചാൽ? ഈ വിമാനം അപകടത്തിൽ പെടുമോ? എന്റെ കാഴ്ച നഷ്ടപ്പെട്ടാൽ? അങ്ങനെ സംഭവിച്ചാലോ...?

ഒട്ടകപ്പക്ഷികൾ മണ്ണിനടിയിലേക്ക് സ്വന്തം തല പൂഴ്ത്തുന്നതു പോലെ നിങ്ങളും അനാവശ്യ ചിന്തകളിലേക്ക് സ്വയമറിയാതെ ആഴ്ന്നിറങ്ങുകയാണ്. എപ്പോഴും ഒരേ ചിന്ത. ഞാൻ, ഞാൻ, ഞാൻ. അതുമാത്രമേ അറിയുകയുള്ളൂ. ഈ പറഞ്ഞ ഉദാഹരണങ്ങളെല്ലാം എന്റെ ജീവിതത്തിൽ നിന്നുമാണ്. ഇത്തരം വേവലാതികളുടെ കാര്യത്തിൽ എന്നെ വെല്ലാൻ ആരുമുണ്ടായിരുന്നില്ല. പക്ഷേ, വാസ്തവം ഇതാണ് : **നിങ്ങൾ ഈ ഞൊടിയിൽ മരിക്കാൻ പോകുന്നില്ല.** ദുഷ്ചിന്തകളിൽ നിന്നും പുറത്തുവരൂ. വിഷമിക്കുന്നത് മതിയാക്കൂ. എന്നിട്ട് ഉപകാരപ്രദമായത് വല്ലതും ചെയ്യൂ. (അത്ര എളുപ്പമല്ലെന്ന് എനിക്കറിയാം, എങ്കിലും : എങ്ങനെയാണ് അത് തരണം ചെയ്യേണ്ടതെന്ന് നിങ്ങൾക്കറിയാം.)

## പിടിവാശിയിലിരിയ്ക്കുക

നമ്മൾ ദിവസേന പലരെയും കണ്ടുമുട്ടാറുണ്ട്. എപ്പോഴെങ്കിലും ചിന്തിച്ചിട്ടുണ്ടോ : "ഞാനെന്തിനാണ് ഇയാളെ ശ്രദ്ധിക്കുന്നത്?" അല്ലെങ്കിൽ : "അവൾക്കെന്തറിയാം?" എനിക്കറിയില്ല. നിങ്ങളെക്കാളും അറിയാമായിരിക്കുമോ? അവർ പറയുന്നത് ശ്രദ്ധിക്കുന്നതുവരെ നമുക്കത് മനസ്സിലാക്കാൻ കഴിയില്ല.

പക്ഷേ, നിങ്ങളാണ് ലോകത്തിലെ ഏറ്റവും സമർത്ഥൻ എന്ന തോന്നലുണ്ടായാൽ, മറ്റുള്ളവർക്കൊരു അവസരം കൊടുക്കാൻ പോലും നിങ്ങൾ തയ്യാറാകില്ല. എല്ലാവർക്കും വാശിയുണ്ട്. ചിലർക്ക് അത് വളരെ കൂടുതലാണ്, മറ്റു ചിലർക്ക് ചെറിയ വാശികളും കാണും.

എന്റെ അഭിപ്രായത്തിൽ, വാശി നല്ലൊരു സ്വഭാവഗുണമാണ്. മറ്റുള്ളവർ നമ്മളെക്കുറിച്ച് എന്തു ചിന്തിക്കും എന്ന ഭയത്തെയും വിമർശകരെയും അവഗണിക്കാൻ അത് സഹായിക്കും. പക്ഷേ, ബന്ധങ്ങൾക്കിടയിലെ പിടിവാശി പ്രശ്നങ്ങളുണ്ടാക്കും. അത്തരം പിടിവാശി അത്ര നല്ലതല്ല. ജീവിതം ബന്ധങ്ങളെ അടിസ്ഥാനമാക്കിയുള്ളതാണ്. ഉദ്യോഗജീവിതത്തെയും.

നിങ്ങൾ മറ്റുള്ളവർക്കൊപ്പം ജോലി ചെയ്യാൻ വിസമ്മതിക്കുമ്പോൾ, അവരുടെ ജോലിയും കൂടെ തകരാറിലാവുകയാണ്. അത് മാത്രം ഓർക്കുക. പിടിവാശി ദോഷം ചെയ്യുമെന്ന് ഞാൻ സ്വയം ഓർമ്മപ്പെടുത്താൻ ശ്രമിക്കാറുണ്ട്. പക്ഷേ, ചില സമയങ്ങളിൽ എനിക്കെന്നെത്തന്നെ നിയന്ത്രിക്കാൻ കഴിയില്ല. എന്നാലും ഞാൻ ശ്രമിക്കും.

## ഇടയ്ക്കിടെ കേറിനോക്കുക

എന്താണ് ചെയ്യുന്നത്? "ഞാൻ ഫേസ്ബുക്കിൽ ഒന്ന് കേറി നോക്കിയതാ."

എന്താണ് "നോക്കുന്നത്"?

ഇമെയിൽ? ടി.എം.സെഡ്? സി.എൻ.എൻ? എൻ.എഫ്.എൽ? ഇൻസ്റ്റാഗ്രാം? ട്വിറ്റർ? സ്നാപ്ചാറ്റ്?

ഇടയ്ക്കിടെ കേറിനോക്കുന്നത് വലിയ ഗുണം ചെയ്യില്ല. അതൊരു ക്രിയ ആയിരിക്കാം, പക്ഷേ, ഒരു പ്രവർത്തിയല്ല. ഞാൻ ബ്ലോഗ് ചെയ്യാൻ ആരംഭിച്ച കാലത്ത്, ഒരു കാര്യവുമില്ലാതെ ഇടയ്ക്കിടെ കേറിനോക്കുമായിരുന്നു. പിന്നീട് ചിന്തിച്ചു : അങ്ങനെ ചെയ്യുന്നത് കൊണ്ട് എനിക്കെന്താണ് ഗുണം?

ഒന്നുമില്ല. കുറെ വിവരങ്ങൾ ശേഖരിക്കുന്നു. ഞാനെന്റെ "കേറിനോക്കൽ" കുറയ്ക്കാൻ ശ്രമിച്ചു. അതുകൊണ്ടാണ് ഞാൻ എന്റെ ഫോണിൽ നിന്നും സാമൂഹ്യമാധ്യമ ആപ്പുകളും വാർത്തകളുമായി ബന്ധപ്പെട്ട ആപ്പുകളുമെല്ലാം ഒഴിവാക്കിയത്. എന്റെ ഫോണിൽ ഇമെയിൽ പോലുമില്ല. അല്ലെങ്കിൽ, ഞാൻ അതിൽ ഒരുപാട് നേരം ചെലവഴിച്ചേനെ. ഞാനത് ആഗ്രഹിക്കുന്നില്ല. മെയിലുകൾക്ക് മറുപടി കൊടുക്കാൻ സമയമുള്ളപ്പോൾ മാത്രമാണ് ഞാൻ ഇമെയിൽ പരിശോധിക്കാൻ ഇഷ്ടപ്പെടുന്നത്.

കേറിനോക്കുന്ന ശീലം മുഴുവനായും മാറ്റാൻ പറ്റുന്ന ഒന്നല്ല. ഞാൻ ഇപ്പോഴും എൻ.ബി.എ-യെക്കുറിച്ചുള്ള വാർത്തകൾ കാണാറുണ്ട്. കാരണം, ഞാനത് ഇഷ്ടപ്പെടുന്നു. ഏറ്റവും പ്രിയപ്പെട്ട ഒന്ന്-രണ്ട് കാര്യങ്ങൾ മാത്രം "കേറിനോക്കാനായി" തിരഞ്ഞെടുക്കുക. ബാക്കിയെല്ലാം ഒഴിവാക്കു. അങ്ങനെ ചെയ്യുന്നതിലൂടെ ഒന്നും നഷ്ടപ്പെടുന്നില്ല.

## ജീവിതത്തിൽ നിന്നും ഒളിച്ചോടുക

രണ്ട് വർഷങ്ങൾക്കു മുൻപുവരെ, ഓരോ തവണ സമ്മർദ്ദത്തിലാകുമ്പോഴും ഞാൻ പറയാറുണ്ട് : "മദ്യപിച്ചാൽ കൊള്ളാം." അല്ലെങ്കിൽ : "ഒരു ഉല്ലാസയാത്ര പോകണം."

ജോലിയിലോ ബന്ധങ്ങളിലോ എനിക്ക് താങ്ങാനാവുന്നതിലും വലിയ പ്രശ്നങ്ങളുണ്ടായാൽ, അങ്ങനൊന്ന് സംഭവിച്ചിട്ടേയില്ല എന്ന് ഞാൻ ഭാവിക്കും. ചിലപ്പോൾ, അതിനെക്കുറിച്ച് ചർച്ച ചെയ്യാൻ തോന്നും. പക്ഷേ, ഉള്ളിന്റെയുള്ളിൽ അതൊരു മുള്ളായി തന്നെ കിടക്കും. അന്നൊക്കെ ഞാൻ എന്റെ ജോലിയെയും, ബന്ധങ്ങളെയും, ജീവിച്ചിരുന്ന നഗരത്തെയും ഇഷ്ടപ്പെട്ടിരുന്നില്ല. എനിക്കെന്റെ ജീവിതത്തോട് തന്നെ വെറുപ്പായിരുന്നു.

ഞാനത് മാറ്റിയോ? ഇല്ല. ഞാൻ എന്റെ പ്രശ്നങ്ങളിൽ നിന്നും ഒളിച്ചോടാനാണ് എന്നും ശ്രമിച്ചിരുന്നത്. അങ്ങനെ ചെയ്യുന്നതിലൂടെ ബാക്കിയുള്ള നശിച്ച ജീവിതത്തെ നേരിടാൻ കുറച്ചുകൂടെ ഊർജ്ജം ലഭിക്കുമായിരുന്നു. പക്ഷേ, പ്രശ്നങ്ങളെ വേരോടെ പിഴുതെറിയാതെ അതൊരിക്കലും നമ്മെ വിട്ടുപോവുകയില്ലെന്ന് എനിക്കും നിങ്ങൾക്കും നന്നായറിയാം. കഠിനമായ പരിശ്രമത്തിലൂടെ ഞാനത് പഠിച്ചെടുത്തു. ഇന്ന് ഞാൻ, പ്രശ്നങ്ങൾ വലുതാകുന്നതിനു മുൻപു തന്നെ അവയെ നേരിടുന്നു.

## എല്ലാത്തിനും സമ്മതിക്കുക

പലരുടെയും പ്രശ്നമാണ് പറ്റില്ല എന്നു പറയാനുള്ള പേടി. മറ്റുള്ളവരെ നിരാശരാക്കാൻ താൽപ്പര്യമില്ലാത്തതുകൊണ്ടാകാം. ചിലപ്പോൾ അങ്ങനെ പറയുന്നത് നിങ്ങളെ അസ്വസ്ഥനാക്കുന്നുണ്ടാകാം. എനിക്കറിയില്ല. ശരിക്കും പ്രശ്നം അവിടെയല്ല. ഇതാണ് പ്രശ്നം : എല്ലാത്തിനും സമ്മതം മൂളുന്നതിലൂടെ നിങ്ങൾ ജീവിക്കുന്നത് മറ്റൊരാളുടെ ജീവിതമാണ്.

ആലോചിച്ചു നോക്കൂ. സത്യം പറഞ്ഞാൽ, നമുക്കെല്ലാവർക്കും അതറിയാം. സ്വന്തം സമയം പോലും നമുക്ക് നിയന്ത്രിക്കാനാവുന്നില്ല. എന്നിട്ടാണോ ജീവിതഗതി നിയന്ത്രിക്കാൻ ആഗ്രഹിക്കുന്നത്? പ്രധാനപ്പെട്ട ചിലതിനെ മാത്രം സ്വീകരിക്കുകയും, ബാക്കി അനേകായിരം കാര്യങ്ങളെ അവഗണിക്കുകയും ചെയ്യൂ.

## ഒന്നും എഴുതി സൂക്ഷിക്കാതിരിക്കുക

അതെ, അതെ, നിങ്ങളുടെ ഓർമ്മശക്തി അപാരമാണല്ലോ. നിങ്ങൾക്ക് എല്ലാ കാര്യങ്ങളും ഓർമ്മയിൽ സൂക്ഷിക്കാനുള്ള കഴിവുണ്ട്, അല്ലേ?

തെറ്റാണ്. നിങ്ങളുടെ ആശയങ്ങളെയും പ്രവർത്തികളെയും മറ്റും എഴുതി സൂക്ഷിക്കാതിരിക്കുന്നത് മണ്ടത്തരമാണ്. എന്തുകൊണ്ട്? എല്ലാ കാര്യത്തിനും ഓർമ്മയെ ആശ്രയിക്കുന്നതിലൂടെ, നിങ്ങൾ ബുദ്ധിശക്തിയെ അമിതമായി ഉപയോഗിക്കുകയാണ്. എല്ലാം എഴുതി സൂക്ഷിക്കുന്നതിലൂടെ, മറ്റു പല കാര്യങ്ങൾക്കും ബുദ്ധിശക്തി ഉപയോഗപ്പെടുത്താം. പ്രശ്നപരിഹാരങ്ങൾക്കായി. അതാണ് ശരിക്കും ഉപയോഗപ്രദവും, ഔദ്യോഗികജീവിതത്തിൽ പുരോഗതി ഉണ്ടാക്കുന്നതും.

കുറിച്ചിടുകയാണെങ്കിൽ, അതാണ് അത്യുത്തമം. പക്ഷേ, ആ ഒരു രീതി ആർക്കും ഇഷ്ടപ്പെടുന്നില്ലെന്ന് മനസ്സിലായി. അതുകൊണ്ട് നമുക്കതിനെ "എഴുതി സൂക്ഷിക്കുക" എന്നു വിളിക്കാം. ഈ ലേഖനം വായിച്ചുകൊണ്ടിരിക്കുമ്പോൾ നിങ്ങൾ എന്താണ് എഴുതിയെടുത്തത്?

## സ്വയം പരുഷമായി പെരുമാറുക

"ഞാനൊരു പരാജയമാണ്!" അല്ല, ഒരിക്കലുമല്ല.

"അതെന്താ?" നിങ്ങൾ ഇന്ന് രാവിലെ ഉറങ്ങിയെഴുന്നേറ്റു, ശരിയല്ലേ?

"അതെ." അഭിനന്ദനങ്ങൾ. ജീവിതമെന്ന കാഠിന്യതയിൽ നിങ്ങളിപ്പോഴും നിലനിൽക്കുന്നു. അതിൽ അഭിമാനം കൊള്ളുക. ഉറക്കമുണർന്ന ശേഷം നിങ്ങൾ ചെയ്യുന്ന ഓരോ കാര്യവും വിജയമാണ്.

## നേടിയ വിദ്യാഭ്യാസത്തെ ഉപേക്ഷയോടെ കാണുക

"ഹേയ്! എന്റെ കോളേജ് പഠനം പൂർത്തിയായി! നാശം പിടിച്ച പുസ്തകങ്ങൾക്കു വിട!"

നിങ്ങളിങ്ങനെ പറഞ്ഞിട്ടുണ്ടെങ്കിൽ, അതെത്ര കാലം മുന്നേയാണെങ്കിലും, അത് മോശം തന്നെയാണ്. ഒരിക്കൽ പഠിച്ചിട്ട് എന്നെന്നേക്കുമായി ഉപേക്ഷിക്കുകയോ? എന്തുകൊണ്ടാണ് ഇങ്ങനൊരു ചിന്ത നമ്മളിലുണ്ടാവുന്നതെന്ന് എനിക്ക് മനസ്സിലാകുന്നില്ല. ഞാനെപ്പോഴും ശ്രദ്ധിക്കാറുണ്ട്, സ്കൂളിൽ നിന്നുമിറങ്ങിക്കഴിഞ്ഞാൽ പിന്നെ പഠനവും നിർത്തും. പക്ഷേ സത്യത്തിൽ : നിങ്ങളുടെ പഠനം നിലയ്ക്കുന്നതിനോടൊപ്പം നിങ്ങളുടെ *ജീവിതവും* നിലയ്ക്കുന്നു.

നിങ്ങൾക്കായി സമയം ചെലവഴിക്കുക. പുതിയ കാര്യങ്ങൾ പഠിക്കുക. പുസ്തകങ്ങൾ വായിക്കുക. പുതിയ വിഷയങ്ങൾ കണ്ടെത്തുക. വീഡിയോകൾ കാണുക. വീട്ടിൽ നിന്നുമോ മറ്റു സ്ഥലങ്ങളിൽ നിന്നുമോ ഇതെല്ലാം ചെയ്യുക. എവിടെ നിന്നും പഠിക്കുന്നു എന്നതല്ല, പഠിക്കുന്നതാണ് പ്രധാനം. നിങ്ങളുടെ കാര്യക്ഷമത വർദ്ധിക്കുകയും, ജീവിതത്തോടുള്ള ആവേശം ഉയരുകയും ചെയ്യും.

## നിയമങ്ങളെ വെറുക്കുക

മികച്ച കാര്യങ്ങൾ അവസാനത്തേക്ക് മാറ്റിവെച്ചതാണ്. പലർക്കും നിയമങ്ങളോട് വെറുപ്പാണ്, അല്ലേ? ചെറുപ്പം മുതലുള്ള ശീലമാണത്. "ഞാനെന്തിനാണ് ഇത് ചെയ്യുന്നത്? ഞാനെന്തിനാണ് അത് ചെയ്യുന്നത്?" കാരണം, അത് നിങ്ങളുടെ നല്ലതിനാണ്! അതുകൊണ്ട്! (കേട്ടോ വികൃതിക്കുട്ടാ) പക്ഷേ വലുതായിക്കഴിഞ്ഞാൽ, നമ്മൾ നിയമങ്ങൾ പാലിക്കേണ്ട കാര്യമില്ല (സർക്കാർ നിർദ്ദേശിക്കുന്ന നിയമങ്ങൾ ഒഴികെ, ഞാൻ പറയുന്നത് മനസ്സിലാകുന്നുണ്ടെന്ന് കരുതുന്നു).

*"നിയമങ്ങളൊക്കെ മണ്ടത്തരങ്ങളാണ്!"*

ഞാനങ്ങനെയാണ് വിശ്വസിച്ചിരുന്നത്. ഞാനെന്തോ വലിയ സംഭവമാണെന്നാണ് സ്വയം കരുതിയിരുന്നത്. പക്ഷേ, ഞാനൊരു വിഡ്ഢിയായിരുന്നു. വാസ്തവത്തിൽ, നിയമങ്ങളാണ് ജീവിതത്തിലെ ഏറ്റവും മികച്ച കാര്യം. നിയമങ്ങളില്ലായിരുന്നുവെങ്കിൽ, നമ്മളിപ്പോഴും അലഞ്ഞുനടക്കുന്ന അപരിഷ്കൃതരായി തുടരുമായിരുന്നു.

ഉത്പാദനക്ഷമതയുടെ കാര്യത്തിൽ, ആദ്യ നിയമം ഇതാണ് : നിയമങ്ങളുണ്ടാവുക. നിയമങ്ങളില്ലാതെ ജീവിക്കാനാണോ ആഗ്രഹിക്കുന്നത്, എങ്കിൽ ആയിക്കോട്ടെ. പക്ഷേ, ജീവിതം അങ്ങനെ മുന്നോട്ടു കൊണ്ടുപോകാനാവില്ല. പ്രശ്നങ്ങൾക്ക് പരിഹാരം കാണാനും, ജീവിതം പരമാവധി ആസ്വദിക്കാനും നിയമങ്ങൾ വഴിയൊരുക്കുന്നു.

പരസ്യ മേഖലയിൽ 25 വർഷത്തിലധികം പരിചയസമ്പത്തുള്ള ക്രിയാത്മകനായ പരസ്യ സംവിധായകനും, *'മാഡ് മെൻ'* എന്ന ടി.വി. പരമ്പരയുടെ സഹനിർമ്മാതാവുമായ ജോഷ് വെൽറ്റ്മാൻ, *'സെഡ്യൂസിംഗ് സ്ട്രേഞ്ചർസ്'* എന്ന തന്റെ പുസ്തകത്തിൽ പറയുന്നു :

> *"ഒരു പ്രശ്നത്തിന് പരിഹാരം കാണണമെങ്കിൽ, സ്വാതന്ത്ര്യത്തിന്റെയും ബന്ധനത്തിന്റെയും വിചിത്രമായൊരു കൂട്ടുകെട്ട് ആവശ്യമാണ്. 'അത് ആസ്വദിക്കുക മാത്രം ചെയ്യൂ,' അല്ലെങ്കിൽ 'ക്രിയാത്മകമായി ചിന്തിക്കൂ' എന്നൊക്കെ കേൾക്കുമ്പോൾ, ചെയ്യുന്ന കാര്യത്തിലൂടെ സമയനഷ്ടമല്ലാതെ മറ്റൊന്നും സംഭവിക്കാൻ പോകുന്നില്ലെന്ന് എനിക്കറിയാം. അനുഭവത്തിൽ നിന്നും മനസ്സിലാക്കിയതാണ് ഞാനത്."*

**ശുഭവാർത്ത : സ്വന്തമായി നിയമങ്ങൾ ഉണ്ടാക്കുക**

ഉദാഹരണത്തിന്, എന്റെ സ്വകാര്യ നിയമങ്ങളിൽ ഒന്നാണ് : ഒരിക്കലും പരാതിപ്പെടരുത്. മറ്റൊന്ന് : എന്നും വായിക്കുക, വ്യായാമവും ചെയ്യുക. പിന്നെ : അടുത്ത ദിവസം ചെയ്യേണ്ട പ്രധാന കാര്യങ്ങൾ നിശ്ചയിച്ച ശേഷം മാത്രം ഇന്നത്തെ ദിവസം അവസാനിപ്പിക്കുക.

കാര്യക്ഷമത മെച്ചപ്പെടുത്താനുള്ള നിങ്ങളുടെ എല്ലാ നിയമങ്ങളും ഒത്തുചേർക്കുന്നതിലൂടെ, ഒരു പദ്ധതി മെനഞ്ഞെടുക്കാൻ നിങ്ങൾക്ക് സാധിക്കുന്നു. യുറേക്കാ! ആ ഒരു പദ്ധതി എല്ലാം മാറ്റിമറിക്കും.

എന്റെ ജോലികൾ സമർത്ഥവും മികച്ചതും സന്തോഷപ്രദവും ഉപയോഗപ്രദവും ആക്കാനായി ഞാൻ എന്റെ പദ്ധതിയെ

ആശ്രയിക്കുന്നു. ഒരു പദ്ധതിയെ ആശ്രയിക്കുന്നത് നല്ലതാണെന്ന് തിരിച്ചറിയാൻ എനിക്ക് ഒരുപാട് വർഷങ്ങൾ വേണ്ടിവന്നു, അത്തരത്തിലൊരു പദ്ധതി രൂപപ്പെടുത്താൻ കുറച്ച് വർഷങ്ങൾ കൂടെ, പക്ഷേ അതെല്ലാം മികച്ച ഫലങ്ങൾ തന്നു. കാരണം, ഞാൻ ഇപ്പോൾ കാര്യക്ഷമതയുള്ള ഒരു വ്യക്തിയാണ്. കാര്യക്ഷമത യില്ലാത്ത ഒരാളിൽ നിന്നും നേർവിപരീതമായ ആളിലേക്കൊരു മാറ്റം. കൊള്ളാം, അല്ലേ?

# 30 മിനിറ്റുള്ള ഈ സായാഹ്നചര്യ, ജീവിതത്തിന്മേൽ അധികാരം സ്ഥാപിക്കാൻ നിങ്ങളെ സഹായിക്കും

തിരക്കകൾ നിറഞ്ഞ ഒരു ദിവസത്തിന്റെ അവസാനത്തിൽ, മനസ്സ് ശാന്തമാക്കി ഉറക്കത്തിന് തയ്യാറെടുക്കക എന്നത് ക്ലേശകരം തന്നെയാണ്. പലപ്പോഴും വളരെ വൈകിയാണ് എന്റെ ജോലികൾ തീർന്നിരുന്നത്. ചിലപ്പോൾ അതു കഴിഞ്ഞു പുസ്തകം വായിക്കുകയോ ടി.വി. കാണുകയോ ചെയ്യും.

അവസാനം ഉറങ്ങാൻ തയ്യാറെടുക്കമ്പോൾ ഉറങ്ങാൻ കഴിയാറില്ല. ആ സമയത്തായിരിക്കും അന്നത്തെ ദിവസത്തെ അനാവശ്യ ചിന്തകൾ തലയ്ക്കകത്ത് അലഞ്ഞുനടക്കുന്നുണ്ടാവുക.

ഭൂരിഭാഗം ആളുകളും ഉറങ്ങാൻ ബുദ്ധിമുട്ടുന്നത് പരസ്യമായൊരു രഹസ്യമാണ്. നാഷണൽ സ്ലീപ് ഫൌണ്ടേഷൻ നടത്തിയ പഠനത്തിൻപ്രകാരം, 45% അമേരിക്കക്കാർക്കും ആഴ്ചയിൽ ഒരു ദിവസമെങ്കിലും ആവശ്യത്തിന് ഉറക്കമില്ലാത്തതു കാരണമോ അതൃപ്തികരമായ ഉറക്കം കാരണമോ ദൈനംദിന പ്രവർത്തികൾ ചെയ്യുന്നതിൽ ബുദ്ധിമുട്ടുണ്ടാകാറുണ്ട്.

എന്തുകൊണ്ടാണ് സായാഹ്നങ്ങൾ ഇത്ര പ്രാധാന്യമർഹിക്കുന്നത്? നിങ്ങൾ എന്നും പ്രഭാതങ്ങളിൽ പാലിക്കുന്ന ചിട്ടകളുണ്ടാകാം, ആ ദിവസം ചെയ്തുതീർക്കേണ്ട കാര്യങ്ങളെപ്പറ്റി ബോധ്യമുണ്ടാകാം, അവയെല്ലാം പ്രാവർത്തികമാക്കാനുള്ള മനസ്സുമുണ്ടാകാം. പക്ഷേ, അതിനൊക്കെ വേണ്ടിയുള്ള ഊർജ്ജം നിങ്ങളുടെ പക്കലില്ലെങ്കിൽ, ഫലപ്രദമായ ഒന്നും തന്നെ നിങ്ങൾക്ക് ചെയ്യാനാകില്ല.

കഴിഞ്ഞ ആറു മാസത്തിൽ, പലതരം സായാഹ്ന/പ്രഭാത ചിട്ടകളെക്കുറിച്ച് ഞാൻ പഠനം നടത്തിയിരുന്നു. പ്രഭാത ചിട്ടകളാണ് ജീവിതത്തിൽ പ്രാവർത്തികമാക്കാൻ എളുപ്പമെന്നാണ്

എനിക്ക് കണ്ടെത്താൻ കഴിഞ്ഞത്. അതേ സമയം, അവയെ ഒഴിവാക്കാനും എളുപ്പമാണ്. രാവിലെ ഉറക്കമുണരുന്നത് ക്ഷീണിതരായിട്ടാണെങ്കിൽ, നമ്മുടെ പ്രാധാന്യമർഹിക്കാത്ത, ശീലങ്ങളെ മാറ്റിവെക്കാറുണ്ട്.

അതിന്റെ ഫലമോ? നമ്മൾ ജീവിതത്തിനു മുന്നിൽ തോറ്റു കൊടുക്കുന്നു. മനസ്സിന്റെ ഏകാഗ്രതയും നിയന്ത്രണവും ഇല്ലാതാവുകയും, സന്തോഷം നഷ്ടപ്പെടുകയും ചെയ്യുന്നു. അതുകൊണ്ടാണ് ഞാൻ, ദിനാന്ത്യത്തിൽ നല്ലൊരു വിശ്രമം ലഭിക്കുന്നതിനായി സായാഹ്ന ചിട്ടകൾ രൂപീകരിച്ചത്. 7-9 മണിക്കൂർ ഉറക്കം അത്യാവശ്യമാണെന്ന് നമുക്കെല്ലാം അറിയാം. പക്ഷേ, ഓരോ സാഹചര്യങ്ങൾ അതിന് മുടക്കം നിൽക്കുകയും, നമ്മുടെ സാമാന്യ ബോധം അത് മനസ്സിലാക്കാതെ പോവുകയും ചെയ്യുന്നു.

പക്ഷേ, സായാഹ്ന ചിട്ടകൾ കൃത്യമായി പാലിക്കുന്നതിലൂടെ, എന്റെ സായാഹ്നങ്ങൾക്കും, അതിലൂടെ എന്റെ ജീവിതത്തിനും ഒരു സ്ഥിരത കൊണ്ടുവരാൻ എനിക്ക് സാധിച്ചു.

## പൂജ്യം നിമിഷം മുതൽ പത്താം നിമിഷം വരെ : ദിനം അവസാനിപ്പിക്കുക

എല്ലാ വൈകുന്നേരങ്ങളിലും, പത്ത് നിമിഷം അന്നേ ദിവസത്തെക്കുറിച്ച് ഒരു കുറിപ്പ് തയ്യാറാക്കാനായി ഞാൻ ചെലവഴിക്കും. അന്നത്തെ എന്റെ നേട്ടങ്ങൾ, ഞാൻ പഠിച്ച പാഠങ്ങൾ, ഓർത്തുവെക്കേണ്ട കാര്യങ്ങൾ എന്നിവയെല്ലാം കുറച്ചു വാക്യങ്ങളിൽ എഴുതി സൂക്ഷിക്കും. ഈ ലളിതമായ കാര്യം എന്നെ സഹായിക്കുന്നതിങ്ങനെയാണ് :

1. ചെയ്ത കാര്യങ്ങൾ ഓർത്തുവെയ്ക്കാം (കേൾക്കുമ്പോൾ ബാലിശമായി തോന്നിയേക്കാം, പക്ഷേ, നമ്മൾ ചെയ്യുന്ന പല കാര്യങ്ങളും നമ്മൾ മറന്നുപോകാറുണ്ട്).
2. എന്റെ പുരോഗതി വിലയിരുത്തുന്നു, ചെയ്യാൻ ആഗ്രഹിച്ച കാര്യങ്ങൾ തന്നെയാണോ നമ്മളിപ്പോൾ ചെയ്തുകൊണ്ടിരിക്കുന്നതെന്ന് ഉറപ്പുവരുത്തുന്നു (വായന, വ്യായാമം, കുടുംബവുമൊത്തുള്ള സമയം ചെലവഴിക്കൽ, എഴുത്ത്, സഹപ്രവർത്തകരോടുള്ള ബന്ധം തുടങ്ങിയവ).

ജിം റോണിൽ നിന്നുമാണ് ഞാനീ പരിശീലനം പഠിച്ചത്. അദ്ദേഹം പറയുന്നു :

*"ഓരോ ദിനാന്ത്യത്തിലും, അന്നത്തെ നിങ്ങളുടെ അവതരണത്തെ ഒന്നുകൂടെ അപഗ്രഥിച്ച് കാണണം. അതിന്റെ അന്തിമ ഫലം, ഒന്നുകിൽ കൈയ്യടി നേടിത്തരണം, അല്ലെങ്കിൽ പ്രചോദനം നൽകണം."*

വളരെ ലളിതം : പുതിയൊരു ദിനം തുടങ്ങുന്നതിനു മുൻപ്, ഇന്നത്തെ ദിനം അവസാനിപ്പിക്കുക. ഓരോ വാരാന്ത്യവും, അത് അവസാനിപ്പിച്ചശേഷം മാത്രം പുതിയത് തുടങ്ങുക. അതുപോലെതന്നെ ഓരോ മാസവും, വർഷവും ചെയ്യുക. എത്ര എളുപ്പം, അല്ലേ? നമ്മുടെ ജീവിതങ്ങളിൽ ഏറ്റവുമധികം സ്വാധീനം ചെലുത്താൻ കഴിയുന്ന "ലളിതമായ" മാർഗ്ഗങ്ങളിലൊന്നാണത്.

## പത്താം നിമിഷം മുതൽ ഇരുപതാം നിമിഷം വരെ : നാളത്തെ കർത്തവ്യങ്ങൾ പുനഃപരിശോധിക്കുക

വളരെ അനിവാര്യമാണിത്. ഉറക്കമുണരുമ്പോൾ അന്നത്തെ ദിവസത്തെക്കുറിച്ച് ഒരു ധാരണയുണ്ടായിരിക്കണം. പ്രധാന കൂടിക്കാഴ്ചകളോ, കോളുകളോ ഉണ്ടോ? ചെയ്തുതീർക്കാനുള്ള കാര്യങ്ങളെന്തെങ്കിലുമുണ്ടോ? സമയപരിധി തീരുന്ന എന്തെങ്കിലുമുണ്ടോ? എപ്പോഴാണ് വ്യായാമം ചെയ്യാൻ പോകുന്നത്? അത്യാവശ്യമായി ശ്രദ്ധകൊടുക്കേണ്ട കാര്യങ്ങളുണ്ടോ? അവ എപ്പോഴാണ് നോക്കാൻ പോകുന്നത്?

ഈ ലളിതമായ ശീലം എന്റെ സമ്മർദ്ദങ്ങളെയും ഉത്കണ്ഠകളെയും പരമാവധി അകറ്റും. പരിഹാരം കാണാത്ത പ്രശ്നങ്ങളാണ് കൂടുതലും ഉത്കണ്ഠയുണ്ടാക്കുന്നത്. പലപ്പോഴും, വസ്തുതയില്ലാത്ത പ്രശ്നങ്ങളാണ് നമ്മളെ വിഷമിപ്പിക്കുന്നതും. പക്ഷേ, നിങ്ങൾ സ്വയം ഇങ്ങനെ പറയുകയാണെങ്കിൽ : ഞാൻ ഇന്ന പ്രശ്നത്തെ വിശകലനം ചെയ്യുന്നതിനായി രാവിലെ 10 മുതൽ 11 മണി വരെ ചെലവഴിക്കാൻ പോവുകയാണ്, സമാധാനമായിരിക്കാം.

കൂടാതെ, നിങ്ങൾക്ക് വൈകുന്നേരം ചെയ്യാനായി ഒന്നും തന്നെയില്ല. നേരത്തെ കിടന്നുറങ്ങൂ. പ്രശ്നങ്ങൾക്ക് പരിഹാരം കാണുന്നത് അടുത്ത ദിവസമാകാം, അപ്പോഴാണ് നിങ്ങൾ ഉന്മേഷവാനായിരിക്കുക.

## ഇരുപതാം നിമിഷം മുതൽ ഇരുപത്തിയഞ്ചാം നിമിഷം വരെ : ധരിക്കാനുള്ള വസ്ത്രം ഒരുക്കുക

"വെറുതെ, നിങ്ങൾക്കു വേറെ ജോലിയൊന്നുമില്ലേ!" ഞാനെന്റെ

മനസ്സിനെ അനാവശ്യമായി സമ്മർദ്ദത്തിലാക്കാൻ ആഗ്രഹിക്കുന്നില്ല. നോക്കൂ, നിങ്ങളുടെ ബുദ്ധി ഒരു പേശിയാണ്. കുറേയധികം തീരുമാനങ്ങളെടുക്കുന്നതിലൂടെ, അതിന്റെ സത്തിൽ കുറവുണ്ടാകും. അതിനർത്ഥം, തീരുമാനമെടുക്കാനുള്ള കഴിവ് കുറയും എന്നതാണ്.

'തീരുമാന ക്ഷീണം' എന്നാണ് അതിനെ വിളിക്കുന്നത്. പക്ഷേ, വൈകുന്നേരങ്ങളിൽ ഞാനതിനെക്കുറിച്ച് വ്യാകുലപ്പെടാറില്ല. കാരണം, ഞാൻ ഉറങ്ങാൻ പോവുകയാണ്, എന്റെ ബുദ്ധിക്ക് ഊർജ്ജസ്വലത വീണ്ടെടുക്കണം. കുറച്ച് തീരുമാനങ്ങൾ അധികമായി എടുക്കുന്നത് അത്ര പ്രശ്നമുള്ള കാര്യമല്ല. എന്നിരുന്നാലും, അധികമായി എടുക്കുന്ന ആ തീരുമാനങ്ങൾ, നിങ്ങൾ ധരിക്കാൻ പോകുന്ന വസ്ത്രത്തെക്കുറിച്ച് രാവിലെ ചിന്തിക്കുന്നത്, നിങ്ങളുടെ കാര്യക്ഷമതയെ പ്രതികൂലമായി ബാധിക്കുന്നു. അതിനാൽത്തന്നെ, എന്തുകൊണ്ട് ധരിക്കാനുള്ള വസ്ത്രം ഒരുക്കി വെച്ചുകൂടാ? പ്രഭാതങ്ങളിലെ ബുദ്ധിശക്തിയുടെ അമൂല്യതയെ വെറുതെ നഷ്ടപ്പെടുത്തണമോ?

## ഇരുപത്തിയഞ്ചാം നിമിഷം മുതൽ മുപ്പതാം നിമിഷം വരെ : ചിത്രീകരിക്കുക

കാരണം, എന്റെ നാളത്തെ പ്രവർത്തനക്രമം നേരത്തെ പരിശോധിച്ചതാണ്. നാളെ ചെയ്യാൻ പോകുന്ന കാര്യങ്ങളെക്കുറിച്ച് ധാരണയും ഉണ്ട്. അടുത്തതായി : നാളത്തെ ദിനം വിശദമായി മനസ്സിൽ ചിത്രീകരിക്കുക.

*സ്മാർട്ടർ ഫാസ്റ്റർ ബെറ്റർ* എന്ന തന്റെ പുതിയ പുസ്തകത്തിലൂടെ, ചാൾസ് ഡഹിഗ്ഗ് ഈ പരിശീലനത്തെക്കുറിച്ച് പറയുന്നുണ്ട്. കാര്യക്ഷമതയുള്ളവർ നമ്മളെക്കാൾ എത്ര വ്യക്തമായാണ് അവരുടെ ദിവസങ്ങൾ ചിത്രീകരിക്കുന്നതെന്ന് ഡഹിഗ്ഗ് ഇതിൽ എഴുതിയിട്ടുണ്ട്. ഞാൻ ഈ ശീലം വൈകുന്നേരങ്ങളിൽ ചെയ്യാനാണ് ഇഷ്ടപ്പെടുന്നത്. കാരണം, രാവിലെ എഴുന്നേൽക്കുമ്പോൾ ഞാൻ മനസ്സിൽ ചിത്രീകരിച്ച കാര്യം അപ്പോഴും എന്റെ ഉള്ളിലുണ്ടാകും.

അതിന്റെ ഫലമിതാണ് : അലസത **ഇനിയില്ല.**

രാവിലെ ഉറക്കമുണരുന്ന കാര്യത്തിൽ, പണ്ട് ഞാൻ എത്ര വലിയ മടിയനായിരുന്നു എന്ന് നിങ്ങൾക്ക് ഊഹിക്കാൻ പോലും കഴിയില്ല. അലാറം സമയം മാറ്റിവെച്ച് മാറ്റിവെച്ച് എന്റെ ഘടികാരത്തിനു പോലും എന്നോട് വെറുപ്പ് തോന്നിക്കാണും. ഇത് സ്ഥിരമായി ചെയ്യുന്നവർക്ക് ഞാൻ പറയുന്നത് മനസ്സിലാകും. അങ്ങനെ ചെയ്യുന്നതിലൂടെ വിജയിക്കുന്നു എന്നാണ് നമ്മൾ

കരുതുന്നത്. പക്ഷേ സത്യമതല്ല. അലസത പരാജയപ്പെടുന്നവർക്കുള്ളതാണ്. പക്ഷേ, മുപ്പത് മിനിറ്റിന്റെ ഈ സായാഹ്നചിട്ടയുടെ സഹായത്താൽ ഞാൻ ഇനി തോൽക്കുകയില്ല. മാത്രമല്ല, ഞാൻ എന്നും സമ്മർദ്ദമില്ലാതെ ഉറങ്ങുകയും ഉന്മേഷത്തോടെ ഉണരുകയും ചെയ്യുന്നു. ഒരു ദിവസത്തെ വിജയകരമായി മാറ്റാനുള്ള മാർഗ്ഗങ്ങൾ എനിക്കറിയാം. അതുകൊണ്ടുതന്നെയാണ് ഞാൻ ഈ ശീലം കൈവിടാതിരിക്കുന്നതും. നിങ്ങളുടെ ജീവിതം മെച്ചപ്പെടുത്താൻ സഹായിക്കുന്ന ഫലം നൽകുന്ന നിക്ഷേപമായിരിക്കും ആ 30 മിനിറ്റ് സമയം.

ഇന്നുതന്നെ ശ്രമിച്ചു നോക്കൂ, എന്നിട്ട് സ്വയം കണ്ടെത്തൂ. പക്ഷേ, നാളത്തെ ദിവസം വിജയകരമാക്കാൻ രാവിലെ ഉറക്കമുണരുമ്പോൾ ആശ്ചര്യപ്പെടരുത്.

# ഇന്റർനെറ്റിൽ നിന്നും സ്വയം വിച്ഛേദിക്കുന്നത് നിങ്ങളുടെ ഏകാഗ്രത എങ്ങനെ മെച്ചപ്പെടുത്തും

ആധുനിക ജീവിതം നല്ലതു തന്നെയാണ്. വീടിനകത്തായാലും പുറത്തായാലും ഇന്റർനെറ്റുമായി എപ്പോഴും ബന്ധമുണ്ട്. സ്മാർട്ട്ഫോണിലൂടെ ലോകം മുഴുവൻ നമ്മുടെ വിരൽത്തുമ്പിലാണ്. കൊള്ളാം, അല്ലേ? എങ്കിൽ അല്ല. പലരും സാങ്കേതികവിദ്യയെ അല്ല ഉപയോഗിക്കുന്നത്, സാങ്കേതികവിദ്യ അവരെയാണ് ഉപയോഗപ്പെടുത്തുന്നത്.

ആപ്പുകൾ, ഗെയിമുകൾ, വീഡിയോകൾ, ലേഖനങ്ങൾ, പരസ്യങ്ങൾ, ടി.വി പരിപാടികൾ, എല്ലാം നമ്മുടെ ശ്രദ്ധ പിടിച്ചുപറ്റുന്ന രീതിയിലാണ് രൂപപ്പെടുത്തിയിട്ടുള്ളത്. അപ്പോൾ നിങ്ങളറിയാതെ തന്നെ, മണിക്കൂറുകളാണ് ആഴ്ചതോറും നിങ്ങൾക്ക് നഷ്ടപ്പെടുന്നത്. നിങ്ങളുടെ ഏകാഗ്രത പല കാര്യങ്ങളിലായി ചിതറിക്കിടക്കുന്നു, പക്ഷേ, ആവശ്യമുള്ളവയിൽ അല്ല.

> *"എല്ലായിടത്തുമുണ്ടാവുക എന്നാൽ ഒരിടത്തും ഉണ്ടാകാതിരിക്കുക എന്നാണ്."*
>
> – *സെനെക*

നെറ്റ്ഫ്ലിക്സിൽ എന്തുകൊണ്ടാണ് അടുത്തടുത്ത എപ്പിസോഡുകൾ തന്നെത്താൻ തുടങ്ങുമ്പോൾ 3, 2, 1 എന്നിങ്ങനെ തുടങ്ങുന്നതെന്നാണ് നിങ്ങൾ കരുതുന്നത്? അങ്ങനെ കാണുമ്പോൾ, നിങ്ങൾ വിചാരിക്കും : "എന്നാൽപിന്നെ ഒരു എപ്പിസോഡ് കൂടെ കാണാം." ഇതുതന്നെയാണ് യൂട്യൂബ് കാണുമ്പോഴും തോന്നുക. അവർ നിർദ്ദേശിക്കുന്ന വീഡിയോകൾ നല്ലതാണെന്ന് തോന്നാൻ കാരണമെന്താണ്? അവർ നിങ്ങളെ നിയന്ത്രിക്കുന്നു. ഇതുതന്നെയാണ്

എല്ലായിടത്തും സംഭവിക്കുന്നത്. എല്ലാ കാര്യത്തിലും "അടുത്തത്" എന്നൊന്നുണ്ട് : വീഡിയോ, എപ്പിസോഡ്, ലേഖനം, ഗെയിം, റൌണ്ട്, ചലച്ചിത്രം.

രസകരമെന്തെന്നാൽ, ഇതുപോലുള്ള ലേഖനങ്ങൾ വായിക്കുന്ന പലർക്കും അറിയാം, ഏകാഗ്രതയില്ലായ്മ നല്ല കാര്യമല്ലെന്ന്. മാത്രമല്ല, കഴിഞ്ഞ കുറച്ച് വർഷങ്ങളിൽ നടത്തിവന്ന പഠനങ്ങളുടെ ഫലമായി വന്ന ലേഖനങ്ങളിലും പുസ്തകങ്ങളിലും ശ്രദ്ധ വ്യതിചലിക്കുന്നതിന്റെ ഫലമായുണ്ടാകുന്ന അപകടകരമായ ദൂഷ്യവശങ്ങളെക്കുറിച്ച് തെളിയിക്കപ്പെട്ടിട്ടുണ്ട്. പ്രധാനമായും, കൂടുതൽ സമ്മർദ്ദങ്ങൾ, വലിയ അളവിലുള്ള നിരാശകൾ, സമയ സംബന്ധമായ പിരിമുറുക്കങ്ങൾ, മാനസിക പീഡകൾ മുതലായവ.

**ശ്രദ്ധയോടെ ജോലി ചെയ്യുന്നത് ദുഷ്കരമാണ്. നമുക്കെപ്പോഴും ശ്രദ്ധ വ്യതിചലിക്കാറുണ്ട്.**

അത് ആരുടെയും തെറ്റല്ല. പല സാങ്കേതിക വിദ്യകളും നിങ്ങളുടെ തലയ്ക്കകത്ത് കയറി സ്ഥാനം പിടിച്ച് നിങ്ങളെ ബന്ധനത്തിലാക്കുകയാണ് – നിങ്ങളെ ഉപയോക്താക്കളാക്കുകയാണ്. അതുകൊണ്ട് ഇന്റർനെറ്റിനെയോ സാങ്കേതിക വിദ്യകളെയോ എതിർക്കാമെന്നത് നടക്കാത്ത കാര്യമാണ്. നിങ്ങൾ ശ്രമിച്ചിട്ടുണ്ടാകുമെന്ന് എനിക്കുറപ്പാണ്. "ഞാൻ ഇനി ഒരിക്കലും മണിക്കൂറുകളോളം അനാവശ്യമായി ഇന്റർനെറ്റ് ഉപയോഗിച്ച് സമയം പാഴാക്കുകയില്ല." അതെ, ശരിയാണ്!

എന്താണ് പ്രായോഗികമായ വഴി? ഈയിടെ, ഒരു പദ്ധതി തയ്യാറാക്കി എങ്ങനെ അതിലൂടെ മാറ്റിവെക്കലിനെ മറികടന്നു എന്നതിനെക്കുറിച്ച് എഴുതിയിട്ടുണ്ട്. ആ പദ്ധതിയുടെ ഏറ്റവും പ്രധാനപ്പെട്ട ഭാഗങ്ങളിലൊന്നാണിത് :

***ഇന്റർനെറ്റിൽ നിന്നും സ്വയം വിച്ഛേദിക്കുക.***

അങ്ങനെ ചെയ്യുന്നതിന് ഒരേയൊരു കാരണം മാത്രമേയുള്ളൂ : അധികമായാൽ അമൃതും വിഷം. അതെല്ലാ കാര്യങ്ങൾക്കും ബാധകമാണ്.

- അമിതമായ വ്യായാമം? ശാരീരികക്ഷമത ഇല്ലാതാകും.
- അമിത സ്നേഹം? മനുഷ്യരെ അലോസരപ്പെടുത്തും.
- അമിതാദ്ധ്വാനം? തളർന്നില്ലാതാകും.

- അമിതമായ ഭക്ഷണം? അമിതവണ്ണം.
- അമിതമായ ജലം? മരണം സംഭവിക്കും.

പിന്നെന്തിനാണ് ഇന്റർനെറ്റ് മാത്രം ഇത്രയധികം ഉപയോഗിക്കുന്നത്? ഇതേ ചോദ്യം ഞാൻ രണ്ട് വർഷങ്ങൾക്കു മുൻപ് സ്വയം ചോദിച്ചു. ഉത്തരമുണ്ടായില്ല. അപ്പോൾ ചിന്തിച്ചു; എല്ലാ കാര്യങ്ങൾക്കും ഞാൻ അളവ് നിശ്ചയിച്ചിട്ടുണ്ട്, ഇന്റർനെറ്റിന് മാത്രം എന്തുകൊണ്ടങ്ങനെ ചെയ്തില്ല? ഇന്റർനെറ്റ് ഉപയോഗിക്കുന്നതിൽ ഒരു തരത്തിലുള്ള നിയന്ത്രണവും ഞാൻ ഏർപ്പെടുത്തിയിരുന്നില്ലെന്ന് ഞാൻ മനസ്സിലാക്കി. എന്തും കഴിക്കാം എന്നുള്ള ബുഫെ സത്കാരം പോലെയായിരുന്നു അത്. വയറു നിറഞ്ഞാലും കഴിച്ചുകൊണ്ടിരിക്കുക. അമിതമായി കഴിച്ചതിനു ശേഷം, അതിന്റെ കുറ്റബോധം നിങ്ങളെ ജീവനോടെ ഭക്ഷിക്കുന്നു.

ഇതു തന്നെയാണ് ഇന്റർനെറ്റ് ഉപയോഗിക്കുമ്പോഴും സംഭവിക്കുന്നത്. അത് പ്രലോഭിപ്പിക്കുകയും സംതൃപ്തി തരികയും മാത്രമല്ല, എല്ലായിടത്തും ലഭ്യവുമാണ്. അപ്പോൾ നിങ്ങൾ നിസ്സഹായരാകുന്നു. വാട്സാപ്പ്, ഫേസ്ബുക്ക്, സ്നാപ്ചാറ്റ്... ശ്രദ്ധ വ്യതിചലിപ്പിക്കുന്ന ഇത്തരം കാര്യങ്ങളെല്ലാം ഒഴിവാക്കണമായിരുന്നു എനിക്ക്. എന്നിരുന്നാലും, ഒറ്റപ്പെട്ട ജീവിതം നയിക്കാനും ഞാൻ ആഗ്രഹിച്ചിരുന്നില്ല. അതുകൊണ്ടുതന്നെ ഒരു പോംവഴി കണ്ടെത്തണമായിരുന്നു. ഇന്റർനെറ്റിനോടുള്ള എന്റെ മനോഭാവത്തിൽ ചെറിയൊരു മാറ്റം വരുത്തുന്നതിലൂടെ പ്രശ്നം പരിഹരിക്കാനാവുമെന്ന് ഞാൻ മനസ്സിലാക്കി.

**"എപ്പോഴും ചേർന്നുനില്ക്കുക" എന്നതിൽ നിന്നും "എപ്പോഴും വിച്ഛേദിച്ചിരിക്കുക" എന്നതിലേക്ക് ഞാൻ സ്വയം മാറ്റി.**

പ്രവൃത്തിയിൽ, അത് ഇങ്ങനെ ആയിരിക്കും :

- എന്റെ ഫോണിലെ ഇന്റർനെറ്റും വൈ-ഫൈയും സാധാരണ ഓഫ് ആയിരിക്കും. ആവശ്യമുള്ളപ്പോൾ മാത്രമേ ഞാൻ ഓൺ ചെയ്യാറുള്ളൂ.
- ജോലി സമയങ്ങളിൽ, ലാപ്ടോപ്പിൽ SelfControl എന്ന ആപ്പ് ഞാൻ ഉപയോഗിക്കാറുണ്ട് (വിൻഡോസ് ലാപ്ടോപ്പിൽ, FocusMe ഉപയോഗിച്ചു നോക്കാവുന്നതാണ്). ശ്രദ്ധ വ്യതിചലിപ്പിക്കുന്ന സൈറ്റുകളെ അകറ്റിനിർത്താൻ ഇവ ഉപകരിക്കും.

Evernote, DayOne, Office 365 എന്നീ ആപ്പുകൾ ഇന്റർനെറ്റുമായി ബന്ധിപ്പിച്ച് ഉപയോഗിക്കുന്നതിലൂടെ ചെയ്ത ജോലികൾ ക്ലൗഡിൽ സൂക്ഷിച്ചുവെക്കാൻ ഇതെന്നെ സഹായിക്കുന്നു.

"എപ്പോഴും ചേർന്നുനില്ക്കുക" എന്നത് ഏകാഗ്രതയെയും കാര്യക്ഷമതയെയും പ്രതികൂലമായി ബാധിക്കുന്ന കാര്യമാണ്. വ്യായാമം ചെയ്യുന്നതോ, അത്താഴം കഴിക്കുന്നതോ, പങ്കാളിയുടെ കൂടെ സായാഹ്നം ചെലവിടുന്നതോ പോലെ ആണിത്; ദിവസം മുഴുവനും നമ്മളീ കാര്യങ്ങൾ ചെയ്യാറില്ലല്ലോ. അര മണിക്കൂറോ, ഒരു മണിക്കൂറോ, അല്ലെങ്കിൽ ചില മണിക്കൂറുകളോ മാത്രം നീണ്ടുനിൽക്കുന്ന കാര്യങ്ങളാണിവ. അതിൽ കൂടുതലായാൽ ദോഷം ചെയ്യും.

ഇന്റർനെറ്റ് ഉപയോഗം കുറച്ചതുമൂലം അത്ഭുത ഫലങ്ങളാണ് എനിക്ക് ലഭിച്ചിട്ടുള്ളത്. ദിവസേന 500 തവണ ഫോൺ എടുത്ത് നോക്കാനോ, മെയിലുകൾ വന്നോയെന്ന് തിരക്കാനോ, വാർത്തകൾ അറിയാനോ ഉള്ള വ്യഗ്രതയില്ലെനിക്കിപ്പോൾ.

കാലക്രമേണ, അതൊന്നും നഷ്ടങ്ങളല്ലെന്ന് നിങ്ങൾക്ക് ബോധ്യപ്പെടുകയും ചെയ്യും. അത് നിങ്ങളുടെ ജീവിതത്തിലേക്ക് ശാന്തത പ്രദാനം ചെയ്യും. ഓരോ ദിവസവും അതിലും കൂടുതൽ അനുകൂല ഫലങ്ങളാണ് എനിക്ക് ലഭിക്കാറുള്ളത് : മുൻപത്തേക്കാൾ കൂടുതൽ നേട്ടമുണ്ടാക്കുക, ഏകാഗ്രത നഷ്ടപ്പെടാതിരിക്കുക, സന്തോഷം തരുന്ന പ്രവർത്തികൾക്കോ മനുഷ്യർക്കോ ആയി ചെലവിടാൻ കൂടുതൽ സമയം ലഭിക്കുക.

ഒടുവിൽ നമ്മൾ മനസ്സിലാക്കും, ഇന്റർനെറ്റ് വെറുമൊരു ഉപാധി മാത്രമാണ്. എന്നിരുന്നാലും, അതാണ് എല്ലാം എന്ന് നമ്മളിൽ ചിലർ കരുതുന്നുണ്ട്. പക്ഷേ, എനിക്ക് ഒരു കാര്യത്തിൽ പൂർണ്ണബോധ്യമുണ്ട്, വർഷങ്ങൾക്കുശേഷം എന്റെ കഴിഞ്ഞ കാലത്തിലേക്കു തിരിഞ്ഞുനോക്കിയാലും, ഇന്റർനെറ്റിനുവേണ്ടി അധികം സമയം ഉപയോഗപ്പെടുത്തിയില്ലല്ലോ എന്നോർത്ത് ഞാനൊരിക്കലും ദുഃഖിക്കുകയില്ല.

നിങ്ങൾ മരണക്കിടക്കയിൽ കിടക്കുമ്പോൾ കുടുംബത്തോട് പറയുകയാണ്, "ഞാൻ യൂട്യൂബിൽ ഒരുപാട് തമാശ വീഡിയോകൾ കണ്ടു, അതിൽ വളരെയധികം സന്തോഷിക്കുന്നു." ചിന്തിക്കാൻ കഴിയുന്നതാണോ ഈ വാക്കുകൾ? അല്ല. നിങ്ങളുടെ മനസ്സിലേക്ക് വരുന്നത് നിങ്ങൾ കുടുംബത്തോടും കൂട്ടുകാരോടുമൊത്ത് ചെലവഴിച്ച നിമിഷങ്ങളാവും. അല്ലെങ്കിൽ യാത്രാനുഭവങ്ങൾ. അതുമല്ലെങ്കിൽ നിങ്ങൾ ആസ്വദിച്ചു ചെയ്ത നിങ്ങളുടെ ജോലി.

അതുകൊണ്ട് ഇന്റർനെറ്റുമായുള്ള അതിരു കടന്ന ബന്ധം അവസാനിപ്പിക്കുക. സമ്മർദ്ദങ്ങളല്ലാതെ മറ്റൊന്നുമത് നിങ്ങൾക്ക് നൽകുന്നില്ല. ഈ ലേഖനം വായിച്ച ശേഷം ആ ബന്ധം വിച്ഛേദിക്കുക. ചിലപ്പോൾ ആ മാറ്റം കുറച്ച് ബുദ്ധിമുട്ടുകൾ നൽകിയേക്കാം; 100 തവണ ഫോൺ എടുത്തുനോക്കാൻ തോന്നും, ഇടയ്ക്കിടെ ഫേസ്ബുക്ക് തുറക്കാൻ തോന്നും. പക്ഷേ, ഒന്ന് ഉറപ്പിച്ചു പറയാം : ഇന്റർനെറ്റുമായുള്ള ബന്ധം വിച്ഛേദിക്കുന്നതിലൂടെ അനുകൂല ഫലങ്ങൾ വർദ്ധിക്കുക മാത്രമേ ചെയ്യുകയുള്ളൂ. അതാണ് ജീവിതത്തിൽ ആവശ്യവും.

# പലരും ജീവിതത്തിൽ മാറ്റിവെക്കൽ ശീലം തുടരുന്നതിന്റെ ഏറ്റവും വലിയ കാരണം

ജീവിതത്തിന്റെ സിംഹഭാഗവും, ഞാൻ സ്ഥിരമായി മാറ്റിവെക്കൽ ശീലം തുടർന്ന ആളായിരുന്നു. എന്റെ പതിനാറാം വയസ്സിൽ ആദ്യ ജോലി ലഭിച്ചപ്പോൾ, അതൊഴിവാക്കാൻ ഞാൻ എന്നാൽ കഴിയും വിധം ശ്രമം നടത്തി. ഒരു ടെലികോം സ്ഥാപനത്തിലായിരുന്നു ജോലി, മൊബൈൽ കോൺട്രാക്റ്റുകൾ വിൽക്കുന്നത്.

ഒരാളോട് സംസാരിച്ചുകഴിഞ്ഞതും അടുത്തയാൾക്ക് ഉടൻ തന്നെ കോൾ പോകുന്ന സോഫ്റ്റ്‌വെയർ ആയിരുന്നു അവിടെ. അതുകൊണ്ടുതന്നെ നിങ്ങൾക്ക് ഒഴിവുസമയം എന്നത് കിട്ടുകയേ ഇല്ല. പക്ഷേ, ഞാനൊരു മാർഗ്ഗം കണ്ടെത്തി. ഓരോ കോളിനു ശേഷവും, അതിനെക്കുറിച്ചുള്ള വിവരങ്ങൾ കമ്പ്യൂട്ടറിൽ രേഖപ്പെടുത്തണമായിരുന്നു. "സംസാരിച്ച വ്യക്തിക്ക് താൽപര്യമുണ്ട് പക്ഷേ, പേരക്കുട്ടിയോട് അഭിപ്രായം ചോദിക്കണം," എന്നത് പോലെയുള്ള കാര്യങ്ങൾ. അതെ, ഒരുപാട് മുതിർന്ന പൌരന്മാർക്ക് ഞാൻ വില്പന നടത്തി (അതിൽ അഭിമാനിക്കുകയല്ല).

മാറ്റിവെക്കലിൽ വിദഗ്ധനായ ഞാൻ, കോളിനെക്കുറിച്ചുള്ള വിവരങ്ങൾ വിശദമായി എഴുതാൻ ഒരുപാട് സമയമെടുക്കുകയും ചെയ്തു. ഓരോ ദിവസത്തെയും കോളുകളുടെ എണ്ണം കുറവാകുന്നതിന്റെ കാരണം മാനേജർ എന്നോട് ചോദിക്കും. അപ്പോൾ ഞാൻ പറയും, "എന്റെ ക്ലയന്റിനെ നമ്മുടെ കൂട്ടത്തിൽ നിന്നും ഒരാൾ വിളിക്കുകയാണെങ്കിൽ അവർക്ക് മനസ്സിലാകും, ക്ലയന്റിന് അവരുടെ പേരക്കുട്ടിയോട് സംസാരിക്കണം എന്ന്. അത് മൂല്യമുള്ള ഒരു വിവരം അല്ലേ?"

ഓരോ കോളിനിടയിലും പരമാവധി ഇടവേളയുണ്ടാക്കാൻ ഞാൻ പരമാവധി ശ്രമിച്ചു. മാർക്കറ്റിംഗ് വിഷയത്തിൽ ബിരുദാനന്തര

ബിരുദം നേടുന്നതിനായി കോളേജിൽ പഠിക്കുമ്പോഴും ഞാൻ ഇതുപോലെ കാര്യങ്ങൾ വൈകിപ്പിച്ചിരുന്നു. പരീക്ഷകൾക്ക് പഠിക്കാനും അസൈൻമെന്റുകൾ തീർക്കാനും അവസാന നിമിഷം നെട്ടോട്ടമോടുമായിരുന്നു ഞാൻ.

പഠനത്തിനു ശേഷം, മാർക്കറ്റിംഗ് മേഖലയിൽ സ്വന്തമായി ജോലി ചെയ്യുമ്പോഴും ഞാനെന്റെ ജോലിക്കാര്യങ്ങളിൽ കാലതാമസം വരുത്തിയിരുന്നു. "ഞാൻ ഗവേഷണം നടത്തുകയാണ്" എന്നായിരുന്നു ഞാനെന്നെ സ്വയം പറഞ്ഞു വിശ്വസിപ്പിച്ചിരുന്നത്. എന്തിനാണ് ഞാൻ എല്ലാ കാര്യങ്ങളും അവസാന നിമിഷത്തേക്ക് മാറ്റിവെയ്ക്കുന്നതെന്ന് എനിക്ക് മനസ്സിലാകുന്നുണ്ടായിരുന്നില്ല. അതെന്റെ സ്വഭാവത്തിലുള്ളതായിരുന്നു എന്നാണ് ഞാൻ കരുതിയിരുന്നത്. എന്റെ പല സുഹൃത്തുക്കൾക്കും ഈ സ്വഭാവം തന്നെയായിരുന്നു. അവർ പറയും, "ജോലി ഒക്കെ പിന്നെ ചെയ്യാം. നമുക്കൊരു ബിയർ കുടിക്കാം."

എന്റെ വിശ്വാസം ഇതായിരുന്നു : "നമ്മൾ ചെയ്യാൻ ഇഷ്ടപ്പെടാത്തതും, പണത്തിനും അന്തസ്സിനും വേണ്ടി മാത്രം ചെയ്യുന്നതുമായ ഒന്നാണ് ജോലി." നമ്മളിൽ പലരും അങ്ങനെ തന്നെയാണ് കരുതുന്നത് എന്നത് ദുഃഖകരമായ ഒരു സത്യമാണ്. ഭാഗ്യവശാൽ, മാറ്റിവെയ്ക്കുന്ന എന്റെ ശീലം ഈ വർഷം അവസാനിച്ചു. മാന്ത്രികമായ കുറുക്കുവഴികൾ ഉപയോഗിച്ചിട്ടില്ല; കാര്യക്ഷമതയുള്ള ഒരു യന്ത്രമാകാൻ ഞാനൊരു സോഫ്റ്റ്‌വെയറും അല്ല. എനിക്കിപ്പോൾ മുൻപത്തേതിനെക്കാൾ ഏകാഗ്രതയും കാര്യക്ഷമതയുമുണ്ട്. മാത്രമല്ല, എന്റെ ജോലിയിൽ ഞാൻ പണ്ടത്തേതിനേക്കാൾ സംതൃപ്തനമാണ്.

**അതിന്റെ രഹസ്യമെന്താണെന്ന് നിങ്ങൾക്കറിയണോ?** അവസാനമായി ഞാൻ ഇഷ്ടപ്പെടുന്ന പ്രവൃത്തിയാണ് ഇപ്പോൾ ചെയ്തുകൊണ്ടിരിക്കുന്നത്.

അത്രയേയുള്ളൂ. ജോലി എന്നത് മോശം കാര്യമൊന്നുമല്ല. ഞാൻ എഴുതാൻ ഇഷ്ടപ്പെടുന്നു, അതുകൊണ്ടുതന്നെ ആഴ്ചയിൽ ഏഴ് ദിവസവും അതുതന്നെ ചെയ്യുന്നു. മുൻപ് ചെയ്തിരുന്ന ജോലികളും, ആരംഭിച്ചിരുന്ന ബിസിനസ്സുകളും ഞാൻ ഇഷ്ടപ്പെട്ടിരുന്നില്ല. താൽപര്യമില്ലാത്ത വിഷയങ്ങൾ പഠിക്കാനും ഞാൻ ആഗ്രഹിച്ചിരുന്നില്ല.

സമയക്രമം നിയന്ത്രിക്കാനുള്ള കഴിവില്ലാത്തതിനാലാണ് ഞാൻ മാറ്റിവെക്കൽ ശീലം തുടർന്നു കൊണ്ടിരുന്നത് എന്നാണ് ഞാൻ പണ്ടൊക്കെ കരുതിയിരുന്നത്. അതുകൊണ്ടായിരുന്നു ഞാൻ കാര്യക്ഷമത വർദ്ധിപ്പിക്കാനുള്ള കുറുക്കുവഴികളും പദ്ധതികളും സോഫ്റ്റ്‌വെയറുകളുമെല്ലാം ഉപയോഗിച്ചു നോക്കിയിരുന്നതും.

പക്ഷേ, അർത്ഥവത്തായ കാര്യങ്ങൾ ചെയ്യുന്നതിനോട് താരതമ്യം ചെയ്യുമ്പോൾ, ഇതെല്ലാം ഉപയോഗശൂന്യമാണ്. കാര്യങ്ങൾ ചെയ്തുതീർക്കാൻ ആഗ്രഹിക്കുന്നുണ്ടോ? അർത്ഥവത്തായവ ചെയ്യൂ.

കാര്യക്ഷമത നേടാനുള്ള കുറുക്കുവഴികൾക്ക് കൂടുതൽ പ്രശസ്തി ലഭിക്കുന്നു. സമയം ക്രമീകരിക്കാനുള്ള നിർദ്ദേശങ്ങളായിരിക്കും അധികമാളുകളും പരിഹാരമായി നൽകുക. സമയം ക്രമീകരിക്കുന്ന വിഷയത്തെക്കുറിച്ചു പറയുമ്പോൾ, വേഗം വായിക്കുന്ന കാര്യമാണ് എനിക്ക് ചിലപ്പോൾ മനസ്സിൽ വരാറുള്ളത്. നമ്മളിൽ പലരും കുറഞ്ഞ സമയത്തിനുള്ളിൽ ഒരുപാട് പുസ്തകങ്ങൾ വായിച്ചുതീർക്കാനായി വേഗത്തിൽ വായിക്കാറുണ്ട്. പക്ഷേ, എന്തിനാണങ്ങനെ ചെയ്യുന്നത്? എനിക്ക് വായന ഇഷ്ടമാണ് – കുറഞ്ഞ സമയമല്ല, ഞാൻ ഒരുപാട് സമയം വായനയ്ക്കായി ഉപയോഗിക്കാനാഗ്രഹിക്കുന്നു. പ്രവർത്തനം ഒഴിവാക്കി പ്രവർത്തനഫലത്തെ മാത്രം പ്രതീക്ഷിച്ചിരിക്കുന്നതുപോലെയാണത്.

*'ദി ഒബ്സ്റ്റക്കിൾ ഈസ് ദി വേ'* എന്ന പുസ്തകത്തിന്റെ രചയിതാവായ റയാൻ ഹോളിഡേ, വേഗത്തിലുള്ള വായനയെക്കുറിച്ചുള്ള തന്റെ ലേഖനത്തിൽ പറയുന്നതുപോലെ, "ഒരു പുസ്തകം വായിക്കുന്നതിന്റെ വേഗത കൂട്ടണമെന്ന് നിങ്ങളാഗ്രഹിക്കുന്നുവെങ്കിൽ, സ്വയം ചോദിക്കുക, 'ഈ പുസ്തകം വായിക്കുന്നതുകൊണ്ട് ഗുണമുണ്ടോ?' വായിക്കാനിഷ്ടമല്ലാത്ത പുസ്തകം വായിച്ചു കളയാനുള്ളതല്ല ഹ്രസ്വമായ ഈ ജീവിതം."

എന്റെ അഭിപ്രായത്തിൽ, റയാന്റെ വാക്കുകൾ നിങ്ങളുടെ ജീവിതത്തിലും കർമ്മമേഖലയിലും ഉപയോഗപ്പെടുത്താവുന്നതാണ്: *ചെയ്യാനിഷ്ടമില്ലാത്ത ജോലി ചെയ്തു കളയാനുള്ളതല്ല ഹ്രസ്വമായ ഈ ജീവിതം.* കാര്യക്ഷമത വർദ്ധിപ്പിക്കാനായി എത്രതന്നെ കുറുക്കുവഴികൾ ശ്രമിച്ചാലും, ചെയ്യുന്ന കാര്യത്തോട് അഭിനിവേശമില്ലെങ്കിൽ, ഒരിക്കലും കാര്യക്ഷമത വർദ്ധിക്കുകയില്ല. ചെയ്യുന്ന ജോലി നിങ്ങൾ സ്ഥിരമായി മാറ്റിവെച്ചുകൊണ്ടിരിക്കുകയാണെങ്കിൽ, സ്വയം ചോദിക്കുക : *ഞാനീ ജോലിയെ ശരിക്കും ഇഷ്ടപ്പെടുന്നുണ്ടോ?*

ഇല്ല എന്നാണ് ഉത്തരമെങ്കിൽ, എന്താണ് ചെയ്യേണ്ടതെന്ന് നിങ്ങൾക്കറിയാം. ഒരു നിമിഷത്തേക്കു പോലും മാറ്റിവെക്കാൻ തോന്നാത്ത, അത്രയും ഇഷ്ടപ്പെടുന്ന ഒരു ജോലി കണ്ടെത്തുക. സമയം പരിമിതമാണെന്ന് നമുക്കെല്ലാമറിയാം, പിന്നെന്തുകൊണ്ട് അതിനനുസരിച്ച് പെരുമാറിക്കൂടാ? ഭൂമിയിൽ കുറച്ചു സമയമേ നമുക്ക് ലഭിക്കുകയുള്ളൂ എന്നറിയാമെങ്കിൽ, എന്തിനാണത് പാഴാക്കുന്നത്?

*"നമ്മൾ, ലഭിക്കുന്ന സമയം കുറവാണെന്ന് തീവ്രമായി പരാതിപ്പെടും, എന്നാൽ, കിട്ടുന്ന സമയത്ത് എന്താണ് ചെയ്യേണ്ടതെന്ന് അറിയാത്തത്ര സമയം നമ്മുടെ പക്കലുണ്ടു താനും. നമ്മുടെ ജീവിതം ചെലവഴിക്കപ്പെടുന്നത് ഒന്നുകിൽ, ഒന്നും ചെയ്യാതെയാണ്, അല്ലെങ്കിൽ ഫലവത്തായ ഒന്നും ചെയ്യാതെ, അതുമല്ലെങ്കിൽ ചെയ്യേണ്ടുന്ന കാര്യങ്ങൾ ചെയ്തുതീർക്കാതെ. ദിവസങ്ങൾ കുറവാണെന്നു പറഞ്ഞ് പരാതിപ്പെടുന്ന നമ്മൾ, ദിനങ്ങൾ ഒരിക്കലും അവസാനിക്കില്ല എന്ന തരത്തിലാണ് പെരുമാറുന്നത്."*

*– ലൂസിയസ് അന്നേയസ് സെനെക*

'ഇഷ്ടപ്പെടുന്ന ജോലി ചെയ്യുക' എന്ന കാര്യത്തിൽ വിശ്വസിക്കുന്ന ആളാണ് ഞാൻ, അതേപോലെ 'ഏതു ജോലിയിലാണോ സമർത്ഥൻ, ആ ജോലി ചെയ്യുക' എന്നതിലും ഞാൻ വിശ്വസിക്കുന്നു. ഇതു രണ്ടിന്റെയും ഒത്ത നടുവിലാണ് ശരിയായ ജീവിതം – നിങ്ങൾ ഇഷ്ടപ്പെടുന്നതും, നിങ്ങൾക്ക് സാമർത്ഥ്യം തെളിയിക്കാൻ കഴിയുന്നതുമായ ജോലി. *ഐ വിൽ ടീച്ച് യൂ ടു ബി റിച്ച്* എന്ന പുസ്തകത്തിന്റെ രചയിതാവായ റമിത് സേഠി പറയുന്നു, ഇഷ്ടവും ജോലിയും ഒത്തുപോവുകയില്ല. എപ്പോഴാണോ നമുക്ക് ജോലിയിൽ സാമർത്ഥ്യം തെളിയിക്കാൻ കഴിയുന്നത്, അപ്പോൾ നമ്മളാ ജോലിയെ ഇഷ്ടപ്പെടും എന്ന് അദ്ദേഹം പറയുന്നു.

കാര്യക്ഷമത വർദ്ധിപ്പിക്കാനുള്ള നിർദ്ദേശങ്ങൾ ഉപയോഗ ശൂന്യമാണെന്ന് ഞാൻ അഭിപ്രായപ്പെടുന്നില്ല. സത്യത്തിൽ, എന്റെ പ്രവർത്തന ഫലങ്ങൾ മെച്ചപ്പെടുത്താൻ സഹായിച്ച കാര്യക്ഷമത വർദ്ധിപ്പിക്കാനുള്ള നിർദ്ദേശങ്ങളെക്കുറിച്ച് ഞാൻ എഴുതിയിട്ടുണ്ട്. മാറ്റിവെക്കൽ ഒഴിവാക്കാനുള്ള മികച്ച വഴി, അർത്ഥവത്തായ കാര്യങ്ങൾ ചെയ്യുക എന്നതാണെന്നാണ് എന്റെ വാദം.

മാത്രമല്ല, നിങ്ങൾ മാറ്റിവെയ്ക്കുന്നുണ്ടെങ്കിൽ, ചെയ്യുന്ന കാര്യം അർത്ഥവത്തായ ഒന്നായിരിക്കാനുള്ള സാധ്യതയും കുറവാണ്. മാറ്റിവെക്കൽ ഒരു ശീലമാക്കരുത്. എല്ലാത്തിനുമപരി, നിങ്ങളുടെ സ്വപ്നങ്ങളെയും ലക്ഷ്യങ്ങളെയും മാറ്റിവെയ്ക്കുന്നതാണ് ഏറ്റവും മോശം. ശരിയായ സമയത്തിനുവേണ്ടിയാണ് നിങ്ങൾ കാത്തിരിക്കുന്നതെങ്കിൽ, ബെഞ്ചമിൻ ഫ്രാങ്ക്ളിന്റെ വാക്കുകൾ കേൾക്കുക, "നിങ്ങൾ വൈകിയേക്കാം, പക്ഷേ, സമയം വൈകുകയില്ല." ഞാൻ പറയുന്നത് അനുസരിക്കാൻ മടിയാണെങ്കിൽ, അദ്ദേഹം പറയുന്നത് അനുസരിക്കൂ.

# പുരാതനമായ ഈ ശീലം നിങ്ങളുടെ ഏകാഗ്രത മെച്ചപ്പെടുത്തും

ചെറുപ്പം മുതൽ, ഒരുപാട് കാര്യങ്ങളെക്കുറിച്ച് ഞാൻ വിഷമിച്ചിട്ടുണ്ട്. അതിൽ ഏറ്റവും കൂടുതൽ വിഷമിച്ച വിഷയങ്ങളായിരുന്നു പണം, ആരോഗ്യം, ഭാവി. നിങ്ങളുടേത് ഏതാണ്? ഒരു കാര്യത്തെയും കുറിച്ച് വിഷമവും ഭയവും ഇല്ല എന്നു മാത്രം എന്നോട് പറയരുത്. കാരണം, ഒന്നിനെയും നിങ്ങൾ പേടിക്കുന്നില്ലെങ്കിൽ, നിങ്ങളൊരു യന്ത്രമനുഷ്യനായിരിക്കണം! ഒരിക്കലും നടക്കാനിടയില്ലാത്ത കാര്യങ്ങളെക്കുറിച്ച് ഓർത്താണ് എല്ലാവരും സമയം പാഴാക്കുന്നത്. കാരണം, അതാണ് ഭയമുണ്ടാക്കുന്നതും. പതിനാറാം നൂറ്റാണ്ടിലെ തത്ത്വചിന്തകനായ മൈക്കൾ ഡി മോൻടായ്ൻ പറഞ്ഞ വാക്കുകൾ :

> *"എന്റെ ജീവിതം മുഴുവനും അങ്ങേയറ്റം നിർഭാഗ്യങ്ങളാൽ നിറഞ്ഞതാണ്; അതിൽ ഭൂരിഭാഗവും സംഭവിക്കാത്തതുമാണ്."*

ഭയം എന്നാൽ പ്രശ്നങ്ങളിൽ നിന്നും രക്ഷിക്കുന്നവയാണെന്ന് നമുക്കെല്ലാമറിയാം. പക്ഷേ, ഈ ആധുനിക ലോകത്ത്, അത് സത്യമല്ല. ഇന്ന്, ഭയമെന്നത് മനസ്സിൽ ഇടം പിടിച്ച ഒരു വസ്തു മാത്രമാണ്.

നമ്മുടെ ചിന്തകൾ ഭയത്താലും വിഷമതകളാലും സമ്മർദ്ദങ്ങളാലും നിറഞ്ഞിരിക്കുകയാണ്. അവ നമ്മളെ ലക്ഷ്യങ്ങളിൽ നിന്നും അകറ്റിനിർത്തുന്നു. എന്റെ വ്യക്തിപരമായ അഭിപ്രായത്തിൽ, പൂർണ്ണമായ ജീവിതമെന്നാൽ നമുക്ക് ലഭിച്ച അവസരങ്ങളോ സമൃദ്ധിയോ അല്ല.

നമുക്കെന്താണ് ആവശ്യമെന്നും അതെങ്ങനെ നേടാമെന്നും അറിയുന്നതാണ് ജീവിതം. അതുകൊണ്ടാണ് എന്നും ഏകാഗ്രത കൈമുതലായി സൂക്ഷിക്കാൻ പറയുന്നതും. പരിശ്രമിക്കാതെ, ഒരിക്കലും ലക്ഷ്യത്തിലെത്താൻ സാധിക്കുകയില്ല. അതിനാൽ

ത്തന്നെ, ഇത്രയും കാലം കഴിഞ്ഞിട്ടും പ്രാബല്യത്തിലുള്ള പ്രാചീനമായ ഒരു ശീലം ഞാൻ പങ്കുവെക്കാൻ ആഗ്രഹിക്കുന്നു. ഫലവത്തായ ഒരു ശീലമാണെന്ന് ഇത് ഒരുപാട് തവണ സ്വയം തെളിയിച്ചിട്ടുമുണ്ട്.

## ഒരു മന്ത്രം കൈവശമുള്ളതിന്റെ ശക്തി

ഞാനൊരു ആത്മീയവാദിയൊന്നുമല്ല. ഭാഗ്യങ്ങളിലും യാദൃശ്ചികതയിലും വിശ്വസിക്കുന്ന ആളാണ് ഞാൻ. നമുക്ക് കാണാൻ കഴിയാത്ത ആത്മീയശക്തികളിലൊന്നും എനിക്ക് വിശ്വാസമില്ല.

നാസ്തികൻ എന്നു വേണമെങ്കിൽ പറയാം. അതേസമയം ഞാനൊരു പ്രായോഗികവാദി കൂടിയാണ്. പ്രവർത്തികളിൽ വിശ്വസിക്കുന്നു. അതുകൊണ്ടാണ് ഞാൻ മതങ്ങൾക്കോ ആത്മീയതയ്ക്കോ എതിരെ വെല്ലുവിളിക്കാത്തത്. ലക്ഷക്കണക്കിന് ആളുകൾക്ക് അത് ഫലങ്ങൾ നൽകുന്നുണ്ട്.

വാസ്തവത്തിൽ, മനുഷ്യർക്കിടയിലെ മതങ്ങൾ, സംസ്കാരം, വിവിധ തരത്തിലുള്ള വിശ്വാസങ്ങൾ എന്നിവയെക്കുറിച്ച് പഠനം നടത്തുന്നുണ്ട്. മതങ്ങളിൽ നിന്നും ഞാൻ പഠിച്ച ഒരു കാര്യമുണ്ട്, എത്ര ഉപയോഗപ്രദമാണ് ഒരു മന്ത്രം എന്നുള്ളത്.

നമ്മളിൽ പലരും അതിനെക്കുറിച്ച് കേട്ടിട്ടുണ്ടാകാം, പക്ഷേ, വളരെ കുറച്ച് പേർക്ക് മാത്രമേ ഒരു മന്ത്രമുള്ളൂ, അതുപോലും ഉപയോഗിക്കുന്നവർ കുറവായിരിക്കും. എങ്കിൽ, എന്താണ് ഈ മന്ത്രം? ഞാൻ കണ്ടെത്തിയതിൽ മികച്ച വിശദീകരണം ഇതാണ് :

> *"മനഃശാസ്ത്രപരമായോ ആത്മീയപരമായോ ശക്തി ഉണ്ടെന്ന് ഉച്ചരിക്കുന്നവർ കരുതുന്ന, സംസ്കൃതത്തിൽ ഉള്ള, ദിവ്യമായ ഒരു ഉച്ചാരണം, ഈശ്വര ചൈതന്യമുള്ള ഒരു ശബ്ദം, ഒരു സ്വരം, വാക്ക്, അല്ലെങ്കിൽ ഒരു ശബ്ദം, അല്ലെങ്കിൽ കുറച്ച് വാക്കുകൾ ആണ് ഒരു മന്ത്രം."*

നൂറ്റാണ്ടുകളായി മന്ത്രങ്ങൾ ഉണ്ട് (ചില രൂപഭേദങ്ങളിൽ). ഹൈന്ദവ ആചാരങ്ങളിലും, ബുദ്ധ മതത്തിലും, ടാവോയിസത്തിലും, ക്രിസ്തുമതത്തിലുമെല്ലാം നമുക്കത് കാണാൻ കഴിയും. ഭയത്തെ മറികടക്കാനും ഏകാഗ്രത മെച്ചപ്പെടുത്താനും, ലോകം മുഴുവനുമുള്ള ജനങ്ങളും മന്ത്രം ഉപയോഗിക്കുന്നതായി ഞാൻ മനസ്സിലാക്കി. ആരാണ് ഇതാദ്യം കൊണ്ടുവന്നത് എന്നതല്ല കാര്യം, ഫലവത്താണോ എന്നതാണ്.

### അത് പ്രായോഗികമാക്കുന്നവരിൽ എന്റെ ഏറ്റവും പ്രിയപ്പെട്ട ഉദാഹരണമാണ് ഫ്ലോയ്ഡ് മേവെതർ

അതെ. ബോക്സർ. പല വിവാദങ്ങളും അദ്ദേഹത്തിന്റെമേൽ ഉള്ളതിനാൽ, അദ്ദേഹത്തെ ഇഷ്ടപ്പെടുന്നവരും ഇഷ്ടമില്ലാത്തവരും ഉണ്ടാകാം. പക്ഷേ, എക്കാലത്തെയും മികച്ച ബോക്സർ ആയാണ് അദ്ദേഹം കരുതപ്പെടുന്നത്. ഏറ്റവും മികച്ചവരിൽ ഒരാളല്ല, ഏറ്റവും മികച്ച ബോക്സർ. 50-0 എന്ന റെക്കോഡ് അദ്ദേഹത്തിന്റെ പേരിലുണ്ട്. ഒരിക്കലും തോൽവിയുടെ നിഴൽ പോലും അദ്ദേഹം കണ്ടിരുന്നില്ല.

എന്തായിരുന്നു ആ വിജയരഹസ്യം? അതുല്യമായ കഴിവ്, ഉറപ്പായും. പക്ഷേ, ചെയ്യുന്ന കാര്യത്തോട് അദ്ദേഹത്തിന് അമിതമായ ഒരു ധാർമ്മികതയുണ്ടായിരുന്നു. മാത്രമല്ല, കുഞ്ഞുനാൾ മുതൽ തന്നെ അദ്ദേഹം പരിശീലനം ആരംഭിച്ചിരുന്നു.

വർഷങ്ങളായി ഞാൻ അദ്ദേഹത്തെ ശ്രദ്ധിക്കുന്നുണ്ട്. അദ്ദേഹത്തിന്റെ പണമോ കാറുകളോ അല്ല എന്നെ ആകർഷിച്ചത്. എന്റെ ജീവിതത്തിൽ പ്രാവർത്തികമാക്കാൻ കഴിയുന്ന എന്തെങ്കിലും ഉണ്ടോ എന്നറിയുന്നതിനായി ഞാൻ അദ്ദേഹത്തിന്റെ പരിശീലന വീഡിയോസ് കാണാറുണ്ട്. ഇത്രയും മികച്ച വിജയങ്ങൾ നേടിയ ആൾ, ചെയ്യുന്ന കാര്യങ്ങളിലും ശരികളുണ്ടാകണം. അതൊരിക്കലും നിരസിക്കാനാവില്ല നമുക്ക്.

കുറച്ച് വർഷങ്ങൾക്കു മുൻപ്, പ്രചാരത്തിനു വേണ്ടി മാത്രമായിരുന്നു എന്നാണ് ഞാൻ കരുതിയിരുന്നത്. മേവെതർ ഒരേ വാചകം തന്നെ ഇടയ്ക്കിടെ പറയാറുണ്ട് :

*"കഠിനാധ്വാനം. അർപ്പണബോധം."*

ഒരു ചെറുകിട സ്ഥാപനത്തിന്റെ പരസ്യവാചകം പോലെ തോന്നിയേക്കാം. ഹെവി ബാഗ്, സ്പീഡ് ബാൾ, പാഡ് എന്നിവയിൽ പരിശീലനം ചെയ്യുമ്പോഴും ഓടുമ്പോഴും അദ്ദേഹം ഈ വാചകം പറഞ്ഞുകൊണ്ടേയിരിക്കുമെന്നാണ് അദ്ദേഹം പറയുന്നത്. സ്ഥിരമായി, അതേ വാചകം തന്നെ ആവർത്തിച്ചു പറഞ്ഞിരുന്നു. ചിലപ്പോൾ ക്രമം മാറ്റി.

മേവെതറിന്റെ മന്ത്രത്തെക്കുറിച്ച് അറിഞ്ഞപ്പോൾ മുതൽ, ഞാനും സ്വന്തമായൊന്ന് ഉപയോഗിക്കാൻ തുടങ്ങി. യോഗ പിന്തുടരുന്നവർ 'സെൻ' ആവാനായി ഉപയോഗിച്ചിരുന്ന ഒന്നാണെന്നാണ് ഞാൻ കരുതിയിരുന്നത്. ഞാൻ നിലത്ത് ചമ്രം

പടഞ്ഞിരുന്ന്, "ഏ്മ്മ്മ്. ഏ്മ്മ്മ്. ഏ്മ്മ്മ്മ്" എന്ന് ഉരുവിടുമെന്ന് നിങ്ങൾക്ക് തോന്നുന്നുണ്ടോ?

## "എന്നെക്കൊണ്ട് സാധിക്കും."

അതാണെന്റെ മന്ത്രം. എന്നും രാവിലെ ഉണരുമ്പോൾ ഈ മന്ത്രം ഉരുവിടാൻ ഞാൻ പരിശീലിച്ചു. അതെന്നെ തീർത്തും ഊർജ്ജസ്വലനാക്കി. എന്നും ഉണർന്നതും, ഉടൻ പറയും, "എന്നെക്കൊണ്ട് സാധിക്കും."

പല മന്ത്രങ്ങളും ഞാൻ പരീക്ഷിച്ചു നോക്കിയിട്ടുണ്ട്. പ്രത്യേകിച്ച്, നമ്മൾ ഇടയ്ക്കിടെ ഉപയോഗിക്കാറുള്ള വാക്യങ്ങൾ. പക്ഷേ, അതൊന്നും എനിക്ക് ചേരുന്നതല്ലെന്ന് ഞാൻ മനസ്സിലാക്കി. ഞാൻ തുറന്ന വ്യക്തിത്വമുള്ള ആളാണ്. ചെറുതും ശക്തവുമായ ഒന്നാണ് ഞാൻ ഇഷ്ടപ്പെടുന്നത്. എന്നും ഉണരുമ്പോൾ മാത്രമല്ല, ജോലി ചെയ്തുതുടങ്ങുന്നതിനു മുൻപും ഞാൻ മന്ത്രം ഉരുവിടാറുണ്ട്. അല്ലെങ്കിൽ, വ്യായാമം ആരംഭിക്കുമ്പോൾ. "എന്നെക്കൊണ്ട് സാധിക്കും."

ശ്രമിച്ചു നോക്കൂ. എന്റെ കാര്യത്തിൽ ഫലപ്രദമാണിത്. കാരണം, എന്റെ മനസ്സിന് പ്രവർത്തിക്കാനുള്ള ഊർജ്ജം തരുമത്. പ്രത്യേകിച്ച്, ഏതെങ്കിലും ജീവിത സാഹചര്യത്തിൽ ഞാൻ ഭയപ്പെടുകയോ നിസ്സഹായനാവുകയോ ചെയ്താൽ, എന്റെ മാനസിക നില മാറ്റാൻ ഞാൻ ശ്രമിക്കും. കേട്ടു പഴകിയ വാചകം അല്ലേ, "എതിരിടുക തന്നെയാണ് ഏക മാർഗ്ഗം." അത് സത്യമാണെന്ന് ഞാൻ വിശ്വസിക്കുന്നു. പ്രശ്നങ്ങളെ മറികടക്കണമെങ്കിൽ, *പ്രവർത്തിക്കണം.*

## മന്ത്രം ഉപയോഗിച്ചു തുടങ്ങിയാൽ, നിങ്ങൾ വിഷമരഹിതമായ അവസ്ഥയിലേക്കെത്തും

വ്യക്തിഗത വളർച്ചയുടെ വിഷയത്തിൽ, എനിക്കേറ്റവും ഫലപ്രദമായി തോന്നിയ കാര്യങ്ങളിൽ ഒന്നാണിത്. എല്ലാവരും ഒരു മന്ത്രം ഉപയോഗിക്കണമെന്നാണ് ഞാൻ അഭിപ്രായപ്പെടുന്നത്. നിങ്ങൾ ചെയ്യേണ്ടത് ഇത്രമാത്രമാണ്, നിങ്ങളുടെ ഏകാഗ്രത വർദ്ധിപ്പിക്കുകയും മാനസികാവസ്ഥ മെച്ചപ്പെടുത്തുകയും ചെയ്യുന്ന ഒരു മന്ത്രം തിരഞ്ഞെടുക്കുക. ഇന്ന് തന്നെ ശ്രമിച്ചു നോക്കൂ.

*"പക്ഷേ, എനിക്കതിൽ വിശ്വാസമില്ല!"*

പ്രതികൂലവാദികൾ പറയും : "വെറും മൂന്ന് വാക്കുകൾ പറയുന്നതു കൊണ്ട് യഥാർത്ഥ പ്രശ്നങ്ങൾ തീരുകയില്ല." അവരോട് എനിക്ക് പറയാനുള്ളത് : പിന്നെന്താണ് സഹായിക്കുക? സ്വന്തം വിഷമങ്ങളിൽ മുങ്ങിത്താഴുന്നതോ? തളർന്നു വീഴുന്നതോ? പ്രവർത്തിക്കാതിരിക്കുന്നതോ? പരാതിപ്പെടുന്നതോ? ജീവിതത്തെ പഴിക്കുന്നതോ?

ഒരിക്കലുമല്ല. ഒരിക്കലും നടക്കാത്ത കാര്യങ്ങളെക്കുറിച്ചോർത്തു വിഷമിച്ച് സമയം കളയാനുള്ളതല്ല ജീവിതമെന്ന് നമുക്കെല്ലാവർക്കുമറിയാം. പ്രതികൂലമായി എന്തെങ്കിലും സംഭവിക്കുകയാണെങ്കിൽ, അതിനെതിരെ പ്രവർത്തിക്കുക.

# ഏകാഗ്രത എങ്ങനെ മെച്ചപ്പെടുത്താം : നിങ്ങളുടെ ഏകാഗ്രതയെ നിയന്ത്രിക്കു (സമയത്തെ അല്ല)

മറ്റു ശല്യങ്ങളൊന്നും കൂടാതെ, ഒരു ദിവസം ശരാശരി എത്ര സമയം നിങ്ങൾക്ക് ജോലി ചെയ്യാൻ സാധിക്കും? 10, 20, അല്ലെങ്കിൽ 50 മിനിറ്റ്? അത് കുറവാണെന്ന് തോന്നുന്നുണ്ടെങ്കിൽ, ജീവിതം ഒന്ന് വിശദമായി പഠിക്കു. പലർക്കും 10 മിനിറ്റിലധികം ശല്യങ്ങൾ കൂടാതെ ജോലി ചെയ്യാൻ കഴിയില്ല.

സ്വന്തം കാര്യങ്ങളിലും ജോലിയിലും ശ്രദ്ധ കേന്ദ്രീകരിക്കാനുള്ള സമയം കണ്ടെത്താനാകാത്ത വിധം നമ്മൾ മറ്റു കാര്യങ്ങളുമായി ബന്ധപ്പെട്ട് കിടക്കുകയാണ്. ചിലർക്ക് ദിവസേന നൂറ് കണക്കിന് സന്ദേശങ്ങളും അറിയിപ്പുകളും വരാറുണ്ട്. ഇവിടെ ഒരു വാട്സാപ്പ് സന്ദേശത്തിന് മറുപടി കൊടുക്കുക, അവിടെ ഒരു മെയിലിന്, ഒരു കൂട്ടുകാരനോട് സംസാരിക്കുക, സഹപ്രവർത്തകനുമായി സംസാരിക്കുക. അറിയിപ്പുകളോടും സന്ദേശങ്ങളോടും പ്രതികരിക്കുകയാണ് ഭൂരിഭാഗം ആളുകളും ദിവസവും ചെയ്യുന്നത്. മറ്റൊരു തരത്തിൽ പറഞ്ഞാൽ, മറ്റുള്ളവരാണ് നമ്മളെ നിയന്ത്രിക്കുന്നത്.

### "എങ്ങനെയാണ് എന്റെ ഏകാഗ്രത മെച്ചപ്പെടുത്തുന്നത്?" എന്ന് പലരും ചോദിക്കുന്നതിൽ അത്ഭുതപ്പെടാനില്ല

എന്റെ വാർത്താക്കുറിപ്പിന്റെ ബ്ലോഗിലേക്ക് പുതിയ ഒരു സബ്സ്ക്രൈബർ വരികയാണെങ്കിൽ, ഞാൻ അയാളുടെ വെല്ലുവിളികളെക്കുറിച്ച് ചോദിക്കും. ഉത്തരം നൽകുന്നവരിൽ സിംഹഭാഗവും പറയാറുള്ളത് ഏകാഗ്രതയെക്കുറിച്ചാണ്.

വാസ്തവത്തിൽ, കഴിഞ്ഞ വർഷം എന്റെ ബ്ലോഗിലൂടെ ഞാനൊരു സർവേ നടത്തിയിരുന്നു. 28% പേരും പറഞ്ഞത്

അവരുടെ ഏറ്റവും വലിയ വെല്ലുവിളി ഏകാഗ്രതയും സമയ ക്രമീകരണവുമായി ബന്ധപ്പെട്ടതാണെന്നാണ്. വായനക്കാർ എന്നോട് പറഞ്ഞവയിൽ നിന്നും രണ്ട് ഉദാഹരണങ്ങൾ :

- "ജീവിതത്തിലും ഉദ്യോഗത്തിലും, ഞാൻ ഏറ്റവും കൂടുതൽ വെല്ലുവിളി നേരിട്ടിരുന്നത് എന്റെ ഉദ്യമങ്ങളിൽ ശ്രദ്ധ കേന്ദ്രീകരിക്കുന്നതിലാണ്. ജോലി സമയങ്ങളിൽ, എപ്പോഴും എന്റെ ശ്രദ്ധ അനാവശ്യ കാര്യങ്ങളിലേക്ക് വ്യതിചലിച്ച് നീങ്ങാറുണ്ട്."
- "എന്റെ ഏറ്റവും വലിയ വെല്ലുവിളി : എന്തിലാണ് ശരിക്കും ശ്രദ്ധ ചെലുത്തേണ്ടതെന്ന് എങ്ങനെയാണ് മനസ്സിലാക്കുക?"

പണ്ടും എനിക്ക് ഇതേ സംശയമുണ്ടായിരുന്നു. ഞാനെന്താണ് കണ്ടെത്തിയതെന്നറിയാമോ? വ്യതിചലനങ്ങൾ 21-ാം നൂറ്റാണ്ടിൽ കണ്ടുപിടിക്കപ്പെട്ട ലോകോത്തര പ്രശ്നമൊന്നുമല്ല. അവയെപ്പോഴും നമ്മുടെ ജീവിതത്തിന്റെ ഭാഗമാണ്. സ്മാർട്ട്ഫോൺ, യൂട്യൂബ്, ഓൺലൈൻ വ്യാപാരം, ഇൻസ്റ്റാഗ്രാം, എന്നിവ പോലെ നിങ്ങളുടെ ശ്രദ്ധക്കുറവിന്റെ കാരണമായി നിങ്ങൾ പഴിക്കാറുള്ള ഒന്നുമായും അതിന് ബന്ധമില്ല. അത് മനുഷ്യസഹജമാണ്. നമ്മളെപ്പോഴും വ്യാപൃതരാവാൻ ഇഷ്ടപ്പെടുന്നു.

പാശ്ചാത്യ തത്ത്വശാസ്ത്രത്തിന്റെ ഉപജ്ഞാതാക്കളിൽ ഒരാളായ സോക്രറ്റീസ്, 2400 വർഷങ്ങൾക്കു മുൻപ് നമുക്ക് മുന്നറിയിപ്പ് നൽകിയിട്ടുണ്ട് :

*"തിരക്കിട്ട ജീവിതത്തിന്റെ വന്ധ്യത്വത്തെ സൂക്ഷിക്കുക."*

തിരക്കുപിടിച്ച ജീവിതം അത്ര നല്ല കാര്യമല്ല. കാരണം, തിരക്കും വ്യതിചലനങ്ങളും ഒന്നിനോടൊന്ന് ബന്ധപ്പെട്ടുകിടക്കുന്നു. വ്യതിചലനങ്ങൾ ആഗ്രഹിക്കുന്നില്ലേ? ഒഴിഞ്ഞുമാറി ജീവിക്കൂ. പക്ഷേ, അതല്ല ജീവിതം. മാത്രമല്ല, ആധുനിക ജീവിതശൈലി വളരെ മികച്ചതാണ്. ഏറ്റവും പ്രശസ്തരായ സമചിത്തരായ തത്ത്വചിന്തകരിൽ ഒരാളായ സെനെക, *ലെറ്റേഴ്സ് ഫ്രം എ സ്റ്റോയ്ക്ക്* എന്ന പുസ്തകത്തിൽ പറഞ്ഞിട്ടുണ്ട് :

*"പുതിയ വ്യതിചലനങ്ങൾ കടന്നുവരാത്ത സമയം എന്നൊന്ന് ഒരിക്കലുമില്ല."*

എന്നും വ്യതിചലനങ്ങളുണ്ടാകും. അതുകൊണ്ടുതന്നെ സ്വന്തം

ഏകാഗ്രതയെ നിയന്ത്രിച്ച് നിർത്താൻ പരിശീലിക്കുന്നതാണ് നല്ല ഉപായം; നിങ്ങളുടെ സമയത്തെയല്ല. കാരണം, മനുഷ്യർക്ക് സംഭവിക്കാറുള്ള ഏറ്റവും വലിയ തെറ്റാണത്. സമയത്തെ ക്രമീകരിക്കാനാകും എന്ന തെറ്റായ വിശ്വാസമാണ് നമ്മളിൽ. പക്ഷേ, സമയത്തെ നിയന്ത്രിക്കാനാവുകയില്ല. നിങ്ങൾക്ക് നിയന്ത്രിക്കാൻ കഴിയുന്ന ഒരൊറ്റ കാര്യം നിങ്ങളുടെ ഏകാഗ്രതയാണ്.

ഒന്നുകൂടെ ഓർക്കുക : ഏകാഗ്രത നിങ്ങളുടെ ജീവിത നിലവാരത്തെ സൂചിപ്പിക്കും. ശ്രദ്ധയില്ല എന്നാൽ, ഏകാഗ്രതയുടെ മേൽ നിയന്ത്രണമില്ല എന്നാണർത്ഥം. നിയന്ത്രണമില്ലെങ്കിൽ സമ്മർദ്ദവും വർദ്ധിക്കും. അത് എന്തിലേക്കാണ് നയിക്കുകയെന്ന് അറിയാമല്ലോ. ഏകാഗ്രതയെ നിയന്ത്രിക്കാൻ ആരംഭിക്കു, സമയത്തെയല്ല.

ഭാഗം 2

# ഉത്പാദനക്ഷമത മെച്ചപ്പെടുത്തുക

"മറ്റു പല കാര്യങ്ങളുംപോലെ തന്നെയാണ്, സ്മിത്ത് പറഞ്ഞു. ചെയ്യുന്ന കാര്യത്തിന്റെ ചെറിയ ഭാഗത്ത് തെറ്റ് വരുത്തു, ചെയ്യുന്നതെല്ലാം തെറ്റായി ഭവിക്കും."

—കോർമാക് മക്കാർത്തി

# സ്മാർട്ട് ഫോണുകൾ നിങ്ങൾ കരുതുന്നതിലുമപ്പുറം നിങ്ങളുടെ ഉത്പാദനക്ഷമതയെ ഹനിക്കുന്നുണ്ട്

ഈ ലേഖനം വായിക്കുവാനായി നിങ്ങളുപയോഗിക്കുന്ന ഈ വസ്തു നിങ്ങളുടെ സുഹൃത്തല്ല, വിശ്വസിക്കൂ. നിങ്ങൾ ലാപ്ടോപ്പിലൂടെയാണ് വായിക്കുന്നതെങ്കിലും, എനിക്കൊന്നേ ചോദിക്കാനുള്ളൂ : നിങ്ങളുടെ ഈ ഉപകരണം നിങ്ങൾക്ക് എത്രത്തോളം പ്രധാനപ്പെട്ടതാണ്?

കുറച്ചു മുന്നേ വിചിത്രമായ ഒരു സ്ഥിതിവിവരക്കണക്ക് വായിച്ചപ്പോൾ ഞാൻ ഞെട്ടിപ്പോയി. വുർസ്ബർഗ്, നോട്ടിങ്ഹാം ട്രെന്റ് എന്നീ സർവ്വകലാശാലകൾ നടത്തിയ പഠനത്തിലൂടെ വെളിപ്പെട്ടത്, സർവേയിൽ പങ്കെടുത്ത 37.4% പേരും പറഞ്ഞത്, തങ്ങളുടെ ഉറ്റ സുഹൃത്തുക്കളോളമോ അതിൽ കൂടുതലോ പ്രാധാന്യമർഹിക്കുന്നതാണ് തങ്ങളുടെ ഫോൺ എന്നാണ്.

വിചിത്രം തന്നെ. ശരിക്കും എന്താണിവരുടെ പ്രശ്നം? അതിൽ 29.4% പേർക്ക്, തങ്ങളുടെ മാതാപിതാക്കളോളമോ അതിൽ കൂടുതലോ ആണ് ഫോണിനോടുള്ള പ്രിയം.

അതോ എനിക്കാണോ പ്രശ്നം? ദിവസം മുഴുവനും പുസ്തകങ്ങൾ വായിക്കുകയും, വളരെ അടുപ്പമുള്ള വളരെ കുറച്ച് മാത്രം സുഹൃത്തുക്കളും ബന്ധുക്കളും മാത്രമുള്ള വെറുമൊരു പഴഞ്ചനാണോ ഞാൻ?

നോക്കൂ, ഞാൻ തമാശ പറഞ്ഞതല്ല. സ്മാർട്ട് ഫോണുകൾ അപകടകാരികളാണ്. സമ്മർദ്ദവും പിരിമുറുക്കങ്ങളും, വിഷാദരോഗം പോലും സമ്മാനിക്കുന്നതുകൊണ്ട് മാത്രമല്ല, അവ നിങ്ങളുടെ സ്വഭാവത്തെ തന്നെ മാറ്റിമറിക്കും. അഞ്ച് സെക്കന്റിൽ കൂടുതൽ ഒരു കാര്യത്തിലും ശ്രദ്ധയൂന്നാൻ കഴിയില്ലെന്ന് തോന്നുന്നു. എന്തുകൊണ്ട്? കാരണം, സ്മാർട്ട് ഫോണുകൾ സ്ഥിരമായി നമ്മുടെ ശ്രദ്ധയാകർഷിച്ചു കൊണ്ടിരിക്കുന്നു.

ആളുകൾ നിങ്ങളെ വിളിക്കുന്നതു കൊണ്ടല്ല (ആളുകൾ ഇപ്പോൾ പരസ്പരം വിളിക്കാൻ തന്നെ ഭയപ്പെടുന്നു, പക്ഷേ, അത് മറ്റൊരു വിഷയം), തീരെ അപ്രസക്തമായ കാര്യങ്ങളെക്കുറിച്ചുള്ള അറിയിപ്പുകൾ നിങ്ങൾക്ക് സ്ഥിരമായി ലഭിക്കുന്നതു കാരണമാണ്.

## സ്മാർട്ട് ഫോൺ ഉപയോഗത്തിൽ മാറ്റം വരുത്തുക

മുകളിൽ പറഞ്ഞ അതേ പഠനത്തിൽ കണ്ടെത്തിയ മറ്റൊരു കാര്യം കൂടിയുണ്ട് :

> *"ഗവേഷകർ, പങ്കെടുത്തവരോട് ഏകാഗ്രതയുമായി ബന്ധപ്പെട്ട ഒരു പരീക്ഷണത്തിൽ പങ്കുകൊള്ളാൻ പറഞ്ഞു. നാല് വ്യത്യസ്ത സാഹചര്യങ്ങളിലാണ് പരീക്ഷണം : സ്മാർട്ട് ഫോൺ കീശയിൽ ഇട്ടുകൊണ്ട്, മേശമേൽ വെച്ചുകൊണ്ട്, മേശയ്ക്കകത്ത് വെച്ചുകൊണ്ട്, മുറിയിൽ നിന്നും തന്നെ ഒഴിവാക്കിക്കൊണ്ട്."*

ഫലങ്ങൾ വളരെ പ്രാധാന്യമർഹിക്കുന്നതായിരുന്നു. സ്മാർട്ട് ഫോൺ മേശമേൽ ഉണ്ടായിരുന്നപ്പോഴായിരുന്നു ഏറ്റവും മോശം ഫലം. പക്ഷേ, ഫോണും വ്യക്തിയും തമ്മിലുള്ള ദൂരം വർദ്ധിക്കും തോറും, ഫലങ്ങൾ മികച്ചതായിത്തുടങ്ങി. മൊത്തത്തിൽ, ഫോൺ മുറിയിൽ നിന്നു തന്നെ ഒഴിവാക്കിയപ്പോൾ, 26% അധിക അനുകൂല ഫലമാണ് ലഭിച്ചത്.

അതെ, ഇത് വെറും പരീക്ഷണം മാത്രമാണ്. മാത്രമല്ല, വായിക്കുന്നതെല്ലാം വിശ്വസിക്കണമെന്ന് നിർബന്ധവുമില്ല. പക്ഷേ, എനിക്ക് ഉറപ്പ് തരാൻ കഴിയുന്ന കാര്യമാണിത്. കഴിഞ്ഞ രണ്ട് വർഷമായി, എന്റെ സ്മാർട്ട് ഫോൺ ഉപയോഗത്തിൽ ഞാൻ വലിയ മാറ്റങ്ങൾ വരുത്തിയിട്ടുണ്ട്. ഉദാഹരണത്തിന് :

- സന്ദേശങ്ങളുടെയും വിളികളുടെയും ഒഴികെ മറ്റെല്ലാത്തിന്റെയും അറിയിപ്പുകൾ ഞാൻ ഓഫ് ചെയ്തുവെച്ചു.
- ഉറ്റ സുഹൃത്തുക്കളുടെ ഗ്രൂപ്പുകൾ അല്ലാതെ മറ്റെല്ലാ ഗ്രൂപ്പുകളിൽ നിന്നും ഞാൻ പുറത്തുവന്നു.
- വാർത്താ സംബന്ധമായ ആപ്പുകളെല്ലാം ഒഴിവാക്കി (പ്രധാനപ്പെട്ട സംഭവങ്ങൾ വല്ലതുമുണ്ടെങ്കിൽ, നമുക്ക് ചുറ്റുമുള്ളവർ വഴി അറിയാൻ കഴിയുമല്ലോ).
- സംഗീതം, പത്രലേഖനം, കുറിപ്പിട്ട എഴുത്തുകാരുടെ

ലേഖനങ്ങൾ, പോഡ്കാസ്റ്റുകൾ, യൂട്യൂബ് വീഡിയോകൾ (കൂടുതലും പഠന സംബന്ധിയായ, പക്ഷേ, ഞാൻ യന്ത്രമനുഷ്യനൊന്നുമല്ലല്ലോ, അതുകൊണ്ട് ഇടയ്ക്ക് വിനോദ സംബന്ധിയായവയും), പുസ്തകങ്ങൾ, ഓഡിയോ പുസ്തകങ്ങൾ എന്നിവ മാത്രം ഉപയോഗിക്കും.

- പിന്നെ ഉപയോഗിക്കുന്നത്, സന്ദേശമയയ്ക്കാനും, വിളിക്കാനും, കുറിപ്പുകൾ സൂക്ഷിക്കാനും, ഫോട്ടോകളും വീഡിയോകളും പകർത്താനും.

മാത്രമല്ല, അറിയിപ്പുകൾക്ക് ഉടനടി മറുപടി നൽകുന്ന സ്വഭാവവും ഞാൻ നിർത്തി. എന്നെ കാര്യമറിയിക്കാൻ താൽപര്യപ്പെടുന്നവരെ വില കുറച്ചു കാണുകയല്ല അതുകൊണ്ട് അർത്ഥമാക്കുന്നത്. ഞാനെന്റെ ഫോണിന് അടിമയാകാൻ ഇഷ്ടപ്പെടുന്നില്ല, അത്രയേയുള്ളൂ. ഞാനാണ് ഫോണിനെ നിയന്ത്രിക്കുന്നത്.

നമ്മളിൽ പലർക്കും, അത് നേരെ തിരിച്ചാണ്. കഴിഞ്ഞ കാലങ്ങളിൽ, ഫേസ്ബുക്ക്, ഇൻസ്റ്റാഗ്രാം, ആപ്പിൾ, ഗൂഗിൾ എന്നിവയെല്ലാമാണ് എന്റെ മനസ്സിനെ നിയന്ത്രിച്ചിരുന്നത്. ഇപ്പോഴും തീർച്ചയായും അത് സംഭവിക്കാം. കാരണം, അതിൽ നിന്നും രക്ഷ നേടാനുള്ള ഒരേയൊരു വഴി എല്ലാം ഒഴിവാക്കി സ്വയം മാറി നിൽക്കുന്നതാണ്. അത് പ്രാവർത്തികമല്ല.

## എനിക്കെന്റെ ഫോൺ ഇഷ്ടമാണ്. പക്ഷേ, എനിക്കതിന്റെ ആവശ്യമില്ല

മുകളിൽ പറഞ്ഞതുപോലെ ഫോൺ ഉപയോഗിക്കാൻ തുടങ്ങിയ ശേഷം, ഫലങ്ങൾ വളരെ മെച്ചപ്പെട്ടു. കഴിഞ്ഞ രണ്ട് വർഷത്തിൽ, എന്നത്തെക്കാളും മികച്ച കാര്യക്ഷമതയാണ് ഞാൻ കാഴ്ചവെച്ചത്.

മാത്രമല്ല, എനിക്കിപ്പോൾ വ്യായാമത്തിനായും, കൂട്ടുകാരുമായി പങ്കിടാനും, കുടുംബവുമൊത്ത് അത്താഴം കഴിക്കാനും, പിന്നെ സുഹൃത്തുമൊത്ത് ചിലവഴിക്കാനും ദിവസേന സമയം ലഭിക്കുന്നുണ്ട്. നിങ്ങൾക്കും എനിക്കും ദിവസം ആകെയുള്ളത് 24 മണിക്കൂർ സമയം മാത്രമാണ്.

വ്യത്യാസമെന്തെന്നാൽ, ഓരോ ദിവസവും ആ 1440 മിനിറ്റുകൾ എങ്ങനെ ചെലവഴിക്കുന്നു എന്നതാണ്. സത്യം പറഞ്ഞാൽ, എന്റെ കാര്യക്ഷമത ഇനിയുമൊരുപാട് മെച്ചപ്പെടാനുണ്ടെന്നാണ് എനിക്കിപ്പോഴും തോന്നുന്നത്. ഒരാൾക്കും അതിന്റെ പാരമ്യതയിൽ

എത്താനാവുകയില്ല. ലോകത്തിലെ ഏറ്റവും കാര്യക്ഷമതയുള്ളയാൾ എന്ന പേരിനും പ്രാധാന്യമൊന്നുമില്ല.

നിങ്ങളുടെ സമയം എങ്ങനെ ചെലവഴിക്കണം എന്നുള്ളത് നിങ്ങളുടെ മാത്രം അവകാശമാണ്. പക്ഷേ, സ്മാർട്ട് ഫോൺ ഉപയോഗം എന്ന, ജീവിതത്തിലെ ഒരു അപ്രസക്ത കാര്യത്തിൽ മാത്രം മാറ്റം വരുത്തി 26% അധികം കാര്യക്ഷമത ഉണ്ടാക്കേണ്ട കാര്യമില്ല എന്ന് മാത്രം പറയരുത്.

സ്മാർട്ട് ഫോൺ ഉപയോഗിക്കരുതെന്ന് പലരും നിങ്ങളോട് പറയാതിരിക്കുന്നതിന്റെ കാരണമെന്താണെന്നറിയാമോ? അവർ നിങ്ങളിൽ നിന്നും വരുമാനമുണ്ടാക്കുന്നു. സ്മാർട്ട് ഫോണിലൂടെയാണ് തങ്ങളുടെ ബിസിനസ്സ് നടത്തുന്നതെന്ന് പറയുന്ന വ്യക്തികളും ഇതുതന്നെയാണ് ചെയ്യുന്നത്. അവരുടെ നിർമ്മിതികൾ നിങ്ങളെക്കൊണ്ട് ഉപയോഗിപ്പിക്കുക. അതെ, നിങ്ങളുടെ സ്മാർട്ട് ഫോണിലൂടെ.

അപ്പിൾ സ്ഥാപനം ഒരിക്കലും നമ്മളോട് പറയുകയില്ല : "നിങ്ങളുടെ കാര്യക്ഷമതയെ നശിപ്പിക്കുമെന്നതിനാൽ, പുതിയ ഐഫോൺ വാങ്ങരുത്." തീർച്ചയായും നേർവിപരീതമായിരിക്കും അവർ നിങ്ങളോട് പറയുക. സംശയലേശം പറയാം, കാര്യക്ഷമത വർദ്ധിപ്പിക്കുന്നതിൽ സ്മാർട്ട് ഫോണുകളും പങ്കു വഹിക്കുന്നുണ്ട്.

നിങ്ങൾ എന്റെ ലേഖനങ്ങൾ കണ്ടത് നിങ്ങളുടെ ഫോണിലൂടെയാണ്. മനോഹരം, അല്ലേ. ഒരുപാട് ലേഖനങ്ങളും പുസ്തകങ്ങളും ഞാനും വായിക്കുന്നത് ഫോണിലൂടെയാണ്. പക്ഷേ, നിങ്ങളും ഞാനും ഫോൺ ഉപയോഗിക്കുന്നത് എന്തെങ്കിലും പഠിക്കാൻ വേണ്ടിയാണ്, അതെപ്പോഴും നല്ലതാണ്.

ഫോണുകളും ആപ്പുകളും നിർമ്മിക്കുന്നവർ നമ്മളെക്കാൾ സമർത്ഥരാണ്. അവരുടെ ഏക ലക്ഷ്യം നമ്മളെ ചൂണ്ടയിൽ കോർക്കുക എന്നതാണ്. അത് മനസ്സിലാക്കുന്നത് നല്ല കാര്യമാണ്. അതുകൊണ്ടാണ് സ്മാർട്ട്ഫോണിനെ അധികം ആശ്രയിക്കരുതെന്ന് ഇടയ്ക്കിടെ ഞാൻ സ്വയം ഓർമ്മിക്കാറുള്ളത്. കാരണം, കാര്യക്ഷമതയെക്കാൾ പ്രധാനമാണ് ഏകാഗ്രത. നിങ്ങളുടെ ഏകാഗ്രത തിരിച്ചുപിടിക്കാനുള്ള സമയമായി. അതിലൂടെ നിങ്ങളുടെ ജീവിതത്തെയും. തീർച്ചയായും ഫലപ്രദമാണ്.

# പരിപൂർണ്ണതാ സിദ്ധാന്തം എങ്ങനെയാണ് നിങ്ങളുടെ ഉത്പാദനക്ഷമതയെ ഇല്ലാതാക്കുന്നത്

നിങ്ങളുടേത് നല്ലൊരു ജോലി അല്ലെന്ന് നിങ്ങളെപ്പോഴും ദുഃഖിക്കാറുണ്ടോ? നിങ്ങളുടെ ജോലിയേയും പ്രവർത്തികളേയും എന്നും സ്വയം ചോദ്യം ചെയ്യാറുണ്ടോ? തെറ്റുകൾ സമ്മതിക്കാൻ ഭയപ്പെടുന്നുണ്ടോ? അവഗണന നിങ്ങളെ തളർത്താറുണ്ടോ?

അതെ എന്നാണെങ്കിൽ, നിങ്ങൾ വലിയ അപകടത്തിലാണ്. ഞാനൊരു പൂർണ്ണതാവാദിയൊന്നുമല്ല. അല്ലെങ്കിൽ, അങ്ങനെ വിശ്വസിക്കാനാണ് ഞാൻ ശ്രമിക്കുന്നത്. നിങ്ങളും ഇതേ അവസ്ഥയിലാണെന്ന് എനിക്കറിയാം. വാസ്തവത്തിൽ, ഈ സത്യാവസ്ഥ സമ്മതിച്ചുതരാൻ മടിക്കുന്നവരാണ് ഏറ്റവും മോശം.

പക്ഷേ കാര്യമിതാണ്; നിങ്ങളൊരു പൂർണ്ണതാവാദിയാണെങ്കിൽ, മുഖംമൂടിയണിഞ്ഞ് മാറ്റിവെക്കൽ തുടരുന്ന ഒരാൾ മാത്രമാണ് നിങ്ങൾ. അലസത കാരണം ഒന്നും ചെയ്യാതിരിക്കുന്നവരിൽ നിന്നും ഒരു വ്യത്യാസവുമില്ല. ഞാൻ പറഞ്ഞതിൽ വിശ്വാസമില്ലേ? ഒന്ന് പരീക്ഷിച്ചുനോക്കാം. ഒരു പൂർണ്ണതാവാദി...

- എന്നും അനുയോജ്യമായ നിമിഷത്തിനായി കാത്തിരിക്കും.
- ഒരിക്കലും തെറ്റുകൾ വരുത്തില്ല.
- എന്നും കൂടുതൽ സമയം ആവശ്യപ്പെടും.

പക്ഷേ എല്ലാത്തിനുമുപരി, ജീവിതത്തെയും ജോലിയെയും നിർണ്ണയിക്കുന്നത് ഫലങ്ങളാണ്. ഫലങ്ങളാണ് എല്ലാം. നിങ്ങളൊരു പൂർണ്ണതാവാദിയാണെങ്കിൽ, എന്നെങ്കിലുമൊരിക്കൽ നിങ്ങൾ ലക്ഷ്യത്തിലെത്തും. പക്ഷേ ചോദ്യമിതാണ് : എന്ന്?

മാത്രമല്ല, എന്ത് വില കൊടുത്തു? പൂർണ്ണതാവാദവും വിഷാദവും കുറഞ്ഞ ആത്മാഭിമാനവുമായി വളരെ ബന്ധപ്പെട്ടുകിടക്കുന്നു എന്ന് പഠനങ്ങൾ വ്യക്തമായി തെളിയിക്കുന്നുണ്ട്.

> *"പൂർണ്ണതാവാദികൾ തന്നെയാണ് അവരുടെ തന്നെ ശത്രുക്കൾ."*
>
> —ജാക്ക് കിർബി

പൂർണ്ണതാവാദത്തിന് കൊടുക്കുന്ന വില ന്യായമാണോ? പൂർണ്ണതാവാദം മാറ്റിവെക്കലിന്റെ മറ്റൊരു രൂപമായിട്ടാണ് എനിക്ക് തോന്നിയിട്ടുള്ളത്. തെറ്റുകൾ വരുത്തുമെന്ന നിരന്തരമായ ഭയം, മനസ്സിനുള്ളിലെ സംശയങ്ങളെ വർദ്ധിപ്പിക്കും. തീരുമാനമെടുക്കലിനെ അത് സാരമായി ബാധിക്കും. രണ്ട് തരത്തിലുള്ള പൂർണ്ണതാവാദികളുണ്ട് :

1. **ഒരിക്കലും ആരംഭിക്കാത്തവർ.** എന്തെങ്കിലും നേടണമെന്നുണ്ടാകും, പക്ഷേ അതിനൊപ്പം തന്നെ സ്വയം സംശയിക്കാനും തുടങ്ങും. "എന്നെക്കൊണ്ട് കഴിയുമെന്ന് എനിക്ക് തോന്നുന്നില്ല." അതുകൊണ്ടുതന്നെ ഒരിക്കലും പ്രവർത്തനം ആരംഭിക്കുകയുമില്ല.
2. **ആരംഭിക്കും, പക്ഷേ മാനദണ്ഡങ്ങൾ വളരെ ഉയർന്നതായിരിക്കും.** ഒരു ലക്ഷ്യം നിശ്ചയിക്കും, കഠിനമായി പ്രയത്നിക്കും (ചിലപ്പോൾ അതികഠിനമായി). പക്ഷേ, മുന്നോട്ടുവെച്ച മാനദണ്ഡങ്ങൾ ഉയർന്നതായതിനാൽ, എന്നും തോൽവി ആയിരിക്കും.

രണ്ട് സന്ദർഭങ്ങളിൽ ഉണ്ടാകാൻ പോകുന്നത് ഉത്കണ്ഠ, വിഷമം, വിഷാദം, ടൈപ്പ് എ പെരുമാറ്റം എന്നിവയാണ്.

നമ്മൾ അവഗണിക്കാൻ ആഗ്രഹിക്കുന്നവയാണ് ഇവയെല്ലാം. വിഷമം, മാറ്റിവെക്കൽ, പൂർണ്ണതാവാദം എന്നിവയിൽ പഠനം നടത്തിയ ജോക്കിം സ്റ്റോബെർ, ജൂട്ടാ ജൂർമൻ എന്നിവർ എഴുതുന്നു :

> *"തെറ്റുകൾക്കും മാറ്റിവെക്കലിനും മേലുള്ള വ്യാകുലതകളുടെ കൂട്ടുകെട്ട്, വിഷമം നിയന്ത്രിക്കുന്നതിൽ വളരെ പ്രധാന പങ്കുവഹിക്കുന്ന ഒന്നാകാം. ഒരു വശത്ത്, നിലവിലുള്ള ഭീഷണികളെ കുറേ കാലത്തേക്കുകൂടി നിലനിർത്തിയേക്കാം. കാരണം, അവയ്ക്കെതിരെ നമ്മൾ പ്രവർത്തിക്കു*

*ന്നില്ല. മറ്റൊരു വശത്ത്, തുടക്കത്തിൽ തന്നെ തീർത്തേ ക്കാവുന്ന പ്രശ്നങ്ങൾക്ക് പരിഹാരം കാണാത്തതിനാൽ, നിലവിലുള്ള പ്രശ്നങ്ങൾ വലുതാവുകയും പുതിയവ ഉണ്ടാ വുകയും ചെയ്യുന്നതുമൂലം പ്രശ്നങ്ങൾ കുന്നുകൂടുന്നു. പരിഹാരം കാണാനാവാത്ത പ്രശ്നങ്ങളുടെ ഒരു കൂമ്പാര മായി അത് മാറുന്നു."*

നിസ്സഹായാവസ്ഥയാണ് ഏറ്റവും വലിയ പടുകുഴി. കാരണം, ആ അവസ്ഥയിൽ നമുക്കെന്താണ് ചെയ്യാൻ കഴിയുക? ശരിയാണ് – തോറ്റുകൊടുക്കും. നിർബന്ധിത നിസ്സഹായാവസ്ഥയെക്കുറിച്ചുള്ള (Learned Helplessness) പഠനങ്ങൾ ഒന്ന് വീക്ഷിക്കൂ.

എന്നിരുന്നാലും, പൂർണ്ണതാവാദം എല്ലായ്പ്പോഴും മോശമൊന്നു മല്ല. സത്യത്തിൽ, പൂർണ്ണതാവാദം വലിയ നേട്ടങ്ങൾക്ക് വഴി തെളിക്കുന്നുവെന്നും ചില പഠനങ്ങൾ പറയുന്നുണ്ട്. പക്ഷേ, ഇവിടെ ചോദ്യമതല്ല.

ഉയർന്ന ലക്ഷ്യങ്ങളും ഉയർന്ന മാനദണ്ഡങ്ങളും മികച്ച നേട്ടങ്ങൾക്ക് കാരണമാകും എന്നത് ഉറപ്പാണ്. പൂർണ്ണതാവാദത്തിന് നല്ല വശങ്ങളുണ്ട്, അതിൽ സംശയമില്ല. പക്ഷേ, നേട്ടങ്ങളുണ്ടാക്കു ന്നതു മാത്രമല്ല ജീവിതലക്ഷ്യമെന്ന് നമുക്കെല്ലാവർക്കുമറിയാം. നമ്മുടെ ലക്ഷ്യങ്ങളെയും അഭിലാഷങ്ങളെയും എങ്ങനെയാണ് എത്തിപ്പിടിക്കുന്നത് എന്നതിലാണ് കാര്യം.

### *"മാറ്റിവെക്കലിന്റെയും പൂർണ്ണതാവാദത്തിന്റെയും മോശം വശത്തെ എങ്ങനെയാണ് മറികടക്കുക?"*

മാറ്റിവെക്കലും പൂർണ്ണതാവാദവും തമ്മിലുള്ള ബന്ധവും, എങ്ങനെയാണവ പ്രതികൂലമായി ബാധിക്കുന്നതെന്നും നമ്മൾ ചർച്ച ചെയ്തു. പക്ഷേ, പരിഹാരമെന്താണ്? ഗോർഡൻ എൽ. ഫ്ലെറ്റും തന്റെ സഹപ്രവർത്തകരും നടത്തിയ രസകരമായ ഒരു പഠനമുണ്ട്. സ്വായത്തമാക്കിയ വിഭവസമൃദ്ധിക്ക് (Learned Resourcefulness) പൂർണ്ണതാവാദത്തിനുമേലുള്ള സ്വാധീനത്തെ ക്കുറിച്ചായിരുന്നു അത്. അവരുടെ അഭിപ്രായത്തിൽ സ്വായത്തമാക്കിയ വിഭവസമൃദ്ധിക്ക് ഒരു മധ്യസ്ഥന്റെ സ്ഥാനം വഹിക്കാനാകും. അതുകൊണ്ട് ഞാൻ ഈ വിഷയത്തിലേക്ക് ശ്രദ്ധ തിരിച്ചു. മൈക്കൾ റൊസെൻബാമിന്റെ ഒരു ലേഖനത്തിൽ നിന്നും ഞാൻ കണ്ടെടുത്തത് :

*“പിൻവാങ്ങൽ ആത്മനിയന്ത്രണത്തിനും, നവീകരണ ആത്മനിയന്ത്രണത്തിനും ആവശ്യമായ പെരുമാറ്റ രീതികളുടെ ആകെത്തുകയാണ് സ്വായത്തമാക്കിയ വിഭവസമൃദ്ധി. സമ്മർദ്ദം നിറഞ്ഞ സാഹചര്യങ്ങളിലെ ഒരാളുടെ വൈകാരികവും അവബോധപരവുമായുള്ള പ്രതികരണങ്ങളെ സ്വയം നിയന്ത്രിക്കുന്നത്, പ്രശ്നപരിഹാരങ്ങൾ കണ്ടെത്താനുള്ള കഴിവ്, ഭാവിയിലെ മികച്ചതും അർത്ഥവത്തായതുമായ പ്രതിഫലങ്ങൾക്കായി ഉടനടി ലഭിക്കുന്ന നിസ്സാര ഫലങ്ങളെ ഒഴിവാക്കൽ എന്നിവയെല്ലാം ആ ആകെത്തുകയിൽ ഉൾപ്പെടുന്നു.”*

സ്വയം നശിപ്പിക്കാതിരിക്കേണ്ട ഒരു കഴിവാണ് സ്വായത്തമാക്കിയ വിഭവസമൃദ്ധി.

**സമചിത്തത കണ്ടെത്തുക**

പൂർണ്ണതാവാദിയുടെ വിപരീതമായത് എന്താണെന്ന് നോക്കാം : മടിയൻ.

ഒരു മടിയന് ഒരുപാട് ചിന്തിക്കാനൊന്നുമില്ല. മോശമല്ല എങ്കിൽ ധാരാളം, അത്രയേയുള്ളൂ. വലിയ അഭിലാഷങ്ങളൊന്നും തന്നെ ഉണ്ടാവുകയില്ല. അത്തരം കാഴ്ചപ്പാട് നിങ്ങളെ എങ്ങുമെത്തിക്കുകയില്ല. അമേരിക്കൻ നോവലിസ്റ്റായ കോർമാക് മക്കാർത്തി പറയുന്നു :

*“മറ്റ് പല കാര്യങ്ങളും പോലെതന്നെയാണ്, സ്മിത്ത് പറഞ്ഞു. ചെയ്യുന്ന കാര്യത്തിന്റെ ചെറിയ ഭാഗത്ത് തെറ്റ് വരുത്തൂ, ചെയ്യുന്നതെല്ലാം തെറ്റായി ഭവിക്കും.”*

“എനിക്കൊരു കുഴപ്പവുമില്ല,” എന്ന കാഴ്ചപ്പാടാണ് അലസത. പക്ഷേ,

ജീവിതത്തിൽ എന്തെങ്കിലും നേടണമെങ്കിൽ, നിങ്ങൾക്ക് സാരമുണ്ടാകണം. നിങ്ങൾ ചെയ്യേണ്ടത് : പൂർണ്ണതാവാദിയുടെ ത്വരകളും അലസന്റെ കാഴ്ചപ്പാടും ഒത്തുചേരുന്ന ഇടം കണ്ടെത്തി, സ്വായത്തമാക്കിയ വിഭവസമൃദ്ധിയുമായി സംയോജിപ്പിക്കണം. അതുകൊണ്ടുതന്നെയാണ് പൂർണ്ണതാവാദത്തിനും അലസതയ്ക്കു മിടയിൽ ഒരു സന്തുലിതാവസ്ഥ കണ്ടെത്തിയത്. ഈ രീതിയിൽ :

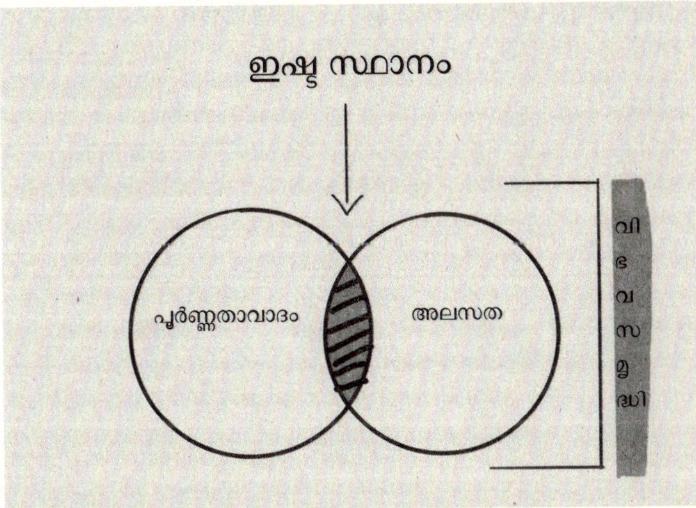


പൂർണ്ണതാവാദിയെപ്പോൽ പ്രയത്നിക്കുക, പക്ഷേ അലസനെ പോലെ ലക്ഷ്യങ്ങളിൽ മാത്രം ശ്രദ്ധയൂന്നാതിരിക്കുക. അവസാനമായി, ഇതുമായി സംയോജിപ്പിക്കുക :

- **വിഭവസമൃദ്ധി** – ലക്ഷ്യങ്ങൾ നല്ലതാണ് പക്ഷേ, അത് പ്രതികൂലമായും ഭവിച്ചേക്കാം. അതുകൊണ്ടുതന്നെ, പദ്ധതികളെ ആശ്രയിക്കുക. എന്തെങ്കിലും പ്രശ്നങ്ങൾ ഉണ്ടാകുമ്പോൾ, തീരുമാനമെടുക്കാനുള്ള കഴിവുപയോഗിച്ച് പരിഹാരം കാണുക.

എന്റെ ഇഷ്ടസ്ഥാനം അതാണ്. തെറ്റുകൾ വരുത്തുമ്പോഴും തോൽവി നേരിടുമ്പോഴും സ്വയം പഴിക്കുന്നതിനു പകരം, ഇണങ്ങുകയോ പരിഹാരം കാണുകയോ ചെയ്യുക.

- പൂർണ്ണതാവാദിയുടെ ഇഷ്ടവാചകം ഒഴിവാക്കുക : "ദൈവമേ, ജീവിതത്തിലെ ഏറ്റവും മോശം കാര്യമാണിത്!"
- അലസന്റെ ഇഷ്ടവാചകവും ഒഴിവാക്കുക : "എനിക്കൊരു കുഴപ്പവുമില്ല."
- പകരം, ഇത് പറയുക : **"എന്നെക്കൊണ്ട് സാധിക്കും."**

ശരി, എന്താണ് നിങ്ങളുടെ ഇപ്പോഴത്തെ വെല്ലുവിളി? ശരിക്കും പറഞ്ഞാൽ, ചോദിക്കേണ്ട കാര്യം പോലുമില്ല : നിങ്ങളെക്കൊണ്ട് സാധിക്കും.

# വർഷത്തിൽ 100 പുസ്തകങ്ങൾ വായിക്കുന്നതെങ്ങനെ

വായിച്ചുതീർക്കാനുള്ള പുസ്തകങ്ങളുടെ പട്ടിക വലുതാകുന്നുണ്ടോ? വായിച്ചുതീർക്കാത്ത പുസ്തകങ്ങൾ വാങ്ങിക്കൂട്ടിയിട്ടുണ്ടോ? വായിച്ചു തീർക്കാനുള്ള പുസ്തകങ്ങളുടെ എണ്ണം കുറയ്ക്കാനുള്ള സമയമാണ് ഈ വർഷം, എന്നത്തേക്കാളുമേറെ.

വിചാരിച്ചതിലും കുറവാണ് നിങ്ങൾക്ക് വായിക്കാൻ കഴിയുന്നതെങ്കിൽ, അക്കാര്യത്തിൽ നിങ്ങൾ ഒറ്റയ്ക്കല്ല. ഒരു വർഷം മുൻപ് ഞാനെന്റെ ഗുഡ്റീഡ് പേജിൽ നോക്കിയപ്പോൾ മനസ്സിലാക്കിയത്, ആകെ 5 പുസ്തകങ്ങൾ മാത്രമാണ് ഞാൻ 2014-ൽ വായിച്ചിട്ടുള്ളത്. അതെന്നെ സമ്മർദ്ദത്തിലാക്കി.

പുസ്തകങ്ങൾ എനിക്ക് ജീവനാണ്. പക്ഷേ, 2011-ൽ ബിരുദം നേടിയ ശേഷം ഓരോ വർഷം കഴിയുംതോറും ഞാൻ വായിക്കുന്ന പുസ്തകങ്ങളുടെ എണ്ണം കുറഞ്ഞു വരികയാണ്. ആഗ്രഹിച്ചത്ര വായിക്കുക എന്ന എന്റെ ആഗ്രഹത്തിന് തടസ്സം വന്നത് എന്റെ ജോലിയും ജീവിതവുമാണ്. എന്തിനാണ് വർഷത്തിൽ നൂറ് പുസ്തകങ്ങൾ വായിക്കുന്നത്? മറ്റുള്ളവരുടെ അനുഭവങ്ങളിൽ നിന്നും പഠിക്കാനാണ് നിങ്ങൾ വായിക്കുന്നത്. ഓട്ടോ വോൻ ബിസ്മാർക്ക് പറഞ്ഞ മികച്ച വാക്കുകൾ :

> *"വിഡ്ഢികൾ അനുഭവങ്ങളിൽ നിന്നും പഠിക്കുന്നു. മറ്റുള്ളവരുടെ അനുഭവങ്ങളിൽ നിന്നും പഠിക്കാനാണ് ഞാൻ ഇഷ്ടപ്പെടുന്നത്."*

നിങ്ങൾക്ക് ഈ ലോകത്ത് എന്തെങ്കിലും ആയിത്തീരണമെങ്കിൽ, അറിവുകൾ നേടണം. അറിവുകൾ നേടണമെങ്കിൽ, വായിക്കണം – ഒരുപാട്. നിങ്ങൾ ചെയ്യേണ്ടത് ഇങ്ങനെയാണ്.

## 1. മൊത്തമായി വാങ്ങുക

പുസ്തകങ്ങൾ വാങ്ങാൻ പണം വേണം, അവ വായിച്ചുതീർക്കാൻ സമയവും. ഇത് വായിക്കുന്നുണ്ടെങ്കിൽ, അവ രണ്ടും നിങ്ങൾക്കുണ്ടാകുമെന്ന് ഞാൻ കരുതുന്നു. എല്ലാവർക്കും സമയം കണ്ടെത്താൻ സാധിക്കും. പണമില്ലെങ്കിൽ, അത് സമ്പാദിക്കാനോ കരുതിവെക്കാനോ ഉള്ള വഴി കാണുക. ഡച്ച് നവോത്ഥാന നായകനായ എറാസ്മസ് ഒരിക്കൽ പറയുകയുണ്ടായി :

> *"എന്റെ കൈയിൽ കുറച്ച് പണമുണ്ടെങ്കിൽ, ഞാൻ പുസ്തകം വാങ്ങിക്കും; പിന്നെയും ബാക്കി വല്ലതുമുണ്ടെങ്കിൽ, ഞാൻ ഭക്ഷണവും വസ്തുങ്ങളും വാങ്ങിക്കും."*

പുസ്തകങ്ങൾക്കായി നിങ്ങൾ ചെലവഴിക്കുന്ന പണവും സമയവും പാഴാവുകയില്ല എന്നത് ഉറപ്പാണ്. അതിലും മികച്ച ഒരു നിക്ഷേപം മറ്റൊന്നില്ല. നിങ്ങൾ വായിക്കാതിരിക്കുമ്പോൾ മാത്രമാണ് പുസ്തകങ്ങൾക്കായി ചെലവഴിച്ച പണം പാഴാകുന്നത്.

കൂടുതൽ വായിക്കണമെങ്കിൽ, കൂടുതൽ പുസ്തകങ്ങൾ വാങ്ങണം. ചിലർക്കത് മനസ്സിലാവുകയില്ല. പുതിയ ഷൂ വാങ്ങിക്കാനായി 200 ഡോളർ ചെലവഴിക്കും. പക്ഷേ, ആമസോണിലൂടെ 20 പുസ്തകങ്ങൾ വാങ്ങുന്നത് മണ്ടത്തരമായി കരുതും.

ആശയം ലളിതമാണ്: വീട്ടിൽ ഒരുപാട് പുസ്തകങ്ങളുണ്ടെങ്കിൽ, വായിക്കാനുള്ള സാധ്യതകളും കൂടുന്നു, അത് കൂടുതൽ വായിക്കാൻ സഹായിക്കുന്നു. കാരണം, നിങ്ങൾ വായിക്കുന്ന ഓരോ പുസ്തകവും മുൻകൂട്ടി തീരുമാനിച്ചിട്ടല്ല വായിക്കാനെടുക്കുന്നത്. നിങ്ങൾ ജനുവരി മാസം ഒരിടത്തിരുന്ന് ഇങ്ങനെ ചിന്തിക്കുകയില്ല : "ജൂൺ ആദ്യ വാരം ഞാൻ ഈ പുസ്തകം വായിക്കും."

ഒരു പുസ്തകം വായിച്ചുതീർക്കും, എന്നിട്ട് നിങ്ങളുടെ പുസ്തകശേഖരത്തിൽ ഒന്നു നോക്കും, അടുത്തതായി വായിക്കേണ്ടത് തീരുമാനിക്കും. അടുത്തത് ഏത് പുസ്തകം വായിക്കണം എന്ന് ഒരുപാട് നേരം ചിന്തിച്ചിരിക്കണ്ട, കാരണം പുസ്തകങ്ങളെക്കുറിച്ചുള്ള നിരൂപണങ്ങൾ വായിച്ചു തന്നെ നിങ്ങൾ സമയം കളയും. അത് സമയം പാഴാക്കലാണ്.

ഉദാഹരണത്തിന്, നിസ്സംഗതാവാദത്തെക്കുറിച്ചുള്ള പുസ്തകങ്ങൾ വായിച്ചുതുടങ്ങാൻ ആഗ്രഹിക്കുന്നവർ എന്നോട് ചോദിക്കും : "ഞാനേതാണ് ആദ്യം വായിക്കേണ്ടത് – സെനെക, മാർക്കസ് ഔറേലിയസ്, എപിക്റ്റെറ്റസ്?" എല്ലാം വാങ്ങിക്കൂ. എല്ലാം വായിക്കൂ.

പുസ്തകങ്ങളുടെ ഒരു ശേഖരം ഉണ്ടാകുന്നത് നമ്മുടെ ചലനത്തെ ഊർജ്ജിതപ്പെടുത്തും. വായിക്കാതിരിക്കാനുള്ള ഒഴിവുകഴിവുകൾ കണ്ടെത്താനും നിങ്ങളൊരിക്കലും ശ്രമിക്കുകയില്ല.

## 2. എപ്പോഴും വായിക്കുക

*ഗ്ലെൻഗാരി ഗ്ലെൻ റോസ് : ആൾവേയ്സ് ബീ ക്ലോസിംഗ്* എന്ന നാടകം/ചലച്ചിത്രത്തിൽ *'ABC'* എന്ന വാക്യം നിങ്ങൾ കേട്ടിരിക്കും. പല സംരംഭകരും, വില്പന രംഗത്ത് ജോലി ചെയ്യുന്നവരും ഈ ആപ്തവാക്യം പിന്തുടരുന്നുണ്ട്.

എന്റെ ആപ്തവാക്യം മറ്റൊന്നാണ് : *എപ്പോഴും വായിക്കുക.* പ്രവൃത്തി ദിവസങ്ങളിൽ കുറഞ്ഞത് ഒരു മണിക്കൂർ എങ്കിലും ഞാൻ വായിക്കും. വാരാന്ത്യങ്ങളിലും ഒഴിവുദിനങ്ങളിലും അതിൽ കൂടുതലും.

നിശ്ചയിച്ച പ്രകാരവും നിങ്ങളുടെ ജീവിത സാഹചര്യങ്ങളനുസരിച്ചും വായിച്ചുതീർക്കാൻ ശ്രമിക്കുക. ക്ഷീണമോ തിരക്കുകളോ മുൻനിർത്തി ഒഴിവുകഴിവുകൾ ഉണ്ടാക്കരുത്. എപ്പോഴും വായിക്കുക എന്നാൽ :

- ട്രെയിനിൽ വായിക്കുക.
- കുഞ്ഞിന് മുലയൂട്ടുമ്പോൾ വായിക്കുക.
- ഭക്ഷണം കഴിക്കുമ്പോൾ വായിക്കുക.
- ഡോക്ടറെ കാണാൻ കാത്തിരിക്കുമ്പോൾ വായിക്കുക.
- ജോലിസ്ഥലത്ത് വായിക്കുക.
- ഏറ്റവും പ്രധാനമായി – വാർത്തകൾ കണ്ടും ദിവസത്തിൽ 113-ാം തവണ ഫേസ്ബുക്ക് നോക്കിയും മറ്റുള്ളവർ തങ്ങളുടെ സമയം പാഴാക്കുമ്പോൾ, നിങ്ങൾ വായിക്കുക.

ഇങ്ങനെ ചെയ്താൽ, വർഷത്തിൽ നൂറിലധികം പുസ്തകങ്ങൾ നിങ്ങൾക്ക് വായിക്കാനാകും. എങ്ങനെയാണെന്ന് പറയാം. പലർക്കും മണിക്കൂറിൽ 50 പേജുകൾ വായിച്ചു തീർക്കാൻ കഴിയും. ആഴ്ചയിൽ 10 മണിക്കൂർ വായിച്ചാൽ, വർഷത്തിൽ 26,000 പേജുകൾ വായിച്ചു തീർക്കാം. ഒരു ശരാശരി പുസ്തകത്തിൽ 250 പേജുകളുണ്ടാകുമെന്ന് കരുതാം. അങ്ങനെയെങ്കിൽ, വർഷത്തിൽ 104 പുസ്തകങ്ങൾ നിങ്ങൾക്ക് വായിക്കാനാകും.

ഇതുപോലെ തുടരുകയാണെങ്കിൽ, രണ്ട് ആഴ്ച വായിക്കാതിരുന്നാൽ പോലും, വർഷത്തിൽ 100 പുസ്തകങ്ങളെങ്കിലും നിങ്ങൾക്ക് വായിക്കാൻ സാധിക്കും. സമയം നിക്ഷേപിക്കുന്നതിനുള്ള മികച്ച

പ്രതിഫലമായിരിക്കുമത്. വാർത്തകൾ വായിക്കുന്നതിനായി ചെലവഴിക്കുന്ന സമയത്തിന്റെ ലാഭമെന്താണ്? എനിക്ക് കൃത്യമായി അറിയില്ല, എന്തായാലും നഷ്ടമായിരിക്കും.

## 3. ഉചിതമായ പുസ്തകങ്ങൾ മാത്രം വായിക്കുക

വളരെ നല്ല പുസ്തകമായിരിക്കുമെന്ന് സങ്കല്പിച്ച് വായിച്ച ഒരു പുസ്തകം അങ്ങനെയല്ലെന്ന തോന്നൽ ഉണ്ടായിട്ടുണ്ടോ? ഞാൻ ഒരു പുസ്തകത്തെയും അധികം മോശമായി പറയുകയില്ല. കാരണം, അതിന്റെ പിന്നിൽ എഴുത്തിനും എഡിറ്റിംഗിനുമായി ഒരുപാടുപേർ ചെലവാക്കിയ സമയമുണ്ട്.

പക്ഷേ, എല്ലാവർക്കും എല്ലാ പുസ്തകങ്ങളും ഇഷ്ടപ്പെടണമെന്നില്ല. ഏറ്റവും കൂടുതൽ വിറ്റഴിക്കപ്പെടുന്ന പുസ്തകങ്ങളിൽ ഒന്നായിരിക്കാം, പക്ഷേ നിങ്ങൾക്കതിന്റെ എഴുത്തുശൈലി ഇഷ്ടപ്പെടണമെന്നില്ല. അല്ലെങ്കിൽ പുസ്തകം വായിക്കാനുള്ള ശരിയായ സമയമായിരിക്കില്ല അത്. എന്തായാലും : വായിച്ച് മുന്നോട്ട് പോകാൻ സാധിക്കുന്നില്ലെങ്കിൽ, ആ പുസ്തകം മാറ്റിവെച്ച്, വായിക്കാൻ അത്രയും ആഗ്രഹിക്കുന്ന പുസ്തകമെടുത്ത് വായന തുടങ്ങുക.

ജീവിത സാഹചര്യങ്ങളോട് ചേർന്നുനിൽക്കുന്ന തരത്തിലുള്ള പുസ്തകങ്ങൾ വായിക്കുക. നിങ്ങൾ ചിന്തിക്കുന്ന ഏതൊരു കാര്യവുമായും ബന്ധമുള്ള ഏതെങ്കിലുമൊരു പുസ്തകം ഉണ്ടാകും. 2000 വർഷങ്ങളായി മനുഷ്യൻ പുസ്തകമെഴുതി തുടങ്ങിയിട്ട്. നിങ്ങൾ കടന്നുപോയ അതേ സാഹചര്യങ്ങളിലൂടെ കടന്നുപോയ പലരും ഉണ്ടാകാം. പോരാടുന്ന കൌമാരക്കാർ, അഭിലാഷികളായ കലാകാരന്മാർ, നഷ്ടം നേരിടുന്ന സംരംഭകർ, പുതുതായി കുഞ്ഞിന് ജന്മം നൽകിയവർ... എന്നിങ്ങനെ. തീരെ താൽപര്യമില്ലാത്ത വിഷയങ്ങളെക്കുറിച്ചുള്ള പുസ്തകങ്ങൾ വായിച്ച് സമയം കളയാതിരിക്കുക.

പകരം, നിങ്ങളുടെ ഉദ്യോഗവുമായോ നേരമ്പോക്കുകളുമായോ ബന്ധമുള്ള പുസ്തകങ്ങൾ തെരഞ്ഞെടുക്കുക. നിങ്ങൾ ആരാധിക്കുന്നവരെക്കുറിച്ചുള്ള പുസ്തകങ്ങൾ വായിക്കുക. നിങ്ങൾക്കിഷ്ടമില്ലെങ്കിൽ, മികച്ച രീതിയിൽ വില്പന നടത്തപ്പെട്ട പുസ്തകമാണെങ്കിലും, എത്ര അംഗീകരിക്കപ്പെട്ട പുസ്തകമാണെങ്കിലും വായിക്കാതിരിക്കുക.

## 4. ഒരേസമയം പല പുസ്തകങ്ങൾ വായിക്കുക

വായനയ്ക്കായി പ്രത്യേക നിയമങ്ങളൊന്നുമില്ല, അതിനാൽതന്നെ എങ്ങനെ വേണമെങ്കിലും നിങ്ങൾക്ക് വായിക്കാം. ചിലപ്പോൾ,

ഒരേ സമയം ഞാൻ അഞ്ച് പുസ്തകങ്ങൾ വായിക്കാറുണ്ട്. രാവിലെ ഒരു പുസ്തകത്തിന്റെ 50 പേജുകൾ വായിക്കും, ഉച്ചയ്ക്ക് മറ്റൊരു പുസ്തകത്തിന്റെ.

ഞാനതാണ് ഇഷ്ടപ്പെടുന്നത്. ചിലർ ഒരു പുസ്തകം മുഴുവനായും പൂർത്തിയാക്കിയ ശേഷം മാത്രമേ അടുത്തത് ആരംഭിക്കുകയുള്ളൂ.

സങ്കീർണ്ണമായ ഒരു പുസ്തകമാണ് നിങ്ങൾ വായിക്കുന്നതെങ്കിൽ, ലളിതമായ ഒരു പുസ്തകം വേണം നിങ്ങൾ സായാഹ്നങ്ങളിൽ വായിക്കുവാൻ. ഉറങ്ങുന്നതിനു മുൻപ് ജീവചരിത്രങ്ങളാണ് ഞാൻ വായിക്കാൻ ഇഷ്ടപ്പെടുന്നത്. കാരണം, അത് കഥകൾ പോലെയാണ്. കാല്പനിക കഥകളും സായാഹ്നങ്ങൾക്ക് അനുയോജ്യമാണ്.

സാമ്പത്തിക നിക്ഷേപങ്ങളെക്കുറിച്ചുള്ള പുസ്തകങ്ങൾ വായിച്ച് പേനയും മറ്റുമുപയോഗിച്ച് വാക്യങ്ങൾ കുറിച്ചിടാനായി രാത്രികൾ ഞാൻ ഉപയോഗിക്കാറില്ല. അങ്ങനെ ചെയ്താൽ, പുലർച്ചെ മൂന്ന് മണി വരെയും എന്റെ മനസ്സ് ഉണർന്നിരിക്കും. കാരണം, പുതുതായി പഠിച്ചു കൊണ്ടിരിക്കുന്ന കാര്യങ്ങൾ അതിനകത്ത് കറങ്ങി നടക്കുന്നുണ്ടാകും.

## 5. അറിവ് വച്ചുപുലർത്തുക

ഉപയോഗിക്കുമ്പോൾ മാത്രമാണ് അറിവ് ഉപകാരപ്രദമാകുന്നത്. അറിവ് വച്ചുപുലർത്തുന്നതിനായി, അതിനുപകരിക്കുന്ന ഒരു ചിട്ട ഉണ്ടാക്കണം. ഞാനിങ്ങനെയാണ് ചെയ്യാറുള്ളത് :

- ഒരു പുസ്തകം വായിക്കുമ്പോൾ, പേന ഉപയോഗിച്ച് പ്രധാനപ്പെട്ട ഭാഗങ്ങൾ അടയാളപ്പെടുത്തുക, മാർജിനിൽ കുറിപ്പുകൾ എഴുതിവെക്കുക. ഫോണിലോ മറ്റു യന്ത്രോപകരണങ്ങളിലോ ആണ് വായിക്കുന്നതെങ്കിൽ, അടയാളപ്പെടുത്തുമ്പോൾ ശ്രദ്ധിക്കുക. കാരണം, ചെറുതായി രസകരമായി തോന്നുന്ന കാര്യങ്ങൾ പോലും അടയാളപ്പെടുത്താനുള്ള പ്രവണതയുണ്ടാകും. വളരെ പ്രധാനമെന്ന് തോന്നുന്നവ മാത്രം അടയാളപ്പെടുത്തുക.
- ഓർത്തുവെക്കേണ്ട കാര്യമാണെന്ന് ഉറപ്പാണെങ്കിൽ, ആ പേജിന്റെ മുകൾ ഭാഗമോ താഴെ ഭാഗമോ അടയാളമായി മടക്കിവെക്കുക. യന്ത്രോപകരണങ്ങളിൽ വായിക്കുന്നവർ ആ പേജിന്റെ ഫോട്ടോ പകർത്തിവെച്ച് സൂക്ഷിക്കുക.
- വായന അവസാനിച്ച ശേഷം അടയാളപ്പെടുത്തിയ ഭാഗങ്ങൾ ഒന്നുകൂടെ വായിച്ച് കുറിപ്പുകൾ എഴുതിയെടുക്കുക.

- പുസ്തകത്തെക്കുറിച്ചും എഴുത്തുകാരൻ വായനക്കാരന് നൽകാനുദ്ദേശിച്ച ഉപദേശവും നിങ്ങളുടെ വാക്കുകളിൽ എഴുതിവെക്കുക. അതിനായി ആപ്പുകളോ നോട്ടുപുസ്തകമോ ഉപയോഗിക്കാവുന്നതാണ്
- മികച്ചതെന്ന് നിങ്ങൾക്ക് തോന്നുന്ന വാചകങ്ങൾ പകർത്തിയെഴുതുക

പറഞ്ഞുവരുന്നത്, പുസ്തകത്തെ പകർത്തിയെഴുതാനല്ല, മറിച്ച്, പിന്നീട് ഉപയോഗപ്രദമാകുംവിധം അതിലെ വിവരങ്ങളെ മനസ്സിലാക്കാനാണ്.

കഴിയുന്നത്ര വായിക്കുക. പക്ഷേ, വായിച്ചറിഞ്ഞ കാര്യങ്ങൾ പ്രാവർത്തികമാക്കാൻ മറക്കരുത്. കാരണം, അതാണ് പ്രധാനം. പുസ്തകം വായിക്കാനായി ഒരുപാട് മണിക്കൂറുകൾ നിങ്ങൾ ചെലവാക്കുന്നുണ്ട്, അതിൽ നിന്നും പ്രതിഫലം ലഭിക്കുന്നുണ്ടെന്നും ഉറപ്പുവരുത്തുക

# അവധിക്കാലം ആസ്വദിക്കൂ : അത് നിങ്ങളുടെ ഉത്പാദനക്ഷമതയെ ഉത്തേജിപ്പിക്കുകയും സമ്മർദ്ദത്തെ കുറയ്ക്കുകയും ചെയ്യുന്നു

മൊബൈലിൽ ചാർജ് തീരുമ്പോൾ നമ്മൾ ചാർജ് ചെയ്യുന്നു. അതുപോലെത്തന്നെ വാഹനത്തിലെ ഇന്ധനം തീരാറാകുമ്പോൾ വീണ്ടും നിറയ്ക്കുന്നു.

പക്ഷേ ചില സമയങ്ങളിൽ, നിങ്ങളുടെ ഏറ്റവും വിലപ്പെട്ട വസ്തുവിനോട് ഈ കടമ നിങ്ങൾ നിറവേറ്റാറില്ല. നിങ്ങളുടെ ശരീരം (പിന്നെ ശരീരത്തിനകത്തുള്ള തലച്ചോറ്). ഇഷ്ടപ്പെട്ട കാര്യങ്ങൾ ചെയ്യുമ്പോഴും, ഓരോ ജോലികൾ മാറിമാറി ചെയ്യുമ്പോഴും, ഇഷ്ടമല്ലാത്ത ജോലി ചെയ്യുമ്പോഴുമെല്ലാം നിങ്ങൾ അദ്ധ്വാനിക്കുകയാണ്. 'ജീവിക്കുക' എന്നതും ഒരു ജോലിയാണ്. സത്യം പറഞ്ഞാൽ, വളരെ കഠിനമായ ജോലി.

രാവിലെ ഉറങ്ങിയെഴുന്നേൽക്കുന്നതുപോലും ദുഷ്കരമായ കാര്യമാണ്. നമ്മുടെ മറ്റു കടമകളെക്കുറിച്ചുപോലുമല്ല ഞാൻ പറഞ്ഞത്. പിന്നെയും എന്തിനാണ് അവധിക്കാലമെടുക്കാതെയും ഊർജ്ജസ്വലമാകാതെയും ജീവിതത്തെ കൂടുതൽ വെല്ലുവിളി നിറഞ്ഞതാക്കുന്നത്? പ്രവർത്തികളാൽ നിറഞ്ഞ വാരാന്ത്യങ്ങളെയോ വിശ്രമിക്കുന്നതിനെക്കാൾ കൂടുതൽ ജോലി ചെയ്യുന്ന അവധി ദിവസങ്ങളെയോ കുറിച്ചല്ല ഞാൻ പറഞ്ഞുവരുന്നത്.

ഇല്ല, അത്തരത്തിലുള്ള 'ഒഴിവു സമയങ്ങൾ' ഗുണം ചെയ്യുകയില്ല. ഞാൻ പറഞ്ഞുവരുന്നത്, വളരെ കൃത്യമായ ഒരു കാരണത്തിനു വേണ്ടി ഒഴിവുസമയം ഉപയോഗിക്കുന്നതിനെക്കുറിച്ചാണ് : കഠിനാദ്ധ്വാനം തുടരുന്നതിനായി നിങ്ങളിലെ ഊർജ്ജസ്വലത

വീണ്ടെടുക്കാൻ. എന്റെ അഭിപ്രായത്തിൽ, കഠിനാദ്ധ്വാനമാണ് ജീവിതത്തിൽ പ്രധാനം. വോൾടയർ വ്യക്തമായി പറഞ്ഞിട്ടുണ്ട് :

> *"പ്രായം ചെല്ലുംതോറും, ജോലി അത്യാവശ്യമാണെന്ന് എനിക്ക് മനസ്സിലായി. ദീർഘകാലത്തിൽ ലഭിക്കുന്ന ആനന്ദങ്ങളിൽ ഏറ്റവും മികച്ചതായി മാറുന്ന ഒന്നാണത്; ജീവിതത്തിലെ മിഥ്യകളെ മാറ്റി ആ സ്ഥാനം പിടിക്കും."*

## വിശ്രമം സമ്മർദ്ദം കുറയ്ക്കും. സർഗ്ഗശക്തിയെയും കാര്യക്ഷമതയെയും മെച്ചപ്പെടുത്തും.

അവധിക്കാലം ജോലിയിലെ സമ്മർദ്ദങ്ങളെയും പിരിമുറുക്കങ്ങളെയും കുറയ്ക്കുമെന്ന് ശാസ്ത്രീയ പഠനങ്ങൾ തെളിയിച്ചിട്ടുണ്ട്. കുറച്ച് ദിവസം അവധിയെടുക്കുന്നത് വളരെ ഗുണകരമല്ലേ. പക്ഷേ, ഇനിയുമുണ്ട് ഗുണങ്ങൾ. കാര്യക്ഷമതയുടെ കാര്യത്തിൽ എനിക്കുള്ള താൽപര്യം നിങ്ങൾക്കറിയാവുന്നതാണ്. വിശ്രമവേളയുടെയും അവധിക്കാലത്തിന്റെയും കാര്യം വരുമ്പോൾ, എന്റെ ചോദ്യമിതാണ് :

> *തിരിച്ച് വന്ന ശേഷം എനിക്ക് കൂടുതൽ ജോലി ചെയ്തുതീർക്കാനാകുമോ? കഴിയും എന്നാണ് ഉത്തരം. പക്ഷേ, പ്രധാനപ്പെട്ട ഒരു കാര്യം കൂടെ മനസ്സിലാക്കണം.*

പക്ഷേ, അതിനു മുൻപായി ഒരു കാര്യം : കൂടുതൽ ചെയ്തുതീർക്കുക എന്നതുകൊണ്ട് എന്താണ് ഉദ്ദേശിക്കുന്നത്? കാര്യങ്ങൾ ചെയ്തു തീർക്കുക എന്ന കാര്യത്തിൽ എനിക്കു വലിയ താൽപര്യമില്ല. കൂടുതൽ നേരം ജോലി ചെയ്തുകൊണ്ട്, കൂടുതൽ കാര്യങ്ങൾ ചെയ്തുതീർക്കാമെന്ന് അർത്ഥമാകുന്നുമില്ല.

വാസ്തവത്തിൽ, കൂടുതൽ നേരം ജോലി ചെയ്യുന്നത് കാര്യക്ഷമത കുറയ്ക്കുമെന്നാണ് പഠനങ്ങൾ പറയുന്നത്. എന്തുകൊണ്ടാണത്? കൂടുതൽ സമയം ലഭിക്കുമ്പോൾ അത് പാഴാക്കലാണ് പൊതുവെ നമ്മൾ ചെയ്യാറുള്ളത്. ലളിതമായി പറയാം : ഒരു ലേഖനം എഴുതിത്തയ്യാറാക്കാനായി ഞാൻ നിങ്ങൾക്ക് ഒരു വർഷം സമയം തരികയാണെന്ന് കരുതുക. നിങ്ങളെന്തു ചെയ്യും? മാറ്റിവെയ്ക്കും, അല്ലേ?

അതേ സമയം, രണ്ട് മണിക്കൂർ സമയം മാത്രമാണ് ഞാൻ നിങ്ങൾക്ക് നൽകുന്നതെങ്കിലോ? നിങ്ങൾ ഉടൻ ചിന്തിക്കും, എത്രയും വേഗം എങ്ങനെ എഴുതാമെന്ന് നിങ്ങൾ ചിന്തിക്കും! അതുകൊണ്ട്,

ഒരു തരത്തിൽ, കൂടുതൽ അവധി ദിനങ്ങളും കുറച്ച് ജോലി ദിവസങ്ങളുമാണ് ലഭിക്കുന്നതെങ്കിൽ, കിട്ടുന്ന സമയം എത്രത്തോളം കാര്യക്ഷമമായി പ്രവർത്തിക്കാമെന്ന് ചിന്തിക്കാൻ നിങ്ങൾ നിർബന്ധിതനാകും. അവധിക്കാലമല്ല നിങ്ങളുടെ കാര്യക്ഷമത വർദ്ധിപ്പിക്കുന്നത്, പക്ഷേ ഒഴിവു ദിനങ്ങൾ കൂടുംതോറും, കുറഞ്ഞ സമയം കൊണ്ട് കൂടുതൽ കാര്യങ്ങൾ ചെയ്തുതീർക്കാനുള്ള ശക്തമായ ത്വര നിങ്ങളിലുണ്ടാകും എന്നാണ് പഠനങ്ങൾ ചൂണ്ടിക്കാട്ടുന്നത്.

അപ്പോൾ അവിടെ ആരും തോൽക്കുന്നില്ല: നിങ്ങൾ, നിങ്ങളുടെ ബിസിനസ്സ്, അല്ലെങ്കിൽ ജോലി. എല്ലാം വിജയിക്കുകയാണ്. കുറച്ചു ദിവസങ്ങൾ അവധിയെടുക്കുക, ഊർജ്ജം വീണ്ടെടുക്കുക, കുടുംബവുമായും സുഹൃത്തുക്കളുമായും സമയം ചെലവിടുക. പിന്നെ തിരികെ വന്ന ശേഷം നിങ്ങൾ കൂടുതൽ കാര്യക്ഷമമായി ജോലി ചെയ്യും. നല്ല പദ്ധതി, അല്ലേ. ഒരു നിമിഷം, ഒരു മുന്നറിയിപ്പു കൂടി തന്നേക്കാം. നിങ്ങളുടെ അവധിക്കാലം സമ്മർദ്ദം നിറഞ്ഞതാണെങ്കിൽ, അനുകൂലമായ ഒരു ഫലവും പ്രതീക്ഷിക്കണ്ട. നാഷണൽ ലംപൂണിന്റെ *വെക്കേഷൻ വിത്ത് ഷെവി ചേസ്* എന്ന പരിപാടി കണ്ടിട്ടുണ്ടോ? അതുപോലെയായിരുന്നു എന്റെ കുടുംബത്തോടൊപ്പമുള്ള അവധി ദിവസങ്ങൾ, അത്ര നല്ലതായിരുന്നില്ല.

ഒഴിവുദിവസങ്ങളിൽ സമ്മർദ്ദങ്ങൾ പരമാവധി കുറയ്ക്കാൻ ശ്രമിക്കുക. അല്ലെങ്കിൽ, വിശ്രമിക്കാനും ഊർജ്ജം വീണ്ടെടുക്കാനുമുള്ള നല്ലൊരു അവസരം നിങ്ങൾ പാഴാക്കുകയായിരിക്കും. നിങ്ങൾക്ക് ഉപകാരപ്പെട്ടേക്കാവുന്ന ചില പൊടിക്കൈകൾ പറഞ്ഞുതരാം.

### *1. നിങ്ങളൊരു ആസൂത്രകൻ ആണെങ്കിൽ, പദ്ധതി തയ്യാറാക്കൂ*

എന്റെ ഒരു സുഹൃത്തിന് പദ്ധതികൾ തയ്യാറാക്കാൻ വളരെ ഇഷ്ടമാണ്. അവധിക്കാല യാത്രകൾ വിശദമായി ആസൂത്രണം ചെയ്യാനും ഓരോ ദിവസത്തെയും പരിപാടികളുടെ കൃത്യമായ പദ്ധതി തയ്യാറാക്കാനും അവനിഷ്ടമാണ്. ഞാൻ നേരെ വിപരീതമാണ്.

കുറച്ചു വർഷങ്ങൾക്കു മുൻപ് ഞങ്ങളൊരുമിച്ചൊരു യാത്ര പോകുമ്പോൾ അവൻ പറഞ്ഞു, "ഞാൻ നിങ്ങളുടെ ശൈലി പകർത്താൻ പോവുകയാണ്, കാലത്തിനൊപ്പം ഒഴുകിനടക്കുക." ഞാൻ പറഞ്ഞു, "നന്നായി."

ആദ്യ ദിവസം, ഞാൻ രാവിലെ 10 മണിക്കാണ് ഉറക്കമുണർന്നത്. അവൻ നേരത്തെ എഴുന്നേറ്റു. പക്ഷേ, അന്നത്തേക്ക് ഒരു പദ്ധതി ഇല്ലാത്തതിനാൽ അവൻ അസ്വസ്ഥനായി. അന്നത്തെ പ്രഭാതം മുഴുവനും ഒരു പദ്ധതി രൂപപ്പെടുത്താനായി അവൻ ചെലവഴിച്ചു.

മറ്റൊരാളാകാൻ ശ്രമിക്കരുത്. അവധിക്കാല ദിനങ്ങളിലെ പ്രവർത്തികളെ ക്രമീകരിക്കാനാണ് ഇഷ്ടമെങ്കിൽ, അത് ചെയ്യൂ. പക്ഷേ, കുറച്ച് അയവ് വരുത്താനും ശ്രമിക്കണം, കാരണം, അവധിക്കാലമാണ്.

## *2. എന്നും ഒരു വീഡിയോ ചിത്രീകരിക്കൂ*

സർഗ്ഗാത്മകമായ ഒന്നാണത്, പിൽക്കാലത്തേക്ക് നല്ലൊരു ഓർമ്മ കൂടിയാണത്. മാത്രമല്ല, ചിത്രീകരിക്കുമ്പോഴുള്ള ഏകാഗ്രത ഒരു കാര്യത്തിലേക്ക് ശ്രദ്ധിക്കാൻ നിങ്ങളെ നിർബന്ധിതനാക്കും. അതിലൂടെ, നിങ്ങൾ ആ നിമിഷത്തിൽ ശ്രദ്ധ കേന്ദ്രീകരിക്കുകയും, വീട്ടിലെയും മറ്റുമുള്ള കാര്യങ്ങളെക്കുറിച്ച് ഓർത്ത് വിഷമിക്കുകയുമില്ല.

എന്നു കരുതി ദിവസം മുഴുവനും ചിത്രീകരിക്കാൻ നിൽക്കരുത്. പിന്നെ മറ്റൊന്നും ശ്രദ്ധിക്കാനാകില്ല.

ഒരു സ്മാർട്ട് ഫോൺ മാത്രമാണ് നിങ്ങൾക്കാവശ്യം. ചിത്രീകരണവും എഡിറ്റിംഗുമെല്ലാം അതിൽതന്നെ ചെയ്യൂ. കുറച്ചുകൂടെ നല്ല വീഡിയോ ആണ് ഉദ്ദേശിക്കുന്നതെങ്കിൽ, നല്ലൊരു ക്യാമറയും ലാപ്ടോപ്പും കൂടെ കരുതൂ.

## *3. ഒരുപാട് വായിക്കുക*

ബിൽ ഗേറ്റ്സ് തന്റെ വായനാശീലത്തോടുള്ള അഭിനിവേശത്തിന് പ്രശസ്തനാണ്. അദ്ദേഹത്തിന്റെ 'തിങ്ക് വീക്ക്' എന്ന ശീലവും പ്രസിദ്ധമാണ്. ആ സമയം വായനയും ചിന്തകളുമല്ലാതെ മറ്റൊന്നും ചെയ്യുകയില്ല അദ്ദേഹം.

ഈ വേനൽക്കാലത്ത് അദ്ദേഹം വായിക്കുന്ന അഞ്ച് പുസ്തകങ്ങളുടെ ഒരു ലേഖനം ഈയിടെ അദ്ദേഹം പുറത്തിറക്കി. പ്രചോദനമാണ് നിങ്ങൾക്കാവശ്യമെങ്കിൽ, അതൊന്ന് വായിച്ചുനോക്കൂ.

അവധിദിവസങ്ങളിൽ മണിക്കൂറുകളോളം വായിക്കാൻ എനിക്കിഷ്ടമാണ്. വായന, സമയത്തെ മന്ദഗതിയിലാക്കും, ചിന്തിക്കാൻ പ്രേരിപ്പിക്കും, തലച്ചോറിനും ഗുണം ചെയ്യും.

### 4. മടുപ്പ് അനുഭവിക്കു

പുതിയ ആശയങ്ങൾ കണ്ടെത്താനുള്ള എന്റെ പ്രിയപ്പെട്ട മാർഗ്ഗങ്ങളിലൊന്നാണ് മടുപ്പ് തോന്നിക്കുന്നത്. കേൾക്കുമ്പോൾ എളുപ്പമായി തോന്നാം, പക്ഷേ മറ്റു വ്യതിചലനങ്ങൾ അതിന് സമ്മതിക്കില്ല.

കഴിഞ്ഞ കാലങ്ങളിൽ, മടുക്കാതിരിക്കാൻ ഞാൻ പല വഴികളും കണ്ടെത്താൻ ശ്രമിച്ചിരുന്നു : ടി.വി. കാണുക, പുറത്തു പോകുക, ഫേസ്ബുക്ക് നോക്കുക അങ്ങനെ പലതും. പക്ഷേ, മടുപ്പിനെ നിങ്ങൾക്കനുകൂലമാക്കാൻ കഴിയുമെന്ന കാര്യം നിങ്ങൾക്കറിയാമോ?

മറ്റു കാര്യങ്ങളിലേക്ക് ശ്രദ്ധ വ്യതിചലിപ്പിക്കാതെ മടുപ്പ് നിങ്ങളെ എങ്ങോട്ടാണ് നയിക്കുന്നതെന്ന് കണ്ടെത്തു. സത്യത്തിൽ, എന്റെ എക്കാലത്തെയും പ്രിയപ്പെട്ട കലാകാരന്മാരിൽ ഒരാളായ ആൻഡി വാറോൾ മടുപ്പിനെ അംഗീകരിച്ചിരുന്നു. അദ്ദേഹം ചെയ്തു മടുപ്പിക്കുന്ന സിനിമകളിൽ നിന്നും, മടുപ്പനുഭവിക്കുന്നതിനെ ക്കുറിച്ച് അദ്ദേഹം എഴുതിയ *ദി ഫിലോസഫി ഓഫ് ആൻഡി വാറോൾ* എന്നതിലുള്ള പരാമർശങ്ങളിൽ നിന്നും നിങ്ങൾക്കത് കാണാൻ സാധിക്കും.

പുതിയൊരു ആശയം ഉദിക്കുമ്പോൾ, ഞാൻ ഒന്നും ചെയ്യുകയില്ല. ശരിക്കും, ഒന്നും ചെയ്യില്ല. നിങ്ങളും ശ്രമിച്ചു നോക്കു. നല്ലൊരു ബുദ്ധിയാണത്; നിങ്ങളുടെ മേഖലയിലെ അടുത്ത മികച്ച ആശയം നിങ്ങളുടേതായിരിക്കാം.

അവധിയെടുക്കാനായി നല്ല നേരം നോക്കിയിരിക്കരുത്.

- "ഈ ഒരു കാര്യം ചെയ്തുതീർത്തിട്ടാവാം."
- "എന്റെ മേലുദ്യോഗസ്ഥൻ സമ്മതിക്കുകയില്ല."
- "ഞാനൊരു മടിയനാണെന്ന് ആളുകൾ കരുതും."
- "എനിക്ക് സമയമില്ല."
- "പണം ഒരിക്കലും ഉറങ്ങുകയില്ല."

ശരിയാണ്, ഞാനും ഇത്തരം സാഹചര്യങ്ങളിലൂടെ കടന്നു പോയിട്ടുണ്ട്. പക്ഷേ, വിശ്രമിക്കാതെ ജോലി ചെയ്തു തളർന്നു പോയാലോ? അതോ ക്ഷീണിക്കുന്നതിനു മുൻപായി വിശ്രമിക്കുന്നതാണോ നല്ലത്? അതെ, ജീവിതം ദൈർഘ്യമേറിയതാണ്. അതിനനുസരിച്ച് ജീവിക്കു. ഈയൊരു ഉപദേശത്തോടെ, ഞാൻ

വിശ്രമിക്കാൻ പോകുന്നു. ക്ഷീണമുണ്ടായിട്ടൊന്നുമല്ല, പക്ഷേ വിശ്രമത്തിനുള്ള സമയമായി. ആഗസ്റ്റ് ഒന്നാം തീയതി പുതിയൊരു ലേഖനവുമായി വീണ്ടും കാണാം. അതുവരെ, സുഖമായി ഇരിക്കൂ. കാരണം, ഞാനും അങ്ങനെ തന്നെയാണ് ചെയ്യാൻ പോകുന്നത്.

അടിക്കുറിപ്പ് : ഒരുപാട് വർഷങ്ങൾ, എനിക്ക് ഒരു അവധിക്കാലയാത്ര ചെയ്യാനുള്ള സമ്പാദ്യമുണ്ടായിരുന്നില്ല. നിങ്ങളും അതേ അവസ്ഥയിലാണെങ്കിൽ, അവധിക്കാലം വീട്ടിൽ തന്നെ ആസ്വദിക്കൂ. മുകളിൽ കൊടുത്ത നിർദ്ദേശങ്ങളെല്ലാം അപ്പോഴും ബാധകമാണ്.

# അനാവശ്യ ബ്രൗസിംഗ് ഒഴിവാക്കൂ

കാര്യക്ഷമമായി പ്രവർത്തിച്ചില്ലെന്നോ ഒന്നും തന്നെ ചെയ്തില്ലെന്നോ തോന്നുന്ന ദിവസങ്ങൾ നമുക്കെല്ലാം ഉണ്ടായിട്ടുണ്ടാകും. അത്തരം ചിന്തകൾ വന്നിട്ടുണ്ടെങ്കിൽ, അതിനുള്ള കാരണം, ഒരേ സമയം ഒന്നിൽ കൂടുതൽ പ്രവർത്തികൾ ചെയ്യുന്നതോ മറ്റു തടസ്സങ്ങളോ നിങ്ങളുടെ ഊർജ്ജം പാഴാക്കിയിട്ടുണ്ടാകും.

ഒരേ സമയം ഒന്നിൽ കൂടുതൽ കാര്യങ്ങളിൽ ഏർപ്പെടുമ്പോൾ, നിങ്ങൾ വിവിധ സാഹചര്യങ്ങളിൽ പങ്കുകൊള്ളുകയാണ്. ഉദാഹരണത്തിന്, മീറ്റിംഗിനിടയിൽ മെയിൽ അയക്കുക, സുഹൃത്തുമായി സന്ദേശങ്ങൾ കൈമാറുക. ഇർവിനിലുള്ള യൂണിവേഴ്സിറ്റി ഓഫ് കാലിഫോർണിയയിലെ ഗ്ലോറിയ മാർക്ക് നടത്തിയ പഠനത്തിൽ പറയുന്നു, ഒരു തടസ്സം വന്നുകഴിഞ്ഞാൽ ശരാശരി 25 മിനിറ്റുകൾ വേണ്ടിവരും ചെയ്തുകൊണ്ടിരുന്ന ജോലിയിലേക്ക് തിരികെ വരാൻ. നമ്മൾ ഒന്നിൽ കൂടുതൽ തടസ്സങ്ങൾ നേരിടുന്നതിനാൽ, ആ സമയം കൂടുന്നു. അത് മനസ്സിലാക്കുന്നതിനു മുൻപുതന്നെ, അന്നത്തെ ദിവസം പാഴായിക്കഴിഞ്ഞതായി തോന്നും.

സ്റ്റാൻഫോർഡ് യൂണിവേഴ്സിറ്റിയിലെ സാമൂഹ്യശാസ്ത്രജ്ഞനായ ക്ലിഫോർഡ് നാസ്സ് ഒരേ സമയം പല ജോലികൾ ചെയ്യുന്നതിന്റെ സ്വാധീനത്തെക്കുറിച്ച് പഠനം നടത്തിയിരുന്നു. അപ്രസക്തമായ കാര്യങ്ങളെ ക്ഷണിച്ചുവരുത്തുന്നവർ എന്നാണ് അങ്ങനെ ചെയ്യുന്ന വരെക്കുറിച്ച് അദ്ദേഹം പറയുന്നത്. നമ്മളെ അടിമപ്പെടുത്തുന്ന മുന്നറിയിപ്പുകളാണ് നമ്മുടെ ശ്രദ്ധ വ്യതിചലിപ്പിക്കുന്നത്, അതുകൊണ്ടാണ് നമ്മൾ പല കാര്യങ്ങളിൽ ഒരേ സമയം ഏർപ്പെടാൻ നിർബന്ധിതരാകുന്നത്.

നമ്മുടെ ആത്മനിയന്ത്രണം നഷ്ടപ്പെടുന്നു : ആർക്കാണ് അല്ലെങ്കിൽ എന്തിനാണ് നമ്മുടെ ശ്രദ്ധ വേണ്ടതെന്ന് നോക്കാതിരിക്കാൻ പറ്റുന്നില്ല നമുക്ക്. ഓരോ തവണ മൊബൈലിൽ നിന്നും

മുന്നറിയിപ്പ് വരുമ്പോഴും, ഡോപ്പമിൻ പുറത്തുവിടുന്നതുപോലുള്ള ഒരു ത്വരയാണ് നമ്മളിൽ ഉണ്ടാകുന്നത്.

ശരീരത്തിലെ സന്തോഷം ഉണ്ടാക്കുന്ന ഒരു രാസവസ്തുവാണ് ഡോപ്പമിൻ. തലച്ചോറിനകത്ത് 'ആനന്ദം' നിയന്ത്രിക്കുന്നതും, നിങ്ങളെ സന്തോഷിപ്പിക്കുന്നതും അതാണ്. സന്തോഷം എന്ന വികാരം അടിമപ്പെടുത്തുന്ന ഒന്നാണ്. ഡോപ്പമിൻ ഉത്പാദനം ഊർജ്ജിതപ്പെടുത്താനുള്ള പെരുമാറ്റങ്ങളെ അന്വേഷിക്കാൻ നമ്മളെയത് നിർബന്ധിക്കുന്നു. ഭക്ഷണം, കാമം, മയക്കുമരുന്ന്, എന്നിവയുടെ കൂട്ടത്തിൽ മൊബൈൽ സ്ക്രീനിൽ തെളിയുന്ന മുന്നറിയിപ്പും ഉൾപ്പെടും.

ഡോപ്പമിൻ നമ്മളിൽ ഒരു ത്വര ഉണ്ടാക്കുമെങ്കിലും, നമ്മളെ തളർത്തുന്ന ഒന്നാണത്. അതുകൊണ്ടാണ് കാര്യമായി ഒന്നും ചെയ്തില്ലെങ്കിലും, ദിനാന്ത്യത്തിൽ നിങ്ങൾക്ക് ക്ഷീണം തോന്നുന്നത്. അപകടകരമായ ഒരു പ്രവൃത്തിയാണത്, നിർത്തേണ്ട സമയമായി.

## പരിഹാരം : ബ്രൗസിംഗ് ഒഴിവാക്കുക

സ്വന്തം ദിവസത്തെ നിയന്ത്രിക്കുന്നതുപോലെ തന്നെ എളുപ്പമുള്ളതാക്കാം കാര്യക്ഷമമായി പ്രവർത്തിക്കുന്നതും. നിങ്ങളുടെ പ്രവർത്തനക്ഷമതയെ ഏറ്റവും കൂടുതൽ ഹനിക്കുന്നത് *ബ്രൗസിംഗ്* ആണ്. ശരിക്കും ഇല്ലാതാക്കുകയാണ്. ബ്രൗസിംഗ് ചെയ്യുമ്പോൾ പെട്ടെന്ന് സമയം പോകുന്നത് നിങ്ങൾ ശ്രദ്ധിച്ചിട്ടുണ്ടാകും. "എന്ത്? കഴിഞ്ഞ രണ്ട് മണിക്കൂറായിട്ട് ഞാൻ ഒന്നും ചെയ്തിട്ടില്ലേ?" അതെ, ഇതുതന്നെയാണ് ജോലിയിലും സംഭവിക്കുന്നത്. നിങ്ങളുടെ ശ്രദ്ധയെയും സമയത്തെയും അപഹരിക്കുന്നു. പ്രധാനമെന്തെന്നാൽ : *സമയത്തെ ഉപയോഗപ്രദമാക്കും വിധം* പ്രവർത്തിക്കൂ. സ്വന്തം സമയത്തെക്കുറിച്ച് ബോധവാനായിരിക്കുക. ജീവിതനിലവാരം ഉയർത്താൻ സഹായിക്കുംവിധം സമയത്തെ പ്രയോജനപ്പെടുത്തൂ.

# നിങ്ങളുടെ ഉത്പാദനക്ഷമതയെ എന്നത്തേക്കാളുമേറെ മെച്ചപ്പെടുത്താൻ സഹായിക്കുന്ന 20 കാര്യങ്ങൾ

കഴിഞ്ഞ മൂന്ന് വർഷങ്ങൾ, എനിക്ക് വളരെ മികച്ചതായിരുന്നു. എന്നത്തേക്കാളും കാര്യക്ഷമമായി പ്രവർത്തിച്ച്, പുതിയ ഇടത്തേക്ക് ചേക്കേറി, ഒരു വീടും ഓഫീസ് കെട്ടിടവും വാങ്ങി, കുടുംബത്തോടും സുഹൃത്തുക്കളോടുമൊപ്പം ഒരുപാട് സമയം ചെലവിട്ടു, ആരോഗ്യകരമായ ജീവിതശൈലി പിന്തുടർന്നു, ആഴ്ചയിൽ കുറഞ്ഞത് നാല് തവണയെങ്കിലും സ്ഥിരമായി വ്യായാമം ചെയ്തു.

നിങ്ങളുടെ കാര്യക്ഷമതയെ സ്വാധീനിക്കുന്ന ഒരുപാട് കാര്യങ്ങളുണ്ട്. ഉപകരണങ്ങൾ, ആപ്പുകൾ, അല്ലെങ്കിൽ എളുപ്പ വഴികൾ എന്നിവയൊന്നും, നിങ്ങളുടെ മാനസികാവസ്ഥ നല്ലതല്ലെങ്കിൽ ഗുണം ചെയ്യുകയില്ല. കാരണം, പ്രവർത്തനക്ഷമത എന്നത് ഒരു ജീവിതരീതിയാണ്. എന്നുവെച്ചാൽ, പരമാവധി ഫലമുണ്ടാക്കുക, കാര്യങ്ങൾ ചെയ്തുതീർക്കുക, സമയം പാഴാക്കാതിരിക്കുക. എന്റെ അഭിപ്രായത്തിൽ, ഫലങ്ങളും സന്തോഷവും പരസ്പരപൂരകങ്ങളാണ്; ഒന്നും ചെയ്യാതിരിക്കുന്നത് ദൈന്യതയും.

എന്റെ കാര്യക്ഷമതയെ എന്നത്തേക്കാളും മികച്ചതാക്കാൻ സഹായിച്ച, കഴിഞ്ഞ മൂന്ന് വർഷങ്ങളിൽ ഞാൻ ചെയ്ത 20 കാര്യങ്ങൾ നിങ്ങളുമായി പങ്കുവെക്കാൻ ആഗ്രഹിക്കുന്നു (ക്രമം എങ്ങനെയായാലും കുഴപ്പമില്ല).

1. **എപ്പോഴും പെട്ടെന്ന് കാര്യത്തിലേക്ക് കടക്കുക**

   ജീവിതത്തിലെ എല്ലാ കാര്യങ്ങളിലും അപ്രസക്തമായ ഭാഗങ്ങളുണ്ടാകും, പ്രസക്തമായവയും ഉണ്ടാകും. അനാവശ്യ സംഭാഷണങ്ങൾ, സമയംകൊല്ലികൾ, കാലതാമസമുണ്ടാക്കലുകൾ, കാത്തുനിക്കൽ, പ്രതികരിക്കാനുള്ള മടി,

ഇവയെല്ലാം ഉപയോഗശൂന്യമാണ്. കാര്യങ്ങൾ ചെയ്തുതീർക്കണമെങ്കിൽ, നേരെ കാര്യത്തിലേക്ക് കടക്കണം.

2. **നിങ്ങളുടെ എല്ലാ ചിന്തകളും ആശയങ്ങളും കുറിച്ചിടുക**

കമ്പ്യൂട്ടറുകളിൽ എന്നപോലെ നമ്മളിലും ഹ്രസ്വകാല ഓർമ്മശക്തി (RAM) ഉണ്ട്. മനുഷ്യരിലെ RAM-ന്റെ വിശാലത കുറവായതിനാൽ, കുറച്ച് ഹ്രസ്വകാല വിവരങ്ങൾ മാത്രമേ സൂക്ഷിക്കുകയുള്ളൂ. അത് നിറയുമ്പോൾ, പുതിയ വിവരങ്ങൾക്ക് സ്ഥലമുണ്ടാക്കാനായി പഴയ വിവരങ്ങളെ നീക്കം ചെയ്യുന്നു. അതിന്റെ വിവരങ്ങളുടെ നിബിഡത കുറയ്ക്കാനായി നിങ്ങളുടെ ചിന്തകൾ എഴുതി സൂക്ഷിക്കണം, ബുദ്ധിശക്തി മെച്ചപ്പെടുത്താൻ അത് സഹായിക്കും. പിന്നീട് നിങ്ങൾ ആ കുറിപ്പുകൾ എടുത്തു നോക്കിയില്ലെങ്കിൽപ്പോലും, കുറിച്ചിടുന്ന പ്രവൃത്തി ഉപകാരം ചെയ്യും.

3. **പറ്റില്ല എന്ന് പറയുക**

ജോലിയുടെ കാര്യം വരുമ്പോൾ, എന്റെ മൂല്യങ്ങളോടും ലക്ഷ്യങ്ങളോടും സഹകരിക്കാത്ത എല്ലാത്തിനോടും ഞാൻ എതിർപ്പ് പ്രകടിപ്പിക്കും. ആവശ്യത്തിലധികം അവസരങ്ങളാൽ സമൃദ്ധമായ ഒരു ലോകത്താണ് നമ്മൾ ജീവിക്കുന്നത്. വ്യക്തിജീവിതത്തിലാണെങ്കിൽ, എനിക്ക് അഭിനിവേശം തോന്നാത്ത എല്ലാ കാര്യത്തോടും ഞാൻ പറ്റില്ല എന്ന് പറയും. എനിക്ക് താൽപര്യമില്ലാത്ത കാര്യമാണെങ്കിലും, പറ്റില്ല എന്നുതന്നെ ഞാൻ പറയും. എനിക്ക് അപ്രസക്തമായ കാര്യങ്ങളെന്ന് തോന്നിക്കുന്നവയ്ക്കുവേണ്ടി സമയം കളയുന്നതിൽ നിന്നും അതെന്നെ രക്ഷിക്കുന്നു.

4. **ഓരോ 30 അല്ലെങ്കിൽ 45 മിനിറ്റുകൾക്കിടയിലും ഒരു 5 മിനിറ്റ് ഇടവേള എടുക്കുക**

ഒന്ന് നടക്കാനിറങ്ങാം, നടുവ് നിവർത്താം, കുറച്ചു വെള്ളം കുടിക്കാം. പക്ഷേ, ജോലിയിൽ നിന്നും കുറച്ചുസമയം ഇടവേള എടുക്കുന്നതാണ് പ്രധാനം. ജോലി ചെയ്യാൻ തിരികെ വരുമ്പോൾ, പുതിയ ആശയങ്ങൾ ഉദിച്ചുവരാനുള്ള സാധ്യത കൂടുതലാണ്. അല്ലെങ്കിൽ ചിന്തിച്ചേക്കാം : "ഞാനെന്താണീ ചെയ്യുന്നത്?" സമയം പാഴാക്കുന്നതിനു മുൻപായി ഇടവേള ഒഴിവാക്കുകയും ചെയ്യാം."

5. **ശ്രദ്ധ വ്യതിചലിപ്പിക്കുന്ന എല്ലാത്തിനെയും അവഗണിക്കാം**

ഇച്ഛാശക്തി അമിത പ്രാധാന്യം നേടിയ ഒന്നാണ്. എന്തെങ്കി

ല്യമൊന്ന് നിങ്ങളുടെ ശ്രദ്ധ വ്യതിചലിപ്പിക്കുന്നുണ്ട് എങ്കിൽ, അതിനെ ഒഴിവാക്കു. എന്റെ ഒരു സുഹൃത്തിന് വാർത്തകളോട് അമിതമായ ഇഷ്ടമുണ്ട്. ടി.വി. ഒഴിവാക്കാനും, മൊബൈലിൽ നിന്നും വാർത്താസംബന്ധമായ ആപ്പുകളും ലാപ്ടോപ്പിൽ നിന്നും വാർത്താസംബന്ധമായ സൈറ്റുകളും ഒഴിവാക്കാനും ഞാനവനോട് നിർദ്ദേശിച്ചു. അതിന് രണ്ടാഴ്ചയ്ക്കു ശേഷം, പുതിയൊരു സംരംഭം തുടങ്ങാൻ പോകുന്നതായി അവൻ പറഞ്ഞു. വ്യതിചലനങ്ങൾ നിങ്ങളെ ബാധിക്കുകയില്ല എന്ന വിചാരം വേണ്ട. അവയെ ഒഴിവാക്കുക തന്നെ ചെയ്യുക.

6. **അടുക്കും ചിട്ടയുമില്ലായ്മ ഇല്ലാതാക്കുക**

അടുക്കും ചിട്ടയും ഇല്ലാത്ത ജീവിതമെന്നാൽ അടുക്കും ചിട്ടയുമില്ലാത്ത മനസ്സ് എന്നാണ്. അതുപയോഗിച്ച് ഒന്നും തന്നെ നേടാനാവില്ല. ലളിതമായ ജീവിതാന്തരീക്ഷവും ജോലിയുമാണ് ഞാൻ തിരഞ്ഞെടുക്കുക. ഒരു മേശ, ഒരു ലാപ്ടോപ്പ്, ഒരു നോട്ടുപുസ്തകം. ലളിതമായി ജീവിക്കുക. അലങ്കോലമായ ഒന്നും ആരും ഇഷ്ടപ്പെടുന്നില്ല.

7. **ചില ദിവസങ്ങളിൽ ഒരു കാര്യത്തിൽ മാത്രം ശ്രദ്ധിക്കുക**

ആവർത്തനസ്വഭാവമുള്ള ഉദ്യമങ്ങളുണ്ടെങ്കിൽ, ഒരുപോലുള്ളവ ഒരു ദിവസം തന്നെ ചെയ്യാൻ പരമാവധി ശ്രമിക്കുക. ഒരു ദിവസം, ബ്ലോഗിൽ 2-3 പോസ്റ്റുകൾ ചെയ്യാറുണ്ട്. ആഴ്ചയിലെ ബാക്കി ദിവസങ്ങളിൽ മറ്റു പരിപാടികളിലും ബിസിനസ്സ് കാര്യങ്ങളിലും ഏർപ്പെടും. എഴുതുന്ന ദിവസങ്ങളിൽ, ഫോൺ ഓഫ് ചെയ്തുവെച്ച് എഴുതുക മാത്രം ചെയ്യും. മറ്റൊന്നും തന്നെ തടസ്സം നിൽക്കുകയില്ല.

8. **ഒരുപാട് വിവരങ്ങൾ ഉൾക്കൊള്ളുന്നത് നിർത്തുക**

ദിവസവും കാര്യക്ഷമതയെക്കുറിച്ചുള്ള 5000 ലേഖനങ്ങൾ വായിക്കണമെന്നില്ല. ഉപയോഗപ്രദമായ വിവരം നേടാൻ കഴിഞ്ഞുവെങ്കിൽ, അത് പ്രാവർത്തികമാക്കാൻ ശ്രമിക്കുക. കൂടുതൽ തിരയാൻ നിൽക്കരുത്. കൂടുതൽ എന്നത് എപ്പോഴും നല്ലതല്ല. അതെല്ലാം ക്രമീകരിക്കാൻ മാത്രമേ നേരമുണ്ടാവുകയുള്ളൂ. ഉൾക്കൊള്ളുന്നത് നിർത്തു, സൃഷ്ടിക്കാൻ ആരംഭിക്കു.

9. **ദിനചര്യകൾ ഉണ്ടാക്കു**

തീരുമാനങ്ങൾ തലച്ചോറിനെ ക്ഷീണിപ്പിക്കും. ദിനചര്യകൾ തീരുമാനങ്ങളെ ഒഴിവാക്കും. അത് അർത്ഥമാക്കുന്നതോ,

മെച്ചപ്പെട്ട ബുദ്ധിശക്തിയും. ദിനചര്യകൾ OCD ഒന്നുമല്ല; അവ ഫലപ്രദമാണ്. അവയെ ഉപയോഗപ്പെടുത്തൂ.

**10. ഒരേ സമയം പല കാര്യങ്ങൾ ചെയ്യാതിരിക്കൂ**

ഒരേ സമയം ഒന്നിൽ കൂടുതൽ കാര്യങ്ങളിൽ ഏർപ്പെടുമ്പോൾ, നിങ്ങൾ വിവിധ സാഹചര്യങ്ങളിൽ പങ്കുകൊള്ളുകയാണ്. ഉദാഹരണത്തിന്, മീറ്റിംഗിനിടയിൽ മെയിൽ അയക്കുക, സുഹൃത്തുമായി സന്ദേശങ്ങൾ കൈമാറുക. ഇർവിനിലുള്ള യൂണിവേഴ്സിറ്റി ഓഫ് കാലിഫോർണിയയിലെ ഗ്ലോറിയ മാർക്ക് നടത്തിയ പഠനത്തിൽ പറയുന്നു, ഒരു തടസ്സം വന്നുകഴിഞ്ഞാൽ ശരാശരി 25 മിനുട്ടുകൾ വേണ്ടിവരും ചെയ്തുകൊണ്ടിരുന്ന ജോലിയിലേക്ക് തിരികെ വരാൻ. ഉപകാരപ്രദമായ സമയത്തെ പാഴാക്കലാണത്.

**11. ദിവസേന രണ്ട് തവണ മെയിൽ നോക്കൂ**

ഓരോ തവണ മെയിൽ നോക്കുമ്പോഴും, നിങ്ങളിലെ ഡോപ്പമിൻ ഉത്പാദനം ത്വരിതപ്പെടുകയാണ്. എനിക്ക് മനസ്സിലാകും – മെയിൽ നോക്കുന്നത് സുഖകരമായ ഒരു പ്രവർത്തിയാണ്. നമ്മളിൽ പലരും അതിൽ അടിമപ്പെട്ട വരുമാണ്. ഡോപ്പമിൻ നമ്മളിൽ ഒരു ത്വര ഉണ്ടാക്കുമെങ്കിലും, നമ്മളെ തളർത്തുന്ന ഒന്നാണത്. അതുകൊണ്ടാണ് കാര്യമായി ഒന്നും ചെയ്തില്ലെങ്കിലും, ദിനാന്ത്യത്തിൽ നിങ്ങൾക്ക് ക്ഷീണം തോന്നുന്നത്. അത് കുറയ്ക്കാനായി, മുന്നറിയിപ്പുകൾ ഓഫ് ചെയ്തു വെക്കുക, കൃത്യമായ സമയം നിശ്ചയിച്ച് ദിവസത്തിൽ രണ്ട് തവണ മാത്രം മെയിൽ നോക്കുക.

**12. ദിവസത്തിന്റെ ആദ്യ ഒരു മണിക്കൂർ സ്മാർട്ട് ഫോൺ ഉപയോഗിക്കാതിരിക്കുക**

സ്മാർട്ട് ഫോണിന്റെ പ്രധാന ഉദ്ദേശ്യം നിങ്ങളെ ശല്യം ചെയ്യുക എന്നതാണ്. പക്ഷേ, ദിവസത്തിന്റെ ആദ്യത്തെ മണിക്കൂർ മറ്റുള്ള വ്യക്തികളെയോ ആപ്പുകളെയോ നിങ്ങളെ ശല്യം ചെയ്യാൻ അനുവദിക്കരുത്. ആ ഒരു മണിക്കൂർ ഇനിയങ്ങോട്ടുള്ള ആ ദിനത്തെക്കുറിച്ച് ചിന്തിക്കൂ, ഒരു പുസ്തകം വായിക്കൂ, പ്രാതലും ചായയുമോ കാപ്പിയുമോ ആസ്വദിക്കൂ.

**13. അടുത്ത ദിവസത്തെ കാര്യങ്ങൾ ക്രമീകരിക്കൂ**

എന്നും രാത്രി ഉറങ്ങുന്നതിനു മുൻപ്, അടുത്ത ദിവസം ചെയ്യേണ്ട പ്രധാനപ്പെട്ട കാര്യങ്ങളെ (മൂന്നോ-നാലോ) ക്രമീകരിക്കുന്നതിനായി 5 മിനിറ്റ് ഉപയോഗിക്കും.

ഉറക്കമുണരുമ്പോൾ എന്റെ ഏകാഗ്രത വർദ്ധിപ്പിക്കാൻ ഇത് സഹായിക്കും. ഈ ശീലം തുടരാതിരുന്നാൽ, സമയം പാഴാകുന്നതായിട്ടാണ് എനിക്ക് തോന്നിയിട്ടുള്ളത്. പദ്ധതികളൊന്നുമില്ലാതെ സമയത്തിനൊപ്പം ഒഴുകിനീങ്ങുന്നത് നല്ലതുതന്നെയാണ്. ഒരേയൊരു പ്രശ്നമെന്തെന്നാൽ : വെറുതെ കാറുകൾക്കു പിറകേ പായുന്ന നായയാവാൻ എനിക്ക് താൽപര്യമില്ല.

14. **ചിന്തകളെ പരമാവധി കുറയ്ക്കു**

"ഞാൻ ആലോചിക്കുകയാണ്," എന്ന് ആളുകൾ പറയുമ്പോൾ, അത് അർത്ഥമാക്കുന്നത് അവർ വിഷമിക്കുന്നു എന്നാണ്. ഒരുപാട് ചിന്തിച്ചുകൂട്ടരുത്. പ്രവർത്തിക്കുക, ഫലങ്ങൾ പിന്നീട് നോക്കാം. ചെയ്യുന്ന കാര്യം ഇഷ്ടപ്പെട്ടെങ്കിൽ, അത് തുടരുക. ഇല്ലെങ്കിൽ, മറ്റെന്തെങ്കിലും ചെയ്യുക.

15. **വ്യായാമം ചെയ്യുക**

ചില കാര്യങ്ങൾ ജീവിതത്തിൽ വലിയ പ്രാധാന്യമർഹിക്കുന്നുണ്ട് : ഭക്ഷണം, വെള്ളം, വീട്, ബന്ധങ്ങൾ, വ്യായാമം ഇവയില്ലാതെ ജീവിതം ബുദ്ധിമുട്ടാണ്. സ്ഥിരമായുള്ള വ്യായാമം നിങ്ങളെ കൂടുതൽ സന്തോഷവാനും സമർത്ഥനും ഊർജ്ജസ്വലനുമാക്കുമെന്ന് ശാസ്ത്രീയമായി തെളിയിക്കപ്പെട്ടിട്ടുണ്ട്.

16. **ഇടയ്ക്ക് ചിരിക്കുക**

ചിരി സമ്മർദ്ദം കുറയ്ക്കും. സമ്മർദ്ദം ഇല്ലാതിരുന്നാൽ മാത്രമേ ഉയർന്ന പ്രവർത്തനക്ഷമത നിലനിർത്താൻ കഴിയുകയുള്ളൂ. അതുകൊണ്ട്, കഴിയുവോളം പുഞ്ചിരി വിടർത്തു.

17. **മീറ്റിംഗുകളിൽ പങ്കെടുക്കാതിരിക്കു**

വലിയ സ്ഥാപനങ്ങളിൽ ജോലി ചെയ്യുന്നവർക്ക് കുറച്ച് ബുദ്ധിമുട്ടുള്ള കാര്യമാണിത്. ചില സ്ഥാപനങ്ങളിൽ 'മീറ്റിംഗ്' എന്ന കലാപരിപാടിയുണ്ട്. മീറ്റിംഗുകൾ പ്രധാനമാണെന്ന് കാണിക്കാനോ ശരിയായ ജോലി മാറ്റിവെക്കാനോ വേണ്ടി മാത്രം മീറ്റിംഗ് കൂടാറുണ്ട്. ദൈവത്തെ ഓർത്ത് അതൊന്ന് നിർത്തു.

18. **അത് ശരിക്കും ആവശ്യമുണ്ടോ?**

പറ്റാവുന്നത്ര തവണ ആ ചോദ്യം സ്വയം ചോദിക്കു. ഇല്ല എന്ന ഉത്തരമായിരിക്കും പലപ്പോഴും നിങ്ങൾക്ക് ലഭിക്കുക. പിന്നെന്തിനാണ് അനാവശ്യ കാര്യങ്ങൾ ചെയ്യുന്നത്?

19. **ഒരു മോശം ദിവസമാണ് നിങ്ങൾ നേരിടുന്നതെങ്കിൽ, പുനരാരംഭിക്കു**

നിങ്ങൾക്ക് തെറ്റ് സംഭവിച്ചേക്കാം, നിങ്ങളോട് ആരെങ്കിലും

ദേഷ്യപ്പെട്ടേക്കാം - സ്വാഭാവികം. അത് നിങ്ങളെ തളർത്തരുത്. കുറച്ച് നേരം ഒറ്റയ്ക്ക് ചെലവിടൂ, സംഗീതം ആസ്വദിക്കൂ, അല്ലെങ്കിൽ നടക്കാനിറങ്ങൂ. ഊർജ്ജസ്വലത വീണ്ടെടുക്കൂ - ദിനം പാഴാകാൻ അനുവദിക്കരുത്.

**20. ജോലി ചെയ്യൂ**

അതെ, ജോലി ചെയ്യുന്നതിനെക്കാൾ എളുപ്പമാണ് അതിനെക്കുറിച്ച് സംസാരിക്കുന്നത്. എല്ലാവർക്കും അത് സാധിക്കും. പക്ഷേ, ആ എല്ലാവരിലും ഉൾപ്പെടില്ല നിങ്ങൾ, അല്ലേ? നിങ്ങളുടെ കാര്യക്ഷമത വളരെ മികവുറ്റതാണ്. അതിനനുസൃതമായി പ്രവർത്തിക്കൂ.

ഈ 20 കാര്യങ്ങളുടെ സഹായമില്ലാതെ, എന്റെ കാര്യക്ഷമത മെച്ചപ്പെട്ടിട്ടുണ്ടാകില്ല. ഞാൻ ഉപയോഗിക്കുന്ന ഉപകരണങ്ങളെയോ ആപ്പുകളെയോ പോലെ ഞാൻ സൂക്ഷ്മമായി വിശദീകരിക്കാറില്ല എന്ന് നിങ്ങൾ ശ്രദ്ധിച്ചുകാണും. അതിന്റെ ആവശ്യമില്ലെന്നാണ് ഞാൻ കരുതുന്നത്. നമ്മളെ സമൃദ്ധിയിലെത്തിക്കാൻ സഹായിക്കുന്ന കാര്യക്ഷമമായ മാനസികാവസ്ഥയും ചുറ്റുപാടും സൃഷ്ടിക്കലാണ് പ്രധാനം. രസകരവും സമ്മർദ്ദരഹിതവുമായ വഴിയിലൂടെ കാര്യങ്ങൾ ചെയ്തുതീർക്കുന്നതിൽ മാത്രം ശ്രദ്ധിക്കുന്ന ആളാണ് ഞാൻ. അത് ജോലിയെ കൂടുതൽ രസകരവും ഫലപ്രദവുമാക്കിത്തീർക്കുന്നു.

# ജോലിയിൽ നിന്നുമുള്ള ഒഴിവുസമയങ്ങൾ നിങ്ങളുടെ വ്യക്തിപരവും ഔദ്യോഗികപരവുമായ ജീവിതത്തെ എങ്ങനെ മെച്ചപ്പെടുത്തുന്നു എന്നതിനുള്ള കാരണമിതാ

ക്ഷീണിച്ചിരിക്കുമ്പോഴും, തോറ്റു തളർന്നിരിക്കുമ്പോഴും നിങ്ങളെന്താണ് ചെയ്യുക? മുന്നോട്ടു പോകുമോ? അതോ കുറച്ചുസമയം വിശ്രമിക്കുമോ? മുൻപായിരുന്നെങ്കിൽ, സാഹചര്യം എന്തുതന്നെ ആയാലും ഞാൻ മുന്നോട്ടു പോകാൻ തന്നെ ശ്രമിക്കുമായിരുന്നു. ഇപ്പോഴും പൊതുവെയുള്ള ജീവിതസാഹചര്യങ്ങളിൽ അങ്ങനെ തന്നെയാണ് എന്റെ ചിന്ത പോകുന്നതും. നമ്മളെയും നമ്മുടെ കുടുംബത്തെയും കുറിച്ച് ചിന്തിക്കാതിരിക്കാനാവുകയില്ലല്ലോ.

ജീവിതത്തിലെ ഏറ്റവും ശക്തമായ പ്രചോദനങ്ങളിലൊന്നാണ് ഉത്തരവാദിത്തബോധം. പക്ഷേ, ഉത്തരവാദിത്വമില്ലായ്മയെ കുറിച്ചല്ല ഞാൻ പറഞ്ഞുവരുന്നത്. ഞാൻ ഉദ്ദേശിച്ചത് ജോലിയിൽ നിന്നും അവധി എടുക്കുന്നതാണ്. പക്ഷേ, ഇപ്പോഴും അങ്ങനെ ചെയ്യുന്നത് നികൃഷ്ടമായ എന്തോ ഒന്ന് ചെയ്യുന്നതായിട്ടാണ് പലരും കാണുന്നത്. ചിലർ പറയും, പരാജിതരാണ് അങ്ങനെ ചെയ്യുക എന്ന്. മറ്റു ചിലരാകട്ടെ, ജോലിയിൽ നിന്നും രക്ഷപ്പെടാനാണെന്ന് പറയും.

എല്ലാത്തിനുമുപരി, "ജോലിയെയും ജീവിതത്തെയും നിങ്ങളിഷ്ടപ്പെടുന്നുണ്ടെങ്കിൽ, പിന്നെന്തിനാണ് ഇടവേളയെടുക്കുന്നത്?" നല്ലൊരു വാദം, സമർത്ഥമായ ഒന്ന്. ജീവിതത്തെയും ജോലിയെയും **മെച്ചപ്പെടുത്താൻ** അവധിക്കാലം എങ്ങനെയാണ് സഹായിക്കുന്നതെന്ന് നോക്കാം.

സ്റ്റീഫൻ ഹോക്കിംഗിനൊപ്പം രണ്ട് പുസ്തകങ്ങൾ രചിച്ച,

ഊർജ്ജതന്ത്രജ്ഞനായ ലിയൊനാർഡ് മ്ലോഡിനോവ് അവധി എടുക്കുന്നതിനെക്കുറിച്ച് എഴുതിയ തന്റെ പുസ്തകമായ ഇലാസ്റ്റിക്കിൽ ഈയിടെ ഒരു ശാസ്ത്രീയ പഠനത്തിന്റെ വിവരങ്ങൾ പങ്കുവെച്ചു. അവധി സമയങ്ങൾ നമ്മുടെ ക്ഷേമത്തെ മെച്ചപ്പെടുത്തുന്നതെങ്ങനെ എന്ന് അദ്ദേഹം വിശദീകരിക്കുന്നു :

> *"'ഒന്നും ചെയ്യാതിരിക്കുന്നത്' കാര്യക്ഷമമല്ലാത്ത ഒന്നാണ് എന്ന് കരുതുന്നവരുണ്ടെങ്കിലും, വിശ്രമത്തിന്റെ അഭാവം നമ്മുടെ സൌഖ്യത്തെ പ്രതികൂലമായി ബാധിക്കും. കാരണം, ഒഴിവു സമയങ്ങൾ, നമ്മളിത്ര നേരം എന്താണ് ഉൾക്കൊണ്ടത് അല്ലെങ്കിൽ പഠിച്ചത് എന്ന് മനസ്സിലാക്കാൻ മനസ്സിനെ അനുവദിക്കും."*

വിശ്രമമില്ലാതെ ജോലി ചെയ്യുന്നവർക്ക് ഹ്രസ്വകാലത്തേക്ക് മാത്രമേ ഏകാഗ്രത നിലനിർത്താൻ സാധിക്കുകയുള്ളൂ. "എനിക്കെന്റെ ലക്ഷ്യങ്ങൾ നേടിയെടുക്കണം! **ഇപ്പോൾതന്നെ!**"

പക്ഷേ എന്നത്തേയുംപോലെ, ഹ്രസ്വകാല ചിന്തകൾ നിങ്ങളുടെ ദീർഘകാല പുരോഗതിയെയും വളർച്ചയെയും ബാധിക്കും. നിർത്താതെ ജോലി ചെയ്യുന്നതുമൂലം നിങ്ങൾ തളർന്നു പോവുകയാണെങ്കിൽ എന്തു ചെയ്യും? ഭൂരിഭാഗം സാഹചര്യങ്ങളിലും, നിങ്ങളുടെ കാര്യക്ഷമത കുറയുകയും ഫലങ്ങൾ മോശമാവുകയുമാണ് സംഭവിക്കാറുള്ളത്. ചില സന്ദർഭങ്ങളിൽ, വിഷാദം വരെ പിടിപെടാറുണ്ട്; അത് പിന്നെയും പുറകോട്ടു വലിക്കുകയാണ് ചെയ്യുക.

## മുളയിലേ നുള്ളിക്കളയുക

പുസ്തകങ്ങളിൽ വായിച്ചു മടുത്ത വാചകങ്ങളിൽ ഒന്നാണിത്. പക്ഷേ, എത്ര തവണ നമ്മൾ ഇതുപോലെ കാര്യങ്ങളെ ഒഴിവാക്കിയിട്ടുണ്ടാകും? പകരം, "അതൊക്കെ പിന്നെ നോക്കാം" എന്ന് പറഞ്ഞ് മാറ്റിവെയ്ക്കും. അത്ര നല്ല ഉപായമല്ല അത്. അതിനുപകരം, ക്ഷീണിതനാകുന്നതോ, പ്രവർത്തനക്ഷമതയിൽ വരുന്ന കുറവോ ഇല്ലാതാക്കുന്നതല്ലേ നല്ലത്.

സ്വയം പര്യാപ്തത എന്ന പഠനമേഖലയിലെ പ്രഥമ ആചാര്യന്മാരിൽ ഒരാളും *'ഹൌ ടു സ്റ്റോപ് വറീയിംഗ് ആൻഡ് സ്റ്റാർട്ട് ലിവിംഗ്'* എന്ന പുസ്തകത്തിന്റെ രചയിതാവുമായ ഡെയ്ൽ കാർനേജീ പറയുന്നു :

*"ക്ഷീണവും വിഷമതകളും ഒഴിവാക്കാനായി, ആദ്യത്തെ നിയമം ഇതാണ് : ഇടയ്ക്കിടെ വിശ്രമിക്കുക. തളരുന്നതിനു മുന്നേ വിശ്രമിക്കുക."*

വർഷം മുഴുവനും ജോലിക്കിടയിൽ നിശ്ചിത ഇടവേളകളിൽ അവധി എടുക്കുക. ഞാനും അതുതന്നെയാണ് ചെയ്യുത്. എനിക്കതിൽ നിന്നും 5 ഗുണങ്ങളാണ് നേടാൻ കഴിഞ്ഞത് :

## *1. നിങ്ങൾ ചെയ്ത കാര്യങ്ങൾ ശരിയാണോ എന്ന് പരിശോധിക്കാൻ കഴിയും*

ജോലിയിൽ, രണ്ട് രീതികൾ എനിക്കറിയാം :

1. പ്രാവർത്തികമാക്കുക
2. ചിന്തിക്കുക

പ്രാവർത്തികമാക്കുന്ന രീതിയിൽ, മണിക്കൂറുകളോ ദിവസങ്ങളോ അല്ല മാസങ്ങളോളം വരെ നിങ്ങൾക്ക് നിർത്താതെ ജോലി ചെയ്യാൻ സാധിക്കും. സത്യം പറയുകയാണെങ്കിൽ, വർഷങ്ങളോളം ഈ രീതിയിൽ ജോലി ചെയ്യുന്നവരെ എനിക്കറിയാം. ചെയ്ത ജോലിയെ കുറിച്ച് വിശകലനം ചെയ്യാനോ വിശ്രമിക്കാനോ അവർ ഇതുവരെ സമയം കണ്ടെത്തിയിട്ടില്ല. ഫലമോ? മധ്യവയസ്സിലെ പ്രതിസന്ധി. യുവാക്കൾക്കാണെങ്കിൽ ജീവിതത്തിന്റെ നാലിലൊന്ന് ഭാഗം തീരുമ്പോഴേക്കും പ്രതിസന്ധി നേരിടേണ്ടിവരും.

മറ്റൊന്നും ശ്രദ്ധിക്കാതെ, ചിന്തകൾക്ക് സ്ഥാനവും നൽകാതെ ജോലി ചെയ്താൽ അതുതന്നെയാവും നിങ്ങളുടെയും അവസ്ഥ. ഫലങ്ങളുണ്ടാകും. പക്ഷേ, അതാണോ നിങ്ങളാഗ്രഹിച്ച ഫലങ്ങൾ? വിശ്രമവേളകളിൽ സ്വയം സംവദിക്കാനുള്ള അവസരമുണ്ടാകും. പക്ഷേ, പ്രവർത്തികൾക്കിടയിൽ അതിന് സാധ്യതയില്ല. ഒന്നും ചെയ്യാതിരിക്കുന്നതിന്റെ ഏറ്റവും പ്രധാനപ്പെട്ട ഗുണങ്ങളിലൊന്നാണത്. സമയത്തിന് ജോലി തീർക്കാൻ കഴിയില്ലായിരിക്കും. അതിനെന്താ? കടിഞ്ഞാണിട്ട കുതിരയെപ്പോലെയാണോ ഔദ്യോഗിക ജീവിതത്തിലൂടെ നിങ്ങൾ സഞ്ചരിക്കാൻ പോകുന്നത്?

ചെയ്ത കാര്യങ്ങൾ വിശദമായി വിശകലനം ചെയ്യാൻ എനിക്ക് കുറഞ്ഞത് പത്ത് ദിവസമെങ്കിലും വേണം. ആദ്യ അഞ്ച് ദിവസത്തിൽ, പ്രവർത്തികൾക്കും ചിന്തകൾക്കും ഇടയിൽ എവിടെയോ അലയുന്നുണ്ടാകും ഞാൻ. എപ്പോഴും പ്രവർത്തിച്ചുകൊണ്ടിരിക്കു

ന്നതിനാൽ, ഒന്നും ചെയ്യാതിരിക്കുന്നതും, ചിന്തിച്ചുകൊണ്ടിരിക്കു ന്നതുമെല്ലാം ബുദ്ധിമുട്ടുള്ള കാര്യങ്ങളാണ്. പക്ഷേ, ഓരോ നീണ്ട അവധിക്കു ശേഷവും, എന്നെക്കുറിച്ച് പുതിയ കാര്യങ്ങൾ ഞാനെപ്പോഴും കണ്ടെത്തും. ഒരുപാട് വായിക്കാൻ ശ്രമിക്കും. കഴിഞ്ഞ രണ്ട് ആഴ്ചയ്ക്കുള്ളിൽ, അഞ്ച് പുസ്തകങ്ങളാണ് ഞാൻ വായിച്ചുതീർത്തത്. പക്ഷേ, ഒന്നും എഴുതിയിട്ടില്ല. മാത്രമല്ല, ഡയറിയെഴുത്തും കുറവായിരുന്നു.

കുറച്ചു വായന, സിനിമ കാണൽ, ഡോക്യുമെന്ററികൾ, കൂട്ടുകാരുമൊത്ത് സമയം ചെലവിടൽ, സംഭാഷണങ്ങൾ, പകൽ സ്വപ്നങ്ങൾ... അത്തരം പരിപാടികൾ. അതിന് പണച്ചെലവൊന്നു മില്ലല്ലോ. പക്ഷേ, ഫലങ്ങൾ വളരെ വലുതാണ്. ഇപ്പോൾ ഒരു ഉന്മേഷവും ഊർജ്ജവും വന്നുചേർന്നിട്ടുണ്ട്, തിരികെ ജോലിയി ലേക്കു പോകാനുള്ള ആവേശവുമുണ്ട്. ഞാൻ പഠിച്ച മറ്റൊരു പാഠമതാണ്.

### *2. സ്വന്തം ആശയങ്ങൾ നടപ്പിലാക്കാൻ അവസരം ലഭിക്കും*

നിങ്ങളുടെ തലച്ചോറ് നിങ്ങൾക്കറിയാത്ത പല കാര്യങ്ങളും ചെയ്യും. അങ്ങനെ നമ്മളറിയാതെ ചെയ്യുന്ന കാര്യങ്ങളിൽ ഒന്നാണ്, ആശയങ്ങൾ നടപ്പിലാക്കുന്നത്.

പ്രാവർത്തികമാക്കാൻ കഴിഞ്ഞിട്ടില്ലാത്ത ആശയങ്ങൾ നമ്മളിൽ എല്ലാവരിലും കാണും, അല്ലേ? ഫേസ്ബുക്ക്, ഇൻസ്റ്റാഗ്രാം, അല്ലെങ്കിൽ മറ്റു പുതിയ ആശയങ്ങൾ തങ്ങളിൽ ഉണ്ടെന്ന് പറയുന്ന എത്ര പേരെ നിങ്ങൾ കണ്ടുമുട്ടിയിട്ടുണ്ടാകും? വൈദ്യുതിയുടെ സഹായത്താൽ പ്രവർത്തിക്കുന്ന ബൈക്കുകൾ എന്ന ആശയവുമായി നടന്നിരുന്ന ഒരാളെ ഞാൻ ഒരിക്കൽ കണ്ടുമുട്ടിയിരുന്നു. ആ ആശയമുപയോഗിച്ച് എന്താണയാൾ ചെയ്തത്? ഒന്നുമില്ല. അയാളിപ്പോൾ ആലിബാബയിൽ നിന്നും സാധനങ്ങൾ വാങ്ങി മറ്റു സ്ഥാപനങ്ങൾക്കു നേരിട്ടു കൊണ്ടുചെന്നു വിൽക്കുന്നു.

നമ്മളിൽ എല്ലാവരിലും ആശയങ്ങളുണ്ട്. ബിസിനസ്സ് സംബന്ധമായവ മാത്രമല്ല.

- "എനിക്ക് വീട് പുനരലങ്കരിക്കണം."
- "എനിക്ക് ന്യൂയോർക്കിൽ നിന്നും ലോസ് ആഞ്ചലസിലേക്ക് വാഹനമോടിക്കണം."
- "എനിക്കൊരു പുസ്തകമെഴുതണം."

ഈ ആശയങ്ങളെല്ലാം തന്നെ മികച്ചവയാണ്. പക്ഷേ, അവയുപയോഗിച്ച് നിങ്ങളെന്താണ് ചെയ്യാൻ പോകുന്നത്? പ്രാവർത്തികമാക്കുന്നതിനെക്കുറിച്ച് ഞാൻ പറഞ്ഞിട്ടേയില്ല. ഓരോ ആശയത്തെയും വിശകലനം ചെയ്യണം. ഗുണകരമാണോ എന്ന് പരിശോധിക്കണം. ഞാനത് ശരിക്കും പ്രാവർത്തികമാക്കേണ്ടതുണ്ടോ? അതാണ്, അതൊരു *ചിന്താ* പ്രക്രിയയാണ്. വിശകലനം ചെയ്യാതെ ആശയത്തെ പ്രാവർത്തികമാക്കാൻ ശ്രമിച്ചാൽ, പ്രവർത്തിച്ച ശേഷം ചിന്തിച്ച് സമയം കളയേണ്ടിവരും. തീർച്ചയായും, അതൊരിക്കലും മുഴുവനായും ഒഴിവാക്കാൻ കഴിയില്ല. പക്ഷേ, ആശയങ്ങൾ വിശകലനം ചെയ്യാൻ കുറച്ച് സമയം അനുവദിച്ചാൽ, ഭാവിയിൽ ഉണ്ടായേക്കാവുന്ന വേദനയും, വിഷമവും, അനാവശ്യ പണച്ചെലവും ഒഴിവാക്കാനാകും.

### *3. കൂടുതൽ കലാവാസന പ്രയോജനപ്പെടുത്താനാകും*

എന്താണ് കല? നിങ്ങളെ ചിന്തിപ്പിക്കുന്നതെല്ലാം കലയാണ്. നല്ലൊരു ഗാനം, ചലച്ചിത്രം, ചിത്രം, പുസ്തകം, കവിത, ലേഖനം, വര, ശില്പം, എന്തുതന്നെയുമാവട്ടെ. അതെല്ലാം കലയാണ്. എന്താണ് കല എന്നോ കല അല്ലാത്തതെന്നോ വേർതിരിക്കാനുള്ള അധികാരം ഒന്നിനുമില്ല.

കലയിൽ നിന്നുമാണ് ഞാൻ അധികവും പ്രചോദനമുൾക്കൊള്ളുന്നത്. കലയില്ലാത്ത ജീവിതത്തെക്കുറിച്ച് എനിക്ക് ചിന്തിക്കാൻ പോലുമാകുന്നില്ല. അതിൽ പോലും കലയുണ്ട്. ഫാരൻഹീറ്റ് 451 വായിക്കൂ അല്ലെങ്കിൽ *ഇക്വിലിബ്രിയം* എന്ന ചലച്ചിത്രം കാണൂ. കലയുടെ ഏറ്റവും വലിയ ഗുണമെന്തെന്നാൽ, അത് നിങ്ങളുടെ മനോനില മെച്ചപ്പെടുത്തും. നിങ്ങൾ സന്തോഷവാനാണെങ്കിൽ, കൂടുതൽ സന്തോഷവാനാകും. വെറുതെ അനാവശ്യ കാര്യങ്ങൾ വലിച്ചുകയറ്ററുത്. ശ്രേഷ്ഠമായവയിൽ നിന്നും ആരംഭിക്കൂ. ബോബ് ഡിലൻ, മാർവിൻ ഗായെ, വിറ്റ്നീ ഹ്യൂസ്റ്റൺ എന്നിവരുടെ സംഗീതം കേൾക്കൂ. ആൽഫ്രഡ് ഹിച്കോക്ക്, ഫ്രാൻസിസ് ഫോർഡ് കൊപ്പോളാ എന്നിവരുടെ ചലച്ചിത്രങ്ങൾ കാണൂ. ഏർണസ്റ്റ് ഹെമിംഗ്വേ, ഹാർപെർ ലീ, റാൽഫ് എല്ലിസൺ എന്നിവരുടെ പുസ്തകങ്ങൾ വായിക്കൂ. ബ്രിട്ടിഷ് മ്യൂസിയം സന്ദർശിക്കൂ. ആൻഡി വാറോളിന്റെ ലേഖനങ്ങൾ പഠിക്കൂ.

ലക്ഷക്കണക്കിന് ആളുകളെപ്പോലെ, നിങ്ങളും ഇവരിൽ നിന്നും പ്രചോദനമുൾക്കൊള്ളും. അത് നിങ്ങളുടെ ജീവിതത്തെ സമൃദ്ധമാക്കും.

### *4. നിങ്ങൾക്ക് മറ്റു കാര്യങ്ങളിലേക്ക് ശ്രദ്ധ ചെലുത്താൻ കഴിയും (ജോലി സംബന്ധമല്ലാത്ത)*

"നിങ്ങളെക്കുറിച്ച് കൂടുതൽ വിവരങ്ങൾ പറയാനാകുമോ?"

ഞാൻ നിങ്ങളോടാണ് ഈ ചോദ്യം ചോദിക്കുന്നതെങ്കിൽ, നിങ്ങളുടെ മനസ്സിൽ എന്തായിരിക്കും? നമ്മളിൽ പലരും പറഞ്ഞുതുടങ്ങുന്നത് ഇതുപോലെ ഒന്നായിരിക്കും, "എക്സ് എന്ന സ്ഥാപനത്തിൽ അക്കൌണ്ടന്റായി ജോലി ചെയ്യുന്നു." കർമ്മ ജീവിതത്തിലെ സ്ഥാനം വെളിപ്പെടുത്തി പരിചയപ്പെടുത്താനാണ് ആധുനികജീവിതം നിങ്ങളെ പ്രേരിപ്പിക്കുന്നത്. പക്ഷേ, നിങ്ങൾ ചെയ്യുന്ന ജോലിയല്ല നിങ്ങളുടെ വ്യക്തിത്വം. നിങ്ങളുടെ കുടുംബം, കൂട്ടുകാർ, നേരമ്പോക്കുകൾ, ആഗ്രഹങ്ങൾ. അവസാനമാണ് നിങ്ങൾക്ക് ഒരു ജോലി. ജോലി പ്രധാനമാണ്, ശരി തന്നെ. അതുപോലെ തന്നെയാണ് മറ്റു കാര്യങ്ങളും.

അതുകൊണ്ട്, ജീവിതത്തിലെ മറ്റു പ്രധാനപ്പെട്ട കാര്യങ്ങളെ അവഗണിക്കരുത്. കുടുംബവുമായും ഉറ്റ സുഹൃത്തുക്കളുമായുമുള്ള നിങ്ങളുടെ ബന്ധങ്ങളെ പരിപോഷിപ്പിക്കുക. ഒത്തൊരുമിച്ച് സമയം ചെലവിടുക. കുടുംബവുമായി അവധിക്കാലയാത്ര ആസ്വദിക്കുക. കൂട്ടുകാരുമൊത്ത് ബൈക്കിൽ ദൂരയാത്രകൾ സഞ്ചരിക്കുക. പുതിയ ആസ്വാദന രീതികൾ കണ്ടെത്തുക. കുടുംബാംഗങ്ങളോ സുഹൃത്തുക്കളോ പുതിയ ആശയങ്ങൾ കണ്ടെത്താൻ തയ്യാറാകുന്നില്ലെന്നു കരുതി, നിങ്ങളും അത് ചെയ്യാതിരിക്കരുത്. ബന്ധങ്ങൾക്കായി സമയം അനുവദിക്കുന്നതിലൂടെ, അവരുമൊത്തുള്ള ഓർമ്മകൾ ഉണ്ടാകുന്നു. അത് ബന്ധങ്ങളെ ശക്തിപ്പെടുത്തുകയേയുള്ളൂ.

അതേസമയം, സ്വന്തം കാര്യവും ശ്രദ്ധിക്കണം. നിങ്ങളുടെ നേരമ്പോക്കുകൾ എന്തെല്ലാമാണ്? കൂടുതൽ അറിയാനാഗ്രഹിക്കുന്ന കാര്യമെന്താണ്? സ്വപ്നങ്ങളെന്തെല്ലാമാണ്? അവയെല്ലാം ചെയ്യൂ.

### *5. വിശ്രമം മടുപ്പിക്കും. വേഗം.*

മനുഷ്യർ ജോലി ചെയ്യുന്നതിന് ഒരു കാരണമുണ്ട്. കാര്യങ്ങൾ ഉണ്ടാക്കിയെടുക്കാനാണ് നമ്മെ സൃഷ്ടിച്ചിരിക്കുന്നത്. ഞാൻ വിശ്വസിക്കുന്നത്, ഉപകാരപ്രദമായിരിക്കുന്നതാണ് ജീവിതോദ്ദേശ്യം എന്നാണ്.

സ്വയം ഉപകാരപ്രദമായിരിക്കുന്നത്, നിങ്ങളുടെ എല്ലാ മനുഷ്യസഹജമായ ആവശ്യങ്ങളും നിറവേറ്റപ്പെടുന്ന അർത്ഥവത്തായ

ജീവിതത്തിലേക്ക് നയിക്കും. അതുകൊണ്ടാണ്, അമിതമായ വിശ്രമം നമ്മെ അസ്വസ്ഥമാക്കുന്നത്. നല്ല കാര്യങ്ങൾ അധികമായാൽ മോശമായി മാറുമെന്ന് എന്റെ അമ്മ എപ്പോഴും പറയുമായിരുന്നു. എല്ലാ സമയവും കൂട്ടുകാരുമൊത്ത് ചെലവിടുമ്പോഴും ആദ്യ പ്രണയിനിയെ ലഭിച്ചപ്പോഴും അമ്മ പറഞ്ഞിട്ടുണ്ടായിരുന്നു.

അത് ശരിയാണ്. ജോലി പോലെ തന്നെ അമിതമായ വിശ്രമവും നല്ലതല്ല. നമ്മുടെ ശരീരവും മനസ്സും ഉപയോഗിക്കാനായാണ് നിർമ്മിക്കപ്പെട്ടിരിക്കുന്നത്. അതിനാൽതന്നെ, ഒന്നും ചെയ്യാതിരിക്കുന്നതിലൂടെ ഞാൻ പഠിച്ച അവസാന പാഠമാണ് : വിശ്രമത്തിനു ശേഷം വീണ്ടും ജോലി ചെയ്യുക. അപ്പോൾ ജോലിക്കു ശേഷമോ? “കൂടുതൽ ജോലി,” എന്നാണ് നിങ്ങളുടെ ഉത്തരമെങ്കിൽ, നിങ്ങൾക്കിനിയും കാര്യം പിടികിട്ടിയിട്ടില്ല. നിങ്ങൾ തീർച്ചയായും വിശ്രമിക്കേണ്ടതുണ്ട്.

# സമയക്രമം പാലിക്കുക : ഏകാഗ്രത മെച്ചപ്പെടുത്തുകയും അർത്ഥവത്തായ കൂടുതൽ കാര്യങ്ങൾ പൂർത്തീകരിക്കുകയും ചെയ്യുക

ഈ വർഷം നേടണമെന്നോ ചെയ്തുതീർക്കണമെന്നോ ആഗ്രഹിക്കുന്നതായ ലക്ഷ്യങ്ങളോ കാര്യങ്ങളോ ഉണ്ടോ? അവയ്ക്കായി സമയം അനുവദിക്കുന്നതിൽ ബുദ്ധിമുട്ട് അനുഭവിക്കുന്നുണ്ടോ?

എന്റെ അവസ്ഥയും മറ്റൊന്നല്ല. ജീവിതം അങ്ങനെയാണ്. അടുക്കും ചിട്ടയുമില്ലായ്മ മാറ്റുക എന്ന ലളിതമായ മാർഗ്ഗമാണ് പരിഹാരം. പക്ഷേ, അതെപ്പോഴും യാഥാർത്ഥ്യമാവണമെന്നില്ല. ആവശ്യമാകണമെന്നുമില്ല.

സമയം നഷ്ടപ്പെടുത്താതെ കൂടുതൽ കാര്യങ്ങൾ ചെയ്യാൻ കഴിയുമെങ്കിലോ? അത് സാധ്യമാണ്. നിങ്ങൾ ചിട്ടയോടെ പ്രവർത്തിക്കണമെന്ന് മാത്രം.

സമയക്രമം പാലിക്കുക എന്നത് ധാരാളം ആളുകൾ പ്രയോഗിക്കുന്ന ഒരു ഉത്പാദനക്ഷമതാ വ്യായാമമാണ്. സങ്കല്പമോ വിപ്ലവമോ അല്ല. നിങ്ങൾക്ക് ആകെ വേണ്ടത് ഒരു കലണ്ടർ മാത്രമാണ്. സ്മാർട്ട് ഫോണോ കമ്പ്യൂട്ടറോ ഉള്ളവരുടെ കൈയിൽ അതുണ്ടാവുകയും ചെയ്യും.

സമയക്രമം ഉണ്ടാക്കുക എന്നാൽ, നിങ്ങളുടെ പ്രധാനപ്പെട്ട കാര്യങ്ങൾക്കായി, കലണ്ടറിന്റെ സഹായത്തോടെ സമയം അനുവദിക്കുക. ആ സമയം അനുസരിച്ച്, നിശ്ചയിച്ച കാര്യങ്ങൾ മാത്രമേ ചെയ്യാൻ പാടുകയുള്ളൂ. നിങ്ങളെ നയിക്കേണ്ടത് കലണ്ടറാണ്. “അടുത്തത് എന്തു ചെയ്യണം?” എന്ന ചിന്ത പോലും ഉണ്ടാവരുത്.

സമയക്രമ രൂപീകരണം എന്നത് കാര്യക്ഷമത വർദ്ധിപ്പിക്കുന്ന ഒരു ഉപാധി മാത്രമല്ല. അതൊരു ആത്മാവബോധനം കൂടിയാണ്.

## ഉയർന്ന കാര്യക്ഷമതയിലേക്കുള്ള വഴി ആരംഭിക്കുന്നത് അവബോധത്തിൽ നിന്നുമാണ്

ഉദാഹരണത്തിന്, ഞാൻ ഈ വർഷം ചെയ്യാനാഗ്രഹിക്കുന്ന പ്രധാനപ്പെട്ട കാര്യങ്ങളിലൊന്ന് പ്രായോഗികമായ ചിന്തകളെ ക്കുറിച്ച് എഴുതുന്നതാണ്. എന്നിരുന്നാലും, ഒരു പ്രശ്നമുണ്ട്. ഞാൻ ഇത്രനാൾ എഴുതിയിട്ടില്ല.

എങ്ങനെയാണ് ഞാൻ ഇങ്ങനെയൊരു നിർണ്ണയത്തിലെ ത്തിയത്? 2017-ലെ എന്റെ പ്രധാനപ്പെട്ട കാര്യങ്ങളിലൂടെ ഒന്ന് കണ്ണോടിച്ചു, എന്നിട്ട് കലണ്ടറിൽ നോക്കി.

കുറച്ച് കാലമായി എഴുതുന്നതിനായി ഞാൻ സമയം മാറ്റിവെച്ചിട്ടില്ല. നിങ്ങളിപ്പോൾ ചിന്തിച്ചേക്കാം, "ഇത് മനസ്സിലാക്കാൻ നിങ്ങൾക്ക് കലണ്ടർ നോക്കണമായിരുന്നോ?"

അതെ, വേണം. എല്ലാം ഓർത്തുവെക്കാൻ ഞാൻ യന്ത്രമൊന്നു മല്ല. ഞാനൊരു സാധാരണ മനുഷ്യനാണ്. എന്തെങ്കിലും ചെയ്യാനൊരുങ്ങും, തുടക്കം കുറിക്കും, ജീവിതം തടസ്സമുണ്ടാക്കും, ആ കാര്യം തന്നെ മറക്കും.

നമുക്കെല്ലാം ഇത് സംഭവിക്കാറുണ്ട്. ആത്മാവബോധവും നമ്മുടെ ചെയ്തികളെ പരിശോധിക്കാനുള്ള ഉപാധികളും ആവശ്യമാണ്. അതുകൊണ്ടാണ് ഞാൻ സമയക്രമം രൂപീകരിക്കാൻ ഇഷ്ടപ്പെടുന്നത്.

## ചിലർക്ക് സമയക്രമം ഇഷ്ടമാണ്. ചിലർ അത് വെറുക്കുന്നു.

കമ്പ്യൂട്ടർ സയൻസ് പ്രൊഫസ്സറും, *ഡീപ് വർക്ക്* എന്ന പുസ്തകത്തിന്റെ രചയിതാവുമായ കാൾ ന്യൂപോർട്ടും സമയക്രമം ഉപയോഗിക്കുന്ന ആളാണ്. അദ്ദേഹം പറയുന്നു :

> *"സമയക്രമം എനിക്ക് വളരെ പ്രധാനമാണ്, ഓരോ ദിവസം വൈകുന്നേരവും അടുത്ത ദിവസത്തെ കാര്യപരിപാടികൾ ക്രമീകരിക്കാൻ, ഞാൻ പത്ത് മുതൽ ഇരുപത് മിനിറ്റ് വരെ സമയം ചെലവഴിക്കും. അത് രൂപീകരിക്കാനായി, എന്റെ കർത്തവ്യങ്ങളുടെ പട്ടികയും കലണ്ടറും മാത്രമല്ല, ആഴ്ചയി*

*ലെയും മൂന്ന് മാസത്തെയും പദ്ധതിക്രമങ്ങളും ഉപയോഗിക്കും. കൃത്യമായ പുരോഗതി ഉണ്ടാക്കുക എന്ന എന്റെ ലക്ഷ്യമാണ്, ശരിയായ കാര്യങ്ങൾ ശരിയായ സമയങ്ങളിൽ ഉചിതമായ സമയപരിധിക്കുള്ളിൽ തീർക്കുന്നതിലൂടെ നേടാനാകുന്നത്."*

എല്ലാ കാര്യങ്ങളും ക്രമീകരിക്കണം എന്ന ആഗ്രഹത്തിന്റെ കാരണം ആ അവസാനത്തെ വാക്യത്തിലുണ്ട്. *ജോലി ചെയ്യുന്നതും പുരോഗതി ഉണ്ടാക്കുന്നതും* ഒന്നല്ല. സമയക്രമം പാലിക്കുന്നത് എന്റെ ഏകാഗ്രതയെ മെച്ചപ്പെടുത്തുന്നു. അതിലൂടെ എനിക്ക് അർത്ഥവത്തായ കാര്യങ്ങൾ പൂർത്തീകരിക്കാൻ സാധിക്കുന്നു. ജീവിതത്തിൽ അനുകൂലമായി സ്വാധീനം ചെലുത്തുന്ന കാര്യങ്ങൾ.

കാലിയായ കലണ്ടർ ഉപയോഗിച്ച് ജോലി ചെയ്യുന്ന വിജയികളായ ഒരുപാട് വ്യക്തികളെ എനിക്കറിയാം. ഞാൻ ലേഖനങ്ങൾ വായിച്ചിട്ടുണ്ട്. അവർ ദിവസേന വെറും രണ്ടോ മൂന്നോ അല്ലെങ്കിൽ നാലോ മണിക്കൂറുകൾ മാത്രം അദ്ധ്വാനിക്കുന്നു.

ആത്മാർത്ഥമായി പറഞ്ഞാൽ, അതെന്നെ ആകർഷിച്ചു. എന്തൊക്കെയായാലും, ആരായാലും സ്വന്തം ജീവിത സാഹചര്യങ്ങളും കണക്കിലെടുക്കണം. എന്താണ് നിങ്ങൾ നേടാൻ ശ്രമിക്കുന്നത്? അതിനേക്കാൾ പ്രധാനമായി : എന്തൊക്കെ മാർഗ്ഗങ്ങളാണ് നിങ്ങൾക്കു മുന്നിലുള്ളത്? പൊതുവെ, അധികം പണം ഇല്ലാത്തവരുടെ പക്കൽ, കൂടുതൽ സമയം ഉണ്ടാകും. പിന്നെ എന്തുകൊണ്ടത് സമർത്ഥമായി ഉപയോഗിച്ചുകൂടാ? എങ്ങനെയായാലും, പദ്ധതി ക്രമീകരിക്കുന്നത് ഉപകാരപ്രദമായ ഒന്ന് തന്നെയാണ്.

ഞാനെന്റെ ദിവസങ്ങളുടെയും ആഴ്ചകളുടെയും പദ്ധതികൾ മുൻകൂട്ടി തയ്യാറാക്കും. കാരണം, ഞാൻ **ശരിയായ** പാതയിലാണ് സഞ്ചരിക്കുന്നതെന്ന് ഉറപ്പു വരുത്തണം. പലപ്പോഴും, ദിനചര്യകൾ പാലിക്കുന്നതിൽ ഞാൻ പിഴവ് വരുത്താറുണ്ട്. ഇങ്ങനെ ചിന്തിച്ചുനോക്കൂ : ഞാനെന്റെ കാര്യങ്ങൾ കൃത്യമായി ചിട്ടപ്പെടുത്തുന്ന ആളാണ്. ഞാനെന്റെ ജീവിതത്തിലെ ഓരോ മേഖലയിലെയും വലിയ ഒരു കാര്യത്തിൽ മാത്രമേ ശ്രദ്ധിക്കുകയുള്ളൂ എന്ന് കരുതുക. പക്ഷേ, എനിക്ക് ജീവിതത്തിൽ മറ്റു പല കാര്യങ്ങളുമുണ്ട് : എന്റെ കുടുംബ ബിസിനസ്സ്, എന്റെ ബ്ലോഗ്, പോഡ്കാസ്റ്റ്, ഓൺലൈൻ കോഴ്സുകൾ, ബന്ധങ്ങൾ, സുഹൃത്തുക്കൾ, നിക്ഷേപങ്ങൾ, അങ്ങനെ പലതും.

പല പല കാര്യങ്ങൾ ചെയ്യുന്നതായി തോന്നിയേക്കാം. പക്ഷേ, നമ്മളെങ്ങനെ അതിനെ കാണുന്നു എന്നതിനാണ് പ്രസക്തി.

എന്റെ എല്ലാ പ്രവർത്തികളും ഒന്നിലേക്കാണ് വഴി തെളിക്കുന്നത് : സ്വതന്ത്രവും അർത്ഥവത്തുമായ ജീവിതം നയിക്കുക.

പക്ഷേ, നമുക്കിപ്പോൾ താത്വികമായി സംസാരിക്കേണ്ട. നിങ്ങൾക്ക് ഏകാഗ്രത നഷ്ടപ്പെടുന്നുവെങ്കിൽ, പുരോഗതി നേടാനാകുന്നില്ലെങ്കിൽ, അടുക്കും ചിട്ടയും ജീവിതത്തിൽ കൊണ്ടുവരണമെങ്കിൽ, സമയക്രമം പാലിക്കുന്നത് ഒന്ന് ശ്രമിച്ചു നോക്കൂ. ഞാൻ പഠിച്ചതും നിങ്ങൾക്ക് ഉപകാരപ്പെട്ടേക്കാവുന്നതുമായ ചിലത് ഇതാ :

- ഓരോ ദിവസവും വൈകുന്നേരം, അടുത്ത ദിവസത്തെ പരിപാടികൾ ക്രമീകരിക്കുന്നതിനായി പത്ത് മിനിറ്റ് അനുവദിക്കുക. മറ്റു പ്രധാന ഉദ്യമങ്ങൾക്കായി സമയം ആവശ്യമുണ്ടെങ്കിൽ സമയക്രമം പുനഃക്രമീകരിക്കുക.
- സമയക്രമത്തിൽ ബാക്കിയുള്ള സമയം, ബാക്കിയുള്ള ജോലികൾ തീർക്കാനായി ഉപയോഗിക്കുക. ഉദാഹരണത്തിന്, എല്ലാ ചൊവ്വാഴ്ചയും വ്യാഴാഴ്ചയും രണ്ട് മണിക്കൂർ വീതം, പുതിയ പുസ്തകം എഴുതാനായി ഞാൻ മാറ്റിവെയ്ക്കുന്നു.
- ക്രമീകരണം അതിരു കടക്കരുത്. യഥാർത്ഥത്തിൽ, തുടർച്ചയായി പത്ത് മണിക്കൂർ നിങ്ങൾക്ക് കാര്യക്ഷമമായി പ്രവർത്തിക്കാൻ കഴിയുകയില്ല. ഉദ്യമങ്ങൾക്കിടയിൽ അൽപസമയം സ്വയം ഇടവേള നൽകൂ.
- ആവശ്യമുണ്ടെന്ന് കരുതുന്നതിനേക്കാൾ കൂടുതൽ സമയം എപ്പോഴും അനുവദിച്ച് ക്രമപ്പെടുത്തൂ.

## "ഓഹ്, ഒരുപാട് വലിയ പദ്ധതിയായിട്ടാണ് എനിക്കിത് തോന്നുന്നത്."

സാരമില്ല. ചെറിയ പദ്ധതികൾ മതി. എല്ലാ കാര്യങ്ങൾക്കും ഒരു പ്രതിപ്രവർത്തനമുണ്ട്. ഇതിന് നേർ വിപരീതമായി കാര്യങ്ങൾ ചെയ്ത്, കാര്യക്ഷമമല്ലാത്ത ജീവിതരീതിയെ ന്യായീകരിക്കുന്നവർ. നിങ്ങൾക്കറിയാമോ, കാലിയായ കലണ്ടറാണ് തങ്ങളുടേതെന്ന് വാദിക്കുന്നവർ ജീവിതത്തിൽ ഒരു കാര്യത്തെയും കാര്യഗൌരവത്തോടെ നോക്കിക്കാണുകയില്ല.

ജീവിതം എപ്പോഴും "ആസ്വദിക്കുന്നു" എന്ന് ഭാവിക്കുന്നവർ. അവർ സാഹചര്യങ്ങൾക്കൊപ്പം ഒഴുകിനീങ്ങുന്ന, പകൽക്കിനാവ് കാണുന്നു. ഇത് കേൾക്കുമ്പോൾ എനിക്കെന്താണ് ഓർമ്മ വരുന്നതെ

ന്നറിയാമോ? “ഹാ ഡാ, ഈ ക്ലാസ്സിന്റെ പാഠങ്ങൾ പഠിക്കാൻ എനിക്ക് സമയം കിട്ടിയില്ല,” എന്ന് എപ്പോഴും പറയുന്ന സ്കൂൾ പ്രായത്തിലുള്ള കുട്ടികളുണ്ട്. പക്ഷേ, അവർ എപ്പോഴും ‘എ’ ഗ്രേഡോടുകൂടിയാണ് വിജയിക്കാറുള്ളത്. അവർക്ക് തങ്ങൾ കഠിനാദ്ധ്വാനം ചെയ്യുന്നില്ലെന്ന് നിങ്ങളെ വിശ്വസിപ്പിക്കണം. അതൊരു മുഖംമൂടിയാണ്. അതുകൊണ്ടുതന്നെ അവർ വിജയങ്ങൾ നേടുമ്പോഴും, അത് വളരെ എളുപ്പത്തിൽ നേടിയതുപോലെ തോന്നിക്കും.

എന്റെ കാഴ്ചപ്പാടിൽ, അർത്ഥവത്തായ കാര്യങ്ങൾ നേടിയെടുക്കുന്നത് വളരെ കഠിനം തന്നെയാണ്. നേട്ടങ്ങളുണ്ടാകുന്നത് എളുപ്പമാണെന്ന് തോന്നിപ്പിക്കേണ്ട കാര്യമൊന്നുമില്ലെന്നാണ് എനിക്ക് തോന്നുന്നത്. മരണം വരെ ജോലി ചെയ്തു കൊണ്ടിരിക്കുന്നതും അത്ര നല്ല കാര്യമൊന്നുമല്ല.

**ഞാൻ പലപ്പോഴും ഈ ചോദ്യം ഓർക്കാറുണ്ട് :**
**നിങ്ങളൊരു തുടക്കക്കാരനാണോ, അതോ വിദഗ്ധനോ?**

സ്റ്റീവൻ പ്രെസ്സ്ഫീൽഡിന്റെ *ദി വാർ ഓഫ് ആർട്ട്* എന്ന പുസ്തകത്തിൽ നിന്നുള്ള, കാര്യങ്ങൾ ചെയ്തുതീർക്കുന്നതുമായി ബന്ധപ്പെട്ടുള്ള, പ്രശസ്തമായ സാദൃശ്യമാണത്. പ്രചോദനമുൾക്കൊണ്ടാൽ മാത്രമേ തുടക്കക്കാരൻ പ്രവർത്തിക്കുകയുള്ളൂ. വൈദഗ്ദ്ധ്യം നേടിയവർ എന്നും സ്ഥിരതയോടെ ജോലി ചെയ്യും. സ്ഥിരതയാണ് പ്രധാനം. അസ്ഥിരതയോ തീവ്രതയോ അല്ല.

# ദിവസേന വ്യായാമം ചെയ്യുന്നത് ഞാൻ നിർത്തി. സംഭവിച്ചത് ഇതാണ്.

കഴിഞ്ഞ മൂന്ന് വർഷങ്ങളായി, ഓരോ വർഷവും ജീവിതത്തിൽ ശ്രദ്ധയൂന്നേണ്ട കാര്യങ്ങൾ നിശ്ചയിക്കുന്നുണ്ട്. 2014-ൽ, വിദേശത്ത് ജോലി ചെയ്യുകയും, കഴിയുന്നത്ര യാത്ര ചെയ്യുകയുമായിരുന്നു ആഗ്രഹം. 2015-ൽ, വർഷത്തിൽ 100 പുസ്തകങ്ങളെങ്കിലും വായിക്കണമെന്നതായിരുന്നു ലക്ഷ്യം. 2016-ൽ, ആ വർഷത്തിലെ എല്ലാ ദിവസവും വ്യായാമം ചെയ്യുക എന്നായിരുന്നു നിശ്ചയിച്ചിരുന്നത്.

അവയെല്ലാം ഞാൻ പൂർത്തീകരിച്ചു. ഓരോ വർഷവും ശ്രദ്ധയൂന്നേണ്ട കാര്യങ്ങൾ നിശ്ചയിക്കുന്നത് എനിക്ക് വളരെ ഇഷ്ടമാണ്. കാരണം, നമുക്ക് അനുവദിച്ച സമയത്ത് എന്താണ് ചെയ്യേണ്ടത് എന്നതിനെക്കുറിച്ച് കൃത്യമായ ധാരണയുണ്ടാകും. അതിലേക്ക് കൂടുതൽ ശ്രദ്ധ നൽകിയാൽ, ഒരു വർഷത്തിൽ ഇത്രയൊക്കെ ചെയ്യാൻ കഴിയും എന്നത് നിങ്ങളെ അത്ഭുതപ്പെടുത്തും.

ഈ വർഷം, കൂടുതൽ പുസ്തകം എഴുതുന്നതിലാണ് എന്റെ ശ്രദ്ധ (നല്ല രീതിയിലല്ല മുന്നോട്ടു പോകുന്നതെങ്കിലും, ഞാൻ ശ്രമിക്കുന്നുണ്ട്). അതേസമയം, വായനയും വ്യായാമവും നിർത്താനും ഞാൻ ഉദ്ദേശിക്കുന്നില്ല.

എന്നിരുന്നാലും, ചിലപ്പോൾ ഈ കാര്യങ്ങൾ പാലിക്കുന്നത് ബുദ്ധിമുട്ട് തന്നെയാണ്. ഇക്കഴിഞ്ഞ ജനുവരിയിൽ, എനിക്ക് ഫ്ലൂ പിടിപെട്ടു. അതിനു ശേഷം തിരികെ കുടുംബ ബിസിനസ്സ് നോക്കാൻ വന്നപ്പോൾ, എനിക്കു ചെയ്തുതീർക്കാൻ ബാക്കിയുണ്ടായിരുന്ന ജോലികളെ ഞാൻ നിസ്സാരമായി കണ്ടു. മാത്രമല്ല, എന്റെ ബ്ലോഗിംഗും ഓൺലൈൻ പാഠ്യപദ്ധതികളുമായി വിഷയങ്ങൾ എഴുതിയുണ്ടാക്കണമായിരുന്നു. ഞാൻ ചിന്തിച്ചു : "എല്ലാം കൂടെ എനിക്ക് ചെയ്യാൻ സാധിക്കില്ല. അതുകൊണ്ട്, ദിവസേനയുള്ള വ്യായാമം ഒഴിവാക്കാം."

## വലിയ തെറ്റ്

ഇതാണ് സംഭവിച്ചത്.

- ദിവസേനയുള്ള വ്യായാമത്തിനു പകരം, ആഴ്ചയിൽ 2-3 തവണ ജിമ്മിലേക്ക് പോയി. ആഴ്ചയിൽ ഒരു ദിവസം ഓടാനും പോയി. (ഇതെല്ലാം ജനുവരിയുടെ അവസാനത്തോടെ യായിരുന്നു)
- ആദ്യത്തെ കുറച്ച് ആഴ്ചകൾ കുഴപ്പമൊന്നുമുണ്ടായില്ല. എനിക്കും നല്ലതായി തോന്നി. കാര്യക്ഷമതയിലും കുറവൊന്നും വന്നില്ല.
- പക്ഷേ ഫെബ്രുവരിയുടെ അവസാനത്തോടെ, അതിൽ മാറ്റം വന്നു. ദിനാന്ത്യങ്ങളിൽ ക്ഷീണം തോന്നാൻ തുടങ്ങി. മുൻപൊരിക്കലും എനിക്കങ്ങനെ സംഭവിച്ചിരുന്നില്ല.
- ഞാൻ എഴുതുന്നതും കുറഞ്ഞു. ഞാനെഴുതിയ ലേഖനങ്ങളുടെ ഒരു ശേഖരം തന്നെ കയ്യിലുണ്ടായിരുന്നതിനാൽ, ആഴ്ചയിൽ രണ്ട് ലേഖനങ്ങൾ വീതം ഞാൻ ഓൺലൈനിൽ പങ്കുവെച്ചു.
- മാർച്ച് ആയപ്പോഴേക്കും എന്റെ പ്രവർത്തനക്ഷമതയിലും വീഴ്ച വന്നുതുടങ്ങി. ഭാഗ്യവശാൽ, എന്റെ കാര്യക്ഷമതാ പദ്ധതികൾ ഞാനെപ്പോഴും പിന്തുടർന്നിരുന്നു. ഞാനെന്നും കുറഞ്ഞ പക്ഷം ആവശ്യമുള്ള കാര്യങ്ങളെങ്കിലും ചെയ്തുവെക്കാറുണ്ടായിരുന്നു. പക്ഷേ, ഞാൻ പുതുതായി നിർമ്മിക്കുന്നത് നിർത്തി.
- സായാഹ്നങ്ങളിൽ നെറ്റ്ഫ്ലിക്സ് കാണാൻ തുടങ്ങി. *12 മങ്കീസ്* എന്ന ടി.വി. പരമ്പരയുടെ ഒരു എപ്പിസോഡ് പോലും ഞാൻ കണ്ടു. വളരെ മോശം പരിപാടിയായിരുന്നു അത്. ഉറങ്ങുന്നതിനു മുൻപ് പുസ്തകം വായിക്കാനാണ് ഞാൻ ഏറെ ഇഷ്ടപ്പെട്ടിരുന്നത്.
- എന്റെ സമയം പാഴാക്കിയതിൽ ഞാൻ അസ്വസ്ഥനായി.
- അസ്വസ്ഥത ഉണ്ടായപ്പോൾ, ഞാൻ ഡയറിയെഴുത്ത് തുടങ്ങി. ചെയ്ത കാര്യങ്ങൾ മനസ്സിൽ കൂടുതൽ പ്രതിഫലിക്കാൻ തുടങ്ങി.
- എന്റെ ശീലങ്ങളിലൂടെ ഒന്ന് കണ്ണോടിച്ചു. എനിക്ക് അനുഭവപ്പെടുന്ന വിവശതയും കാര്യക്ഷമതയിൽ വന്ന വീഴ്ചയും ഞാൻ മനസ്സിലാക്കി.
- എന്തുകൊണ്ടാണത്? ഉത്തരമിതാണ് : **വ്യായാമം.**
- വാസ്തവത്തിൽ, അതിന്റെ അഭാവം.
- **ഏപ്രിലോടെ, ഞാനെന്റെ ഏകാഗ്രത വീണ്ടും തിരികെ കൊണ്ടുവന്നു : ആരോഗ്യം പൂർവ്വസ്ഥിതിയിലാക്കുക.**

അതാണ് ഞാനിപ്പോൾ ചെയ്തുകൊണ്ടിരിക്കുന്നത്. നിങ്ങൾക്കും ആരോഗ്യമുണ്ടാക്കണമെങ്കിൽ, നിങ്ങളുടെ ലക്ഷ്യമെന്താണെന്ന് മനസ്സിലാക്കേണ്ടത് അത്യാവശ്യമാണ്. ഉദാഹരണത്തിന്, എനിക്ക് ആറടി മൂന്നിഞ്ച് പൊക്കവും 82 കിലോഗ്രാം തൂക്കവുമുണ്ട്. പക്ഷേ, അതിലല്ല കാര്യം. പലരും അടിസ്ഥാനമായി കാണുന്ന ബി.എം.ഐ പോലുള്ളവയെല്ലാം വെറുതെയാണ്, അവയൊന്നും തന്നെ ശാരീരിക ബലത്തെക്കുറിച്ച് പറയുന്നില്ല. സത്യം പറഞ്ഞാൽ, ഈ കണക്കുകളിലോ, എന്റെ ശരീരത്തിലെ കൊഴുപ്പിന്റെ അളവിൽ പോലുമോ ഞാൻ ശ്രദ്ധിക്കാറില്ല. പകരം, എന്റെ ശാരീരികാരോഗ്യവും, അതെങ്ങനെ എന്റെ ദൈനംദിന ജീവിതത്തെ സ്വാധീനിക്കുന്നു എന്നതുമാണ് എനിക്ക് പ്രധാനം. എന്റെ ആരോഗ്യം നല്ലതാകുമ്പോൾ, എനിക്കിവയെല്ലാം സാധിക്കും :

- വിശ്രമമില്ലാതെ 10000 മീറ്റർ ഓട്ടം.
- കുറഞ്ഞത് എന്റെ ശരീരഭാരത്തിന്റെ 8 ഇരട്ടി ഭാരമെടുത്ത് ഡെഡ്‌ലിഫ്റ്റ്, സ്ക്വാട്ട്, ബെഞ്ച് പ്രെസ്സ് എന്നിവ ചെയ്യും.
- കുറഞ്ഞത് 12 പുൾ അപ്പുകൾ.

ഇവയൊക്കെ ചെയ്യാൻ കഴിയുന്നത് എന്തിന്റെ അടിസ്ഥാന ത്തിലാണ്? എന്റെ ശരീരത്തിന്റെയും അനുഭവത്തിന്റെയും. ശാരീരികക്ഷമതയുടെ കാര്യത്തിൽ, നിയമങ്ങൾ ഒന്നുമില്ല. നിങ്ങളുടെ ലക്ഷ്യം നിങ്ങൾ സ്വയം കണ്ടെത്തണം. എന്റെ അഭിപ്രായത്തിൽ, ഒരു മനുഷ്യന് തന്റെ അതേ ഭാരത്തിലുള്ള വസ്തു എടുത്തുപൊക്കാനോ തള്ളിനീക്കാനോ കഴിയണം. അത് നിങ്ങളുടെ ദൈനംദിന ജീവിതത്തിലെ പ്രവർത്തികൾക്ക് ഉപകാരപ്പെടും. ആരോഗ്യം മികച്ചതാകുമ്പോൾ, ഊർജ്ജവും ഏകാഗ്രതയും വർദ്ധിക്കും.

### ആരോഗ്യത്തിന് ലക്ഷ്യം നിശ്ചയിക്കണോ?

ശാരീരികക്ഷമതയെയും ആരോഗ്യത്തെയും കുറിച്ചുള്ള പുസ്തകങ്ങൾ വായിക്കുക, യൂട്യൂബ് വീഡിയോകൾ കാണുക, വിദഗ്ധരോട് സംസാരിക്കുക, എന്നിട്ട് നിങ്ങൾക്കനുയോജ്യമായ ഒരു പദ്ധതി രൂപീകരിക്കുക; 21 വയസ്സുകാരന് വേണ്ടിയല്ല. കൂടുതൽ ഭാരം എടുക്കണം എന്നൊന്നുമില്ല. നിങ്ങൾ ഇഷ്ടപ്പെടുന്നതും അതേസമയം നിങ്ങളുടെ ശരീരത്തിന് വ്യായാമം നൽകുന്നതുമായ പ്രവർത്തികളിലേർപ്പെടൂ. കയ്പേറിയ സത്യമെന്തെന്നാൽ, കരുത്തും ഊർജ്ജവും ഉപയോഗപ്പെടുത്തി

യില്ലെങ്കിൽ, അവ നഷ്ടപ്പെട്ടും. പക്ഷേ, അതിനർത്ഥം നിങ്ങളവയെ അവഗണിക്കണം എന്നല്ല. പ്രചോദനത്തിന്റെ പ്രാധാന്യത്തിന് ഊന്നൽ കൊടുക്കുന്നതിനായി, സിഗ് സിഗ്ലർ പ്രയോഗിച്ച അതേ വാക്യം ഇവിടെയും പ്രായോഗികമാക്കാം :

> *"പ്രചോദനം നീണ്ടുനിൽക്കുന്ന ഒന്നല്ല എന്ന് ആളുകൾ പറയാറുണ്ട്. ശരിയാണ്, അതുപോലെതന്നെയാണ് കുളിക്കുന്നതും. അതുകൊണ്ടാണ് എന്നുമത് ചെയ്യാൻ പറയുന്നതും."*

നിങ്ങൾ ദിവസേന വ്യായാമം ചെയ്യുന്നില്ല എങ്കിൽ, നിങ്ങൾ നിങ്ങൾക്കു തന്നെ ഉപകാരപ്രദമായ ഒന്ന് ചെയ്യുന്നില്ല എന്നാണ്. വ്യായാമം നിർത്തുന്നതിലൂടെ, ജീവിതനിലവാരവും താഴുന്നു. സ്വയം മെച്ചപ്പെടുത്താനായി കുറുക്കുവഴികളൊന്നും നോക്കി നടക്കണ്ട. എനിക്കറിയാം, നമ്മളിൽ പലരും കേൾക്കാനാഗ്രഹിക്കാത്ത ഉപദേശമാണത്. വ്യായാമം ചെയ്യുന്നത് കഠിനം തന്നെയാണ്. പക്ഷേ, അതിലാണ് ഫലവും! നല്ലൊരു ജീവിതം കെട്ടിപ്പടുക്കാനുള്ള ഏറ്റവും ലളിതമായ ഉപായം നിങ്ങളുടെ പക്കൽ തന്നെയുണ്ട് : നിങ്ങളുടെ ശരീരം. നിങ്ങളതിനെ അവഗണിക്കുമോ ശക്തിപ്പെടുത്തുമോ?

# ഉത്പാദനക്ഷമത വർദ്ധിപ്പിക്കണമെങ്കിൽ, വിശ്രമം അത്യാവശ്യമാണെന്നാണ് പഠനങ്ങൾ തെളിയിക്കുന്നത്

ദിവസത്തിന്റെ ഭൂരിഭാഗം സമയവും ജോലിക്കായാണോ നിങ്ങൾ ചെലവഴിക്കുന്നത്? എന്നും ഏകാഗ്രത നിലനിർത്താൻ ബുദ്ധിമുട്ടുന്നുമുണ്ടോ? നിങ്ങളുടെ കാര്യക്ഷമതയും ഏകാഗ്രതയും മെച്ചപ്പെടുത്താൻ ഒരു എളുപ്പവഴിയുണ്ട്. "എങ്ങനെയാണ് ശ്രദ്ധ വ്യതിചലിക്കാതെ കൂടുതൽ കാര്യങ്ങൾ ചെയ്തുതീർക്കാനാകുക?"

എന്നോട് ഒരുപാട് ആൾക്കാർ ചോദിക്കുന്ന ചോദ്യമാണിത്. എപ്പോഴും മെച്ചപ്പെട്ട ഫലങ്ങൾ പ്രതീക്ഷിക്കുന്നത് മനുഷ്യസഹജമാണ്. ദിവസംതോറും യന്ത്രങ്ങളുടെ വേഗതയും പ്രവർത്തനക്ഷമതയും വർദ്ധിക്കുകയാണ്. പക്ഷേ, നിങ്ങളെന്ന വ്യക്തിയിലെ കാര്യക്ഷമതയോ? കാര്യക്ഷമതയുമായി ബന്ധപ്പെട്ട് ഒരുപാട് പുസ്തകങ്ങൾ ഞാൻ വായിച്ചിട്ടുണ്ട്. സമയക്രമീകരണത്തെക്കുറിച്ച് എണ്ണമറ്റ ലേഖനങ്ങളിലൂടെ ഞാൻ കടന്നുപോയിട്ടുണ്ട്. എന്റെ കാര്യക്ഷമത മെച്ചപ്പെടുത്താനായി വിവിധ മാർഗ്ഗങ്ങൾ ഞാൻ പരീക്ഷിച്ചിട്ടുണ്ട്.

ആശയം ലളിതമാണ്: ലഭിക്കുന്നത് അതേ സമയമാണെങ്കിലും, കൂടുതൽ ചെയ്തുതീർക്കാൻ സാധിക്കണം. അദ്ധ്വാനം കുറയ്ക്കാനുള്ള കുറുക്കുവഴികളോ മറ്റോ ഞാൻ നോക്കുന്നില്ല. അദ്ധ്വാനിക്കുന്നതിൽ എനിക്ക് മടിയുമില്ല. അർത്ഥമില്ലാത്ത കാര്യങ്ങൾക്കായി സമയം പാഴാക്കുന്നതിലാണ് എനിക്ക് ഇഷ്ടക്കേട്. ചിലപ്പോൾ ഞാൻ യൂട്യൂബ് വീഡിയോസ്, ബ്ലൂം എന്നിവ കണ്ടുതുടങ്ങും, 2 മണിക്കൂർ അങ്ങനെ പോകും.

എന്നിട്ട് യൂട്യൂബിനോട് ദേഷ്യപ്പെടും. അതെന്ത് ന്യായം? രാത്രി മുഴുവൻ മദ്യപിച്ച ശേഷം, മദ്യത്തെ പഴിക്കുന്നതു പോലെ

യാണത്. മദ്യമല്ല പ്രശ്നം, **നിങ്ങളാണ്.** *ഒരു പെഗ്ഗ്* മദ്യം മാത്രം കഴിച്ചാൽ പോരായിരുന്നോ അല്ലെങ്കിൽ *ഒരു വീഡിയോ* മാത്രം കണ്ടാൽ മതിയായിരുന്നില്ലേ? അല്ലേ?

ജോലിയിൽ നിന്നും ശ്രദ്ധ വ്യതിചലിക്കുന്നതു കാരണമുള്ള അസ്വസ്ഥത ഒഴിവാക്കാനായി ഞാനൊരു വഴി കണ്ടെത്തിയിട്ടുണ്ട് (മദ്യപാനമല്ല). അത് നിങ്ങളുടെ ജോലി രസകരമാക്കുകയും, സമ്മർദ്ദം കുറയ്ക്കുകയും ചെയ്യും.

## പരിഹാരം ലളിതമാണ് : ഓരോ 30 മിനിറ്റ് ജോലിക്കു ശേഷവും 5 മിനിറ്റ് ഇടവേള എടുക്കുക

പോമോഡോറോ തന്ത്രം എന്നും ഇതിനെ വിളിക്കാറുണ്ട്. ഈ തന്ത്രം ഫലവത്താകാനുള്ള കാരണവും ലളിതമാണ് : ജീവശാസ്ത്ര പരിണാമം. ഒരേ പ്രവർത്തിയിൽ ഒരുപാട് നേരം ശ്രദ്ധ ചെലുത്താൻ മനുഷ്യബുദ്ധിക്കാവുകയില്ല. നമ്മുടെ നിലനിൽപ്പ് ഉറപ്പുവരുത്തലാണ് അതിന് പ്രധാനം. നമുക്ക് ചുറ്റുമുള്ള ഭീഷണികളിൽ നിന്നും സംരക്ഷിക്കാനായി, അതെപ്പോഴും ജാഗ്രത പുലർത്തുന്നുണ്ട്. അതുകൊണ്ടു തന്നെ, ഒരുപാട് നേരം ഒരേ കാര്യത്തിൽ ശ്രദ്ധിക്കുന്നത് തലച്ചോറിന് ബുദ്ധിമുട്ടുള്ള ജോലിയാണ്.

യൂണിവേഴ്സിറ്റി ഓഫ് ഇല്ലിനോയ്സിലെ അലെഹാണ്ട്രോ ല്ലേറാസ് നടത്തിയ പഠനത്തിൽ തെളിയിക്കപ്പെട്ടത്, ജോലി ഇടയ്ക്കിടെ നിർത്തി വീണ്ടും തുടങ്ങുന്നത് ഏകാഗ്രതയോടെയിരിക്കാൻ സഹായിക്കുന്നു എന്നാണ്. റിപ്പോർട്ടുകൾ തയ്യാറാക്കുക, അവതരിപ്പിക്കുക, പരീക്ഷകൾക്കായി പഠിക്കുക തുടങ്ങിയ വലിയ ഉദ്യമങ്ങൾ തീർക്കാനായി, നിശ്ചിതമായ ഇടവേളകളിൽ ചെറിയ അവധി എടുക്കുന്നത് അത്യുത്തമമാണ്.

## ഇടവേളകൾ കൊടുക്കുന്നത് ജോലിയിലെ നിലവാരം ഉയർത്തുകയും ചെയ്യും

ഇടവേള സമയങ്ങളിൽ, കുറച്ചു സമയം നിങ്ങൾ സ്വന്തം പ്രവർത്തികൾ വീണ്ടും വിലയിരുത്താനായി വിനിയോഗിക്കും. ചിലപ്പോൾ നിങ്ങൾ കണ്ടെത്തും, ജോലിയിലെ നിലവാരം മെച്ചപ്പെടുത്താനായി നിങ്ങൾ പ്രവർത്തികൾ പുന:ക്രമീകരിക്കണമെന്ന്.

വിശ്രമമില്ലാതെ നിങ്ങൾ ഒരു പ്രവൃത്തി ചെയ്യുകയാണെങ്കിൽ, ഏകാഗ്രത നഷ്ടപ്പെടാനുള്ള സാധ്യത കൂടുതലാണ്; പ്രവൃത്തി

പൂർത്തീകരിക്കപ്പെടുകയുമില്ല. അതുകൊണ്ടുതന്നെ, 30 മിനിറ്റ് ജോലിയോളം തന്നെ പ്രധാനമാണ് 5 മിനിറ്റ് ഇടവേളയും. ഇടവേളകളെ നിസ്സാരമായി കാണരുത്, അവയെ സമ്മാനങ്ങളായി കരുതു.

കുറച്ച് ദൂരം നടക്കാനായോ, നടു നിവർത്താനായോ, ഒരു കാപ്പി കുടിക്കാനായോ, അല്ലെങ്കിൽ മനസ്സിന് അയവ് തരുന്ന മറ്റെന്തെങ്കിലുമോ ചെയ്യാനായോ ഇടവേളകൾ ഉപയോഗിക്കു. ചെയ്ത പ്രവർത്തികളെ സംതൃപ്തിയോടെ കാണുക. 30 മിനിറ്റ് ഇടവേളകൾ എന്ന തന്ത്രം ഞാൻ ഒരു വർഷത്തിലധികമായി ഉപയോഗിക്കാൻ തുടങ്ങിയിട്ട്. ഇത്രയും പ്രവർത്തികൾ ഇതിനു മുൻപ് എനിക്ക് ചെയ്തുതീർക്കാൻ ആയിട്ടില്ലായിരുന്നു. മാത്രമല്ല, ചെയ്യുന്ന പ്രവർത്തികളിൽ ആനന്ദം കണ്ടെത്താനും, സമ്മർദ്ദം കുറയ്ക്കാനും കഴിയുന്നുണ്ട്.

ഇടവേളകൾക്കും, ഇടവേളകൾക്കിടയിലെ ജോലിസമയങ്ങൾക്കും വിവിധ സമയക്രമങ്ങൾ നൽകി ഞാൻ പരീക്ഷിച്ചു; 25, 30, 40, പരമാവധി 45 മിനിറ്റ്. ചില പഠനങ്ങൾ പറയുന്നു, ഒരുപാട് നേരം ഏകാഗ്രതയോടെ പ്രവർത്തിക്കാൻ ശ്രമിക്കുന്നത് വിപരീത ഫലങ്ങൾ ഉണ്ടാക്കുമെന്നാണ്. അതുകൊണ്ട് ഓരോ ഇടവേളയ്ക്കും മുൻപായി എത്ര സമയം ജോലി ചെയ്യണമെന്ന് നിങ്ങൾക്ക് തീരുമാനിക്കാം.

**ഈ തന്ത്രം പ്രായോഗികമാക്കാൻ ശ്രമിക്കുന്നുവെങ്കിൽ, അതിന് സഹായകമാകുന്ന മറ്റു കുറച്ച് കാര്യങ്ങളിതാ :**

- 30 മിനിറ്റ് ഇടവേള കണക്കാക്കാനായി ഏതെങ്കിലും ഒരു ആപ്പ് ഉപയോഗിക്കുക. ടുമൈറ്റി (Tomighty) ആണ് ഞാൻ ഉപയോഗിക്കുന്നത്.
- ഓരോ 30 മിനിറ്റ് ജോലി സമയത്തിനുമായി, ഒരു ജോലി മാത്രം തിരഞ്ഞെടുക്കുക.
- ഇടവേളകൾ ഒഴിവാക്കാതിരിക്കുക.
- ഇടവേള സമയങ്ങളിൽ മെയിൽ നോക്കരുത്.
- 4 മുപ്പത് മിനിറ്റ് ജോലി സമയത്തിനു ശേഷം, 15 മിനിറ്റ് ഇടവേള അനുവദിക്കുക.
- 30 മിനിറ്റ് ജോലി സമയത്ത് അനാവശ്യ മുന്നറിയിപ്പുകൾക്കോ മറ്റു തടസ്സങ്ങൾക്കോ മുഖം കൊടുക്കാതിരിക്കുക.

- ദിവസവും ഓരോ ലക്ഷ്യം നിശ്ചയിക്കുക. ഉദാഹരണത്തിന്, 30 മിനിറ്റ് ജോലിയുടെ 10 തവണകൾ കൊണ്ട് നമുക്ക് 300 മിനിറ്റിന്റെ കാര്യക്ഷമമായ പ്രവൃത്തിഫലം ഉണ്ടാക്കാൻ കഴിയും.

ജോലിത്തിരക്കിനിടയിൽ ഇടവേള എടുക്കുന്നതിന്റെ പ്രാധാന്യം മറന്നുപോകാനിടയുണ്ട്. നിങ്ങൾ കാര്യക്ഷമതയെക്കുറിച്ച് മറ്റൊരു ലേഖനം വായിക്കേണ്ട ആവശ്യമില്ല. പകരം, ഇടവേള കൊടുക്കൂ. കാര്യക്ഷമതയ്ക്കായുള്ള കുറുക്കുവഴികളിലും, ജോലിത്തിരക്കിന്റെ ബഹളത്തിനിടയിലും നമ്മൾ ചിലപ്പോൾ വീണുപോകാറുണ്ട്. സത്യമെന്തെന്നാൽ, കാര്യക്ഷമത വർദ്ധിപ്പിക്കുന്നതിനായി എന്തു തന്നെ ചെയ്താലും, ജോലി ചെയ്യേണ്ടത് അത്യാവശ്യം തന്നെയാണ്. മാത്രമല്ല, ഊർജ്ജം വീണ്ടെടുക്കുന്നതിനായി 5 മിനിറ്റിന്റെ ഇടവേളകൾ ലഭിക്കുകയും ചെയ്യും.

## ഭാഗം 3

# അധിക നേട്ടങ്ങൾ

"രണ്ട് മുയലുകളെ പിന്തുടരുന്ന ഒരാൾക്ക്
ഒന്നിനെപ്പോലും പിടിക്കാൻ കഴിയില്ല."

—ചൈനീസ് പഴഞ്ചൊല്ല്

# നിങ്ങൾക്കെന്താണ് വേണ്ടതെന്ന് അറിയില്ലേ? ആഗോളതലത്തിലുള്ള ഈ 7 കഴിവുകൾ സ്വായത്തമാക്കൂ

എന്താണ് വിജയം? ജീവിതത്തിൽ നിന്നും നിങ്ങൾ എന്താണ് പ്രതീക്ഷിക്കുന്നത്? എങ്ങനെയുള്ള ഔദ്യോഗിക ജീവിതമാണ് നിങ്ങളാഗ്രഹിക്കുന്നത്? നമ്മളിൽ പലരുടെയും ഉത്തരം, "അറിയില്ല" എന്നായിരിക്കും. നിങ്ങൾക്കറിയാമോ? അങ്ങനെ പറയുന്നതിൽ ഒരു തെറ്റുമില്ല. എന്നിട്ടും നമ്മൾ കരുതുന്നു, ജീവിതത്തിൽ എന്താണ് ചെയ്യേണ്ടതെന്ന് അറിയാത്തത് ഏറ്റവും മോശമായ കാര്യമാണെന്ന്.

നമ്മൾ പറയും : "ദൈവമേ! എനിക്കെന്താണ് വേണ്ടതെന്ന് എനിക്കറിയില്ല!" എന്നിട്ട് കടുത്ത സമ്മർദ്ദത്തിലാവുകയും ചെയ്യും. സത്യസന്ധമായി പറഞ്ഞാൽ, എല്ലാവർക്കും സംഭവിക്കാറുണ്ട്. പ്രത്യേകിച്ച്, നിങ്ങളുടെ പഴയ കോളേജിലെ സഹപാഠിയുടെ കല്യാണം കഴിയുമ്പോൾ. അല്ലെങ്കിൽ നിങ്ങൾക്കൊപ്പം നിയമിതനായ സഹപ്രവർത്തകന് ഉദ്യോഗക്കയറ്റം ലഭിക്കുമ്പോൾ.

അത്തരം ദുർബ്ബലനിമിഷങ്ങളിലാണ്, സ്വന്തം ജീവിതത്തെക്കുറിച്ചുള്ള അനിശ്ചിതത്വം എടുത്തുകാട്ടപ്പെടുന്നത്. എന്റെ ഏറ്റവും വലിയ തെറ്റിദ്ധാരണകളിലൊന്നായിരുന്നു, ജീവിതത്തിൽ എന്താണ് *ശരിക്കും* വേണ്ടതെന്ന് അറിയുന്നത് പ്രധാനമാണെന്നുള്ള ചിന്ത. സത്യത്തിൽ, തങ്ങൾക്ക് ശരിക്കുമെന്താണ് വേണ്ടതെന്ന് ആർക്കുമറിയില്ല.

**അനിശ്ചിതത്വത്തെ അംഗീകരിക്കുക**

ഒരു പശുവിനാൽ നാളെ നിങ്ങളുടെ ജീവൻ പോയേക്കാം (അങ്ങനെ സംഭവിച്ചിട്ടുണ്ട്). ഓഹരി വിപണിയിൽ നിങ്ങളുടെ പകുതി

പണവും നഷ്ടപ്പെട്ടേക്കാം. നിങ്ങളുടെ കെട്ടിടം തീയിൽപ്പെട്ട് നശിച്ചേക്കാം. ഇതെല്ലാം ഞാൻ നിങ്ങളോട് പറയേണ്ട ആവശ്യമില്ല. പക്ഷേ, ജീവിതത്തിലെ പല സംഭവങ്ങൾക്കും ഉത്തരമില്ല എന്ന ബോധം നമ്മളിലുണ്ടാകണം. നിങ്ങൾക്ക് ആരോഗ്യം നിലനിർത്താനാകുമോ? ഓഹരി വിപണി ഇടിയുമോ? നിങ്ങളുടെ ബിസിനസ്സ് കൂടുതൽ പുരോഗതി കാണുമോ? ഒരാൾക്കും അറിയില്ല! അതാണ് ജീവിതത്തിന്റെ സൗന്ദര്യം. ഇലിയനോർ റൂസ്‌വെൽറ്റ് ഇക്കാര്യം നന്നായി പറഞ്ഞിട്ടുണ്ട് :

> *"ജീവിതം പ്രവചിക്കാനാകുന്നതായാൽ, അത് ജീവിതമല്ലാതാകും; അതിന്റെ അഭിരുചിയും നഷ്ടപ്പെടും."*

ചിലർ എന്നോട് ചോദിക്കാറുണ്ട്, "എന്തിനാണ് ഇത്രയധികം പുസ്തകങ്ങൾ വായിക്കുന്നത്? നിങ്ങൾ വായിച്ചതെല്ലാം പ്രാവർത്തികമാക്കാൻ ഒരിക്കലും സാധിക്കില്ല." അവർ പറഞ്ഞത് ശരിയാണ്. എനിക്കതിന് കഴിയില്ല. പിന്നെന്തിനാണ് ഞാൻ പല തരത്തിലുമുള്ള വിഷയങ്ങളെ സംബന്ധിച്ച് ഒരുപാട് പുസ്തകങ്ങൾ വായിക്കുന്നത്?

ഏതെങ്കിലും ഒരു അറിവ് ആവശ്യമായി വരുന്ന ജീവിത സന്ദർഭം എന്നെങ്കിലുമൊരിക്കൽ എന്റെ ജീവിതത്തിൽ ഉണ്ടായേക്കാം. ആ ഒരൊറ്റ സന്ദർഭം എന്റെ ജീവിതത്തെ തന്നെ പൂർണ്ണമായും മാറ്റിമറിച്ചേക്കാം. ഒരു ഉദാഹരണം പറയാം : 2015-ൽ, കാര്യക്ഷമത, ജീവിതം, ബിസിനസ്സ് എന്നിവയെക്കുറിച്ചുള്ള എന്റെ ആശയങ്ങൾ മറ്റുള്ളവരുമായി പങ്കുവെക്കണമെന്ന് എന്റെ കൂട്ടുകാരും ഗുരുക്കന്മാരും പറഞ്ഞപ്പോൾ, ഞാൻ അതിനെക്കുറിച്ച് വിശദമായി ചിന്തിച്ചു.

പക്ഷേ, അറിവുകൾ മറ്റുള്ളവരിലേക്ക് എത്തിക്കാൻ പല മാർഗ്ഗങ്ങളുമുണ്ട്. സംഘങ്ങളുണ്ടാക്കി പരിശീലനം നൽകാം, സെമിനാറുകൾ സംഘടിപ്പിക്കാം. ഓരോരുത്തർക്കും വ്യക്തിപരമായി പഠിപ്പിച്ചു കൊടുക്കാം. യൂട്യൂബ് വീഡിയോകൾ ചിത്രീകരിക്കാം. സമ്മേളനങ്ങളിൽ സംസാരിക്കാം. സാധ്യതകൾ അനന്തമാണ്. പക്ഷേ, എഴുതുന്നതിനെക്കുറിച്ച് പണ്ട് ഞാൻ കുറേ വായിച്ചതിനാലും, എഴുതുന്നതിനോട് താൽപര്യമുള്ളതിനാലും, എന്റെ ആശയങ്ങൾക്ക് മഷിയുടെ നിറം കൊടുക്കാമെന്ന് കരുതി. അങ്ങനെ തുടങ്ങുന്നതാണ് എനിക്ക് ഏറ്റവും എളുപ്പവും.

വെബ്സൈറ്റുകൾ ആരംഭിക്കുന്നതിനെക്കുറിച്ചും പണ്ട് ഞാൻ ഒരുപാട് വായിച്ചിട്ടുണ്ട്. അതുകൊണ്ടുതന്നെ അത് ആരംഭിക്കുന്നതും എനിക്ക് വളരെ എളുപ്പമായിരുന്നു. ശരിക്കും പറഞ്ഞാൽ, ഒരു

ദിവസം കൊണ്ട് ഞാൻ വെബ്സൈറ്റ് നിർമ്മിച്ചു. എന്നിട്ട് ഒരു മാസം മുഴുവൻ എല്ലാ ദിവസവും ഞാൻ എഴുതാൻ തുടങ്ങി. ഫലമോ? ഒരു പുസ്തകവും ഒരുപാട് ലേഖനങ്ങളും.

## നിങ്ങളുടെ മാർഗ്ഗം അറിയുക. ലക്ഷ്യമല്ല.

എഴുതുന്നതിനെയും വെബ്സൈറ്റ് നിർമ്മിക്കുന്നതിനെയും കുറിച്ച് ഞാൻ വായിക്കുമ്പോൾ, സ്വന്തമായി ഒരു ബ്ലോഗ് നിർമ്മിക്കാൻ അത് ഉപകരിക്കും എന്ന് ഞാൻ ഒരിക്കലും കരുതിയില്ല.

വാസ്തവത്തിൽ, എനിക്കെന്താണ് വേണ്ടതെന്ന് എനിക്കറിയില്ലായിരുന്നു. ഏത് വഴിയാണ് സഞ്ചരിക്കേണ്ടതെന്ന് മാത്രമേ എനിക്കറിയുമായിരുന്നുള്ളൂ. എനിക്ക് ഈ മേഖലയിൽ സംഭാവന നൽകണമെന്നതും, ചെയ്യുന്ന പ്രവർത്തി ഇഷ്ടപ്പെടണമെന്നതുമാണ് എന്റെ ആഗ്രഹമെന്ന് എനിക്കറിയുമായിരുന്നു.

അതിനാൽത്തന്നെ, ജീവിതത്തിൽ ശരിക്കും എന്താണ് ചെയ്യേണ്ടതെന്ന് അറിയുന്നത് അത്ര പ്രധാനമൊന്നുമല്ല. മനുഷ്യർ മാറും. സമ്പദ് വ്യവസ്ഥകൾ മാറും. അതുകൊണ്ട്, “എനിക്കെന്താണ് വേണ്ടതെന്ന് എനിക്കറിയാം!” എന്ന് ഉറച്ച സ്വരത്തിൽ പറയുന്നത് പോലും യാഥാർത്ഥ്യമല്ല. ഒരു മനുഷ്യനു വേണ്ട ഒരേയൊരു കാര്യം ദിശാബോധമാണ്. എവിടെയാണ് എത്തിച്ചേരേണ്ടത് എന്ന വീക്ഷണബോധം.

നോക്കൂ, നിങ്ങളുടെ കൃത്യമായ ലക്ഷ്യം അറിയേണ്ടതില്ല. തനിക്കെന്താണ് വേണ്ടതെന്ന് എപ്പോഴും അറിയാമായിരുന്നു എന്ന് പറയുന്ന വ്യക്തികളെക്കുറിച്ച് നിങ്ങൾ പലപ്പോഴും വായിച്ചിട്ടുണ്ടാകും. പക്ഷേ, അത് വളരെ ചെറിയ ശതമാനം മനുഷ്യർ മാത്രമാണ്. ഞാനൊരിക്കലും അങ്ങനൊരാളെ നേരിട്ട് പരിചയപ്പെട്ടിട്ടില്ല. നമ്മളിൽ പലർക്കും ആദ്യദിവസം മുതൽ തന്നെ ഇത്തരം ദൃഢനിശ്ചയമൊന്നും ഉണ്ടാകാറില്ല. അത് കാലക്രമേണ വളരുന്നതാണ്.

ജീവിതത്തിൽ ഏത് ദിശയിലൂടെയാണ് സഞ്ചരിക്കേണ്ടതെന്ന് നിങ്ങൾക്ക് അറിയില്ലെങ്കിൽ, അതായിരിക്കും നിങ്ങളുടെ ഏറ്റവും പ്രധാനപ്പെട്ട ജീവിതലക്ഷ്യം – എങ്ങോട്ടാണ് സഞ്ചരിക്കേണ്ടതെന്ന് കണ്ടെത്തുന്നത്. അതാണ്, *ഗെറ്റിംഗ് എവെരിതിംഗ് യൂ ക്യാൻ ഔട്ട് ഓഫ് ആൾ യൂ ഹാവ് ഗോട്ട്* എന്ന പുസ്തകത്തിൽ ജേയ് എബ്രഹാം (എന്റെ എക്കാലത്തെയും പ്രിയപ്പെട്ട ബിസിനസ്സ് സംബന്ധമായ പുസ്തകങ്ങളിലൊന്ന്) പറയുന്നത് :

*"നിങ്ങൾക്ക് എന്താണ് വേണ്ടതെന്ന് കണ്ടെത്തലാണ് ഏറ്റവും പ്രധാനം. ശേഷം അതിലേക്കെത്തിച്ചേരാനുള്ള പാതയാണ് നിങ്ങൾ തിരഞ്ഞെടുക്കുന്നതെന്ന് ഉറപ്പുവരുത്തുക. തെറ്റായ ലക്ഷ്യം തിരഞ്ഞെടുത്തതിന്റെ പേരിൽ, തന്റെ 75-80 വയസ്സിൽ കുറ്റബോധത്തോടെ ജീവിതത്തെ തിരിഞ്ഞുനോക്കുന്ന ആളെ കാണുന്നതിലും ദുഃഖം മറ്റൊന്നില്ല."*

നിങ്ങൾക്ക് ശരിക്കും എന്താണ് വേണ്ടതെന്ന് അറിയണമെന്നല്ല അദ്ദേഹം പറയുന്നത്, കണ്ടോ? അത് പ്രായോഗികമല്ല. പകരം, നമ്മൾ എങ്ങോട്ടാണ് പോകുന്നത് എന്നതിന്റെ ഏകദേശ രൂപം അറിഞ്ഞിരിക്കണം. എനിക്കറിയാം, അത് അവ്യക്തമായിരിക്കും. പക്ഷേ, ഞാൻ ജീവിതത്തിൽ കണ്ടെത്തിയ ഒരേയൊരു മാർഗ്ഗം അതാണ്.

## ആഗോളതലത്തിലുള്ള കഴിവുകൾ പരിശീലിക്കുക

എല്ലാം ശരിയായി വരുന്ന സമയത്ത് ടി.വി കണ്ടും, മദ്യപിച്ചും, ആരോഗ്യകരമല്ലാത്ത ഭക്ഷണം കഴിച്ചും സമയം കളയരുത്. സമയം ഫലപ്രദമായി വിനിയോഗിക്കുക.

എന്നും ആവശ്യം വരുന്ന കഴിവുകൾ പരിശീലിച്ച് സ്വായത്തമാക്കുക. കുറച്ച് പ്രചോദനം വേണമെന്നുണ്ടോ? ഞാൻ സ്ഥിരമായി പരിശീലിക്കുന്ന കുറച്ചു കഴിവുകൾ ഇവിടെ കുറിക്കാം :

1. **ആത്മശിക്ഷണം :** സ്വന്തം മനസ്സിനകത്തെ പ്രതികൂല ചിന്തകളെ അവഗണിക്കുന്നതിൽ പ്രാവീണ്യം നേടൂ. കിടക്കയിൽ നിന്നും എഴുന്നേൽക്കൂ. ജിമ്മിലേക്ക് പോകൂ. "എനിക്കിത് ചെയ്യേണ്ട" എന്ന വാക്യം ശ്രദ്ധിക്കാതിരിക്കൂ.
2. **വ്യക്തിപരമായ ഗുണം :** നിങ്ങൾ ഉണർന്നിരിക്കുന്ന 16-18 മണിക്കൂറുകളിൽ പരമാവധി ഫലങ്ങൾ ഉണ്ടാക്കുന്നത് എങ്ങനെയാണെന്ന് പഠിക്കൂ. കൂടുതൽ കാര്യങ്ങൾ ചെയ്യൂ – പ്രയോജനപരമായി.
3. **ആശയവിനിമയം :** ആശയവിനിമയം നടത്തുന്നതിൽ വിദഗ്ധരായെന്നാണ് നമ്മൾ സ്വയം ധരിച്ചിരിക്കുന്നത്. പക്ഷേ യഥാർത്ഥത്തിൽ, നേരെ വിപരീതമാണ്. കലയും ശാസ്ത്രവും ഒത്തുചേർന്ന ഒന്നാണ് ആശയവിനിമയം. മറ്റുള്ളവരുമൊത്ത് പ്രവർത്തിക്കാനുള്ള കഴിവ് അതിനെ ആസ്പദമാക്കിയാണുള്ളത്.

4. **കൂടിയാലോചന :** നിങ്ങളെപ്പോഴും കൂടിയാലോചിക്കാറുണ്ട്. പങ്കാളിയുമായി, കുട്ടികളുമായി, മാതാപിതാക്കളുമായി, ഗുരുക്കന്മാരുമായി, കൂട്ടുകാരുമായി, സഹപ്രവർത്തകരുമായി, മേലുദ്യോഗസ്ഥരുമായി, അങ്ങനെ പലരോടും. എല്ലാവർക്കും മികച്ചത് നേടിക്കൊടുക്കാനായി പഠിക്കൂ.
5. **നേടിയെടുക്കുക :** ധാർമ്മികമായ പാതയിലൂടെ ആവശ്യമുള്ള തെല്ലാം നേടിയെടുക്കാൻ പഠിക്കുക.
6. **ശാരീരിക ബലവും ഊർജ്ജവും :** ശക്തനാവുക എന്നത് കഴിവ് തന്നെയാണ്. സ്വന്തം ശരീര ഭാരത്തിന് തുല്യമായവ തള്ളിനീക്കാൻ കഴിയണം. എല്ലാ മനുഷ്യനും ചെയ്യാൻ കഴിയേണ്ട ഒന്നാണത്.
7. **മെയ് വഴക്കം :** ദിവസം മുഴുവൻ കമ്പ്യൂട്ടറിന് മുന്നിലോ കാറിനകത്തോ ഇരിക്കുന്നത് നിങ്ങളുടെ ശരീരത്തെ ദൃഢമാക്കും. നടുവ്, മുട്ടുകാല്, ഇടുപ്പ്, കഴുത്ത് എന്നിവയ്ക്ക് അയവ് കൊടുക്കാൻ പഠിക്കുക. ഇരുന്നു ജോലി ചെയ്യുന്നവർക്ക് ഏറ്റവും കൂടുതൽ പ്രശ്നങ്ങൾ ഉണ്ടാകാൻ സാധ്യതയുള്ള ഭാഗങ്ങളാണിവ.

ശരിയായി ചെയ്തു ശീലിക്കുകയാണെങ്കിൽ, ജീവിതകാലം മുഴുവൻ നിങ്ങളെ നിരതനാക്കാൻ ഇവ ധാരാളം മതി. നിങ്ങളെ അതിശയിപ്പിച്ച ഒരു കഴിവ് തിരഞ്ഞെടുക്കൂ. അതിൽ പ്രാവീണ്യം നേടൂ. ശേഷം, അടുത്തത് തിരഞ്ഞെടുക്കൂ. ഇങ്ങനെ തുടർന്നുകൊണ്ടേയിരിക്കൂ. അധികം വൈകാതെ, നിങ്ങൾക്കെന്താണ് വേണ്ടതെന്ന് സ്വയം മനസ്സിലാകും. അങ്ങനെ മനസ്സിലായില്ലെങ്കിൽ, ലോകം അവസാനിക്കാനൊന്നും പോകുന്നില്ലല്ലോ. ഇനിയും ഒരുപാട് പഠിക്കാനുണ്ട്.

# സമയത്തിന് ഓഫീസിൽ നിന്നും ഇറങ്ങൂ, ജോലിക്കാര്യങ്ങൾ വീട്ടിലേക്ക് കൊണ്ടുപോകരുത്

ദൈർഘ്യമേറിയതും, സന്തുഷ്ടവും സംതൃപ്തവുമായ ഔദ്യോഗിക ജീവിതത്തിന്, ഈ രണ്ട് പാഠങ്ങൾ എല്ലാവർക്കും അത്യാവശ്യമാണ്. പക്ഷേ, ഇവ പ്രാവർത്തികമാക്കുക എന്നത് ദുഷ്കരമാണ്. അത് മനസ്സിലാക്കാൻ എനിക്ക് ആദ്യത്തെ ആറ് വർഷം വേണ്ടിവന്നു. ഇപ്പോഴും ഞാൻ സ്വയം ഓർമ്മപ്പെടുത്താറുണ്ട്, ജോലിയല്ല ജീവിതമാണ് മുഖ്യമെന്ന്.

കഴിഞ്ഞ കാലങ്ങളിൽ ഞാൻ ജോലി ചെയ്തിരുന്ന മിക്ക സ്ഥലങ്ങളിലും പിന്തുടർന്നു പോന്നിരുന്നത്, *"അവബോധമാണ് യാഥാർത്ഥ്യം"* എന്ന രീതിയാണ്. എന്നുവെച്ചാൽ, കാണുന്നതാണ് യാഥാർത്ഥ്യത്തേക്കാൾ പ്രധാനം എന്ന്. മറ്റൊരു തരത്തിൽ പറഞ്ഞാൽ : ഏറ്റവും കൂടുതൽ നേരം ഓഫീസിൽ ചെലവഴിക്കുന്ന ആളാണ് ഏറ്റവും കഠിനാധ്വാനി. ചിലപ്പോൾ ശരിയായിരിക്കാം.

പക്ഷേ, അതിലല്ല കാര്യം. ഫലങ്ങൾ മാത്രമാണ് പ്രാധാന്യമർഹിക്കുന്നതെന്ന് നമുക്കെല്ലാവർക്കും അറിയാം. എന്നിരുന്നാലും, വ്യർത്ഥമായ ഘടകങ്ങളാണ് നമ്മൾ തീരുമാനത്തിലേക്കെത്താൻ മൊത്തമായി വിലയിരുത്തുക. മീറ്റിംഗുകളിൽ പങ്കെടുക്കുന്നത്, ഓഫീസിൽ ചെലവഴിക്കുന്ന സമയം, എത്ര വേഗം മെയിലുകൾക്ക് മറുപടി കൊടുക്കുന്നു എന്നിങ്ങനെയുള്ളവ.

ശോചനീയം. ഞങ്ങളുടെ കുടുംബ ബിസിനസ്സിൽ, ഒരു ദിവസത്തെ ജോലി കഴിഞ്ഞാലുടൻ തന്നെ ഓഫീസിൽ നിന്നുമിറങ്ങാനാണ് ഞങ്ങൾ പ്രോത്സാഹിപ്പിക്കുന്നത്. പ്രധാനപ്പെട്ട കാര്യങ്ങളിൽ ശ്രദ്ധ ചെലുത്തുന്നതാണ് കൂടുതൽ സമയം ജോലി ചെയ്യുന്നതിനേക്കാൾ മികച്ച അളവുകോൽ എന്നാണ് ഞങ്ങൾ പഠിച്ചിട്ടുള്ളത്.

എന്നിട്ടും ആളുകൾ ഇത് പറയാൻ മടിക്കുന്നു, "പ്രധാന ജോലികളെല്ലാം കഴിഞ്ഞു, ഞാൻ ഇറങ്ങുന്നു." എനിക്ക് മനസ്സിലാകും. ഒരു സംഘമായി ജോലി ചെയ്യുമ്പോൾ, മറ്റുള്ളവർക്ക് നീരസമോ നീതിയുക്തമല്ലെന്നോ തോന്നാതിരിക്കാനാണ്. പക്ഷേ, നിങ്ങൾ എന്തിനാണ് അവിടെ ജോലി ചെയ്യുന്നതെന്ന് ആദ്യം ചിന്തിക്കൂ. നിങ്ങളുടെ സംഭാവന നൽകാനാണ്. നിങ്ങളുടെ സ്ഥാപനമോ, നിങ്ങൾ ജോലി ചെയ്യുന്ന സ്ഥാപനമോ ആയിക്കൊള്ളട്ടെ.

## ഒരുപാട് നേരം ജോലി ചെയ്യുന്നത് നിഷ്ഫലമാണ്

ഇപ്പോൾ, ആളുകൾ നിങ്ങളുടെ സാമീപ്യം ആഗ്രഹിക്കുന്നു എന്നത് ശരിയാണ്, പക്ഷേ അതിനർത്ഥം, സ്വന്തം കാര്യക്ഷമതയിൽ കോട്ടം തട്ടുംവിധം അത്രയും നേരം നിങ്ങളവിടെ നിൽക്കണമെന്നല്ല. 9-10 മണിക്കൂർ ജോലിസമയം എന്ന ക്രമം ഞങ്ങൾ നിർത്താനുള്ള പ്രധാന കാരണങ്ങളിൽ ഒന്നാണിത്. തീർത്തും ഉപയോഗ ശൂന്യമാണത്.

കൂടുതൽ സമയം ജോലി ചെയ്യുന്നത് കാര്യക്ഷമതയെ ഹനിക്കുമെന്ന് തെളിയിക്കുന്ന ഒരുപാട് പഠനങ്ങളുണ്ട്. അമിതമായ ജോലിയും അതിനാലുള്ള സമ്മർദ്ദവും വിഷാദം, ഉറക്കക്കുറവ്, സ്മൃതിക്ഷയം, ഹൃദ്രോഗം എന്നിവയിലേക്ക് നയിച്ചേക്കാം. പറഞ്ഞത് മനസ്സിലായില്ലേ. അതുകൊണ്ടുതന്നെ, ജോലിക്കാര്യത്തിൽ എന്റെ ആദ്യത്തെ നിയമം ഇതാണ് :

### *സമയത്തിന് ഇറങ്ങുക*

ഒരാൾ തന്റെ ജോലിയെ ഇഷ്ടപ്പെടുന്നത് എത്ര നല്ല കാര്യമാണ് എന്നതിനെക്കുറിച്ച്, ഞാനൊരിക്കൽ എന്റെ ഗുരുവിനോട് സംസാരിക്കുകയായിരുന്നു. അദ്ദേഹം പറഞ്ഞു : "എനിക്കിഷ്ടമല്ലാത്ത ഒരു ജോലിയും ഞാനിതുവരെ ചെയ്തിട്ടില്ല. എന്റെ ജീവിതത്തിലെ എറ്റവും ചാരിതാർത്ഥ്യമുള്ള കാര്യങ്ങളിൽ ഒന്നാണത്."

പക്ഷേ, എന്റെ അമ്മ എപ്പോഴും പറയുന്നതു പോലെ, "അധികമായാൽ അമൃതും വിഷം." ഇതു ജോലിയുടെ വിഷയത്തിലും ബാധകമാണെന്നാണ് എന്റെ വിശ്വാസം. അതെത്രത്തോളം എന്ന് ഞാനിപ്പോൾ പറയുന്നില്ല.

തെറ്റിദ്ധരിക്കരുത് : ഞാൻ കഠിനമായി അദ്ധ്വാനിക്കും, എപ്പോഴും. പക്ഷേ, ഒരുപാട് നേരം ചെയ്യില്ല. കഠിനാദ്ധ്വാനം എന്നത് എപ്പോൾ നിർത്തണം എന്ന അറിവ് കൂടിയാണ്. പക്ഷേ എന്റെ ഗുരു പറഞ്ഞതുപോലെ, വളരെ ബുദ്ധിമുട്ടാണത് : "എന്റെ

കഠിനാദ്ധ്വാനമായിരുന്നു എന്റെ ഏറ്റവും വലിയ പ്രശ്നവും. രാവിലെ 7 മണിക്ക് വീട്ടിൽ നിന്നുമിറങ്ങിയാൽ, തിരിച്ചെത്തുന്നത് രാത്രി 11 മണിക്ക്. അത് വളരെ കൂടുതലാണ്."

അമിതമായ ജോലിയിൽ നിന്നും നിങ്ങൾ സ്വയം രക്ഷപ്പെടണം. എല്ലാം ചിട്ടപ്പടി. സമയത്തിന് ഓഫീസിൽ നിന്നും ഇറങ്ങണം. നിങ്ങൾ ജോലിയെ ഇഷ്ടപ്പെടുന്നോ ഇല്ലയോ എന്നത് പ്രസക്തമല്ല. വീട്ടിലേക്ക് പോകാൻ സമയമായാൽ, പോകൂ!

ഒരാൾക്കും നിങ്ങളെ 24 മണിക്കൂറും ഓഫീസിനകത്ത് കാണേണ്ട ആവശ്യമില്ല. നിങ്ങളുടെ അഹംഭാവം മാത്രമാണ് നിങ്ങളെ അങ്ങനെ ചെയ്യിക്കുന്നത്. നാളെയും ഓഫീസ് ഇവിടെത്തന്നെ ഉണ്ടാകും. സഹപ്രവർത്തകരും ജീവനോടെ ഉണ്ടാകും. നിങ്ങളുടെ സ്ഥാപനം പൂട്ടിപ്പോവുകയുമില്ല.

ഫലം നേടുന്നതാണ് ജോലിയുടെ ആവശ്യം. ദിവസം 6-8 മണിക്കൂറുകൾക്കുള്ളിൽ നിങ്ങൾക്കതിനാവുന്നില്ലെങ്കിൽ, നിങ്ങൾ പോര. അതുകൊണ്ട്, കൂടുതൽ സമയം ജോലി ചെയ്യുന്നതിനു പകരം, കാര്യക്ഷമത മെച്ചപ്പെടുത്തുന്നതിനായി പരിശീലനം നേടുകയോ, അതു സംബന്ധമായ പുസ്തകങ്ങൾ വായിക്കുകയോ ചെയ്യൂ.

### ***ജോലിസ്ഥലത്തുതന്നെ നിങ്ങളുടെ ജോലി ഉപേക്ഷിച്ചു പോവുക***

വീട്ടിലേക്കു പോകുമ്പോൾ ജോലിക്കാര്യങ്ങൾ കൂടെ കൊണ്ടു പോകരുത്. അതെല്ലാം നശിപ്പിക്കും. അത്താഴ സമയത്ത് ഫോണിലൂടെ ബിസിനസ്സ് തീരുമാനങ്ങളെടുക്കുന്നതിനെ ആരും പ്രോത്സാഹിപ്പിക്കില്ല. വീട്ടിലിരിക്കുമ്പോൾ ജോലി സംബന്ധമായ കാര്യങ്ങളെക്കുറിച്ച് ചിന്തിച്ചു കൊണ്ടിരിക്കുന്നതുകൊണ്ട്, നിങ്ങൾ സ്വയം സഹായിക്കാതിരിക്കുകയാണ്.

ഒരൽപം വിശ്രമിക്കൂ. കുറച്ചുനേരം ഗെയിമുകൾ കളിക്കൂ. പങ്കാളിക്കായി അത്താഴമൊരുക്കൂ. കുട്ടികളെ നടക്കാൻ കൊണ്ടു പോകൂ. അങ്ങനെ എന്തെങ്കിലും. നോക്കൂ, സന്തോഷകരമായ ജീവിതം നയിക്കുക ലളിതമാണ്. അത് പൂർണ്ണമായും നമ്മുടെ നിയന്ത്രണത്തിലാണ്. നമ്മളെ എന്താണ് സന്തോഷിപ്പിക്കുന്നതെന്ന് നമുക്ക് തീരുമാനിക്കാം. എന്നും സ്വയം ഓർമ്മപ്പെടുത്താനായി, മാർക്കസ് ഔറേലിയസിന്റെ ഈ വാക്യം ഞാനെന്റെ ഡയറിയിൽ കുറിച്ചു സൂക്ഷിച്ചിട്ടുണ്ട് :

*"ജീവിതം സന്തോഷപൂരിതമാക്കാൻ വളരെ കുറച്ചേ ആവശ്യമുള്ളൂ; അത് നിങ്ങളിൽ തന്നെ ഉണ്ട്, നിങ്ങളുടെ കാഴ്ചപ്പാടിൽ."*

പണം, വിജയം, പ്രശസ്തി, അംഗീകാരം എന്നിവ മാത്രം നമ്മെ സന്തോഷിപ്പിക്കുകയില്ലെന്ന് നമുക്കറിയാം. എന്നിട്ടും, ഇവയൊന്നും സന്തോഷിപ്പിക്കില്ലെന്ന് ആദ്യം തന്നെ അറിഞ്ഞിട്ടും, നമ്മൾ ഇവയ്ക്കുവേണ്ടി അമിതമായി അദ്ധ്വാനിക്കുന്നു.

പിന്നെന്തിനാണ് സ്വയം ദോഷം ചെയ്യുംവിധം അമിതമായി ഇങ്ങനെ അദ്ധ്വാനിക്കുന്നത്? നമ്മുടെ ദുരഭിമാനമാണത്. നമ്മൾ നിസ്സഹായരായിരിക്കാം. ഓരോരുത്തരിലും അത് വ്യത്യസ്തമാണ്. വ്യക്തിപരമായി, എനിക്ക് കാരണങ്ങളിലൊന്നും താൽപര്യമില്ല. എനിക്കറിയാവുന്നത് ഇത്രമാത്രമാണ് : അമിതമായ അദ്ധ്വാനം നിങ്ങളുടെ ജീവിതത്തിന്റെയും ജോലിയുടെയും നിലവാരത്തെ പ്രതികൂലമായി ബാധിക്കും.

നമ്മൾ സ്വന്തം മണ്ടത്തരങ്ങളിൽ നിന്നും സ്വയം രക്ഷിക്കുന്നതിലാണ് കാര്യം. നമ്മളെല്ലാവരും കുട്ടികളെപ്പോലെയാണ്. സന്തോഷത്തോടെയും സുരക്ഷിതത്വത്തോടെയും ജീവിക്കാൻ നമുക്ക് നിയമങ്ങൾ ആവശ്യമാണ്.

അതുകൊണ്ടുതന്നെ ജോലിയുടെ ആദ്യത്തെ നിയമം, സമയത്തിന് ഓഫീസിൽ നിന്നും ഇറങ്ങുക. രണ്ടാമത്തെ നിയമം, ജോലിക്കാര്യങ്ങൾ വീട്ടിലേക്ക് കൊണ്ടുപോകാതിരിക്കുക. പിന്നെ മൂന്നാമത്തെ നിയമം? അതിനെക്കുറിച്ച് നമുക്കിപ്പോൾ ചിന്തിക്കണ്ട. പിന്നീട് നോക്കാം. ഇപ്പോൾ എനിക്ക് വീട്ടിലേക്ക് പോകാൻ സമയമായി.

# സ്ഥിരതയാണ് പ്രധാനം : എല്ലാ ദിവസവും 0.1% മെച്ചപ്പെടുത്തു

നിങ്ങളുടെ നിയന്ത്രണത്തിലല്ലാത്ത കാര്യങ്ങളെക്കുറിച്ച് നിങ്ങൾ എപ്പോഴെങ്കിലും വിഷമിച്ചിട്ടുണ്ടോ? ഉണ്ടെങ്കിൽ, കൂടെ കൂടിക്കോളൂ. എല്ലാവർക്കും സംഭവിച്ചിട്ടുള്ളതാണ്.

പക്ഷേ, വിഷമിക്കുന്നത് സമയത്തെയും ഊർജ്ജത്തെയും പാഴാക്കും. ഇനി പറയുന്ന സാഹചര്യം ഒന്ന് സങ്കല്പിക്കൂ : നിങ്ങൾ ചെയ്ത ഒരു തെറ്റ് ഒരു ഉപഭോക്താവിനെ നിരാശപ്പെടുത്തി. ചിലപ്പോൾ മെയിൽ മാറി അയച്ചിട്ടുണ്ടാകാം, അല്ലെങ്കിൽ പ്രശ്നം പരിഹരിക്കാതിരുന്നതാകാം. കാരണം എന്തുമാകട്ടെ. വളരെ വലിയ പ്രശ്നമാണ് സംഭവിച്ചതെന്ന് കരുതുക.

അത് കണ്ടെത്തിയാൽ നിങ്ങളെന്താണ് ചെയ്യുക? അസ്വസ്ഥനാകുമോ? മാനസിക സമ്മർദ്ദമുണ്ടാകുമോ? സ്വയം പഴിക്കുമോ? മറ്റുള്ളവരെ കുറ്റപ്പെടുത്തുമോ? ജോലി നഷ്ടപ്പെടുമെന്ന ഭയമുണ്ടാകുമോ? എന്തെങ്കിലും പ്രശ്നമുണ്ടാകുമ്പോൾ, നമ്മുടെ ഏറ്റവും വലിയ ശത്രു നമ്മൾ തന്നെയായിരിക്കും. കാരണം, നമ്മുടെ നിയന്ത്രണത്തിലല്ലാത്ത കാര്യങ്ങളിലായിരിക്കും നമ്മുടെ ശ്രദ്ധ മുഴുവനും.

ഇത് സങ്കല്പിക്കുന്നത് പോലെയല്ല യഥാർത്ഥത്തിൽ സംഭവിക്കുമ്പോൾ. കാരണം, ഇങ്ങനെയൊക്കെ സംഭവിച്ചാൽ ആരായാലും പേടിച്ചുപോകും. ചിന്തിച്ചുകൂട്ടുന്നതിനു പകരം, ഒരു നിമിഷം സമാധാനിച്ച്, നിങ്ങളുടെ നിയന്ത്രണപരിധിയിൽ വരുന്നവയിൽ ശ്രദ്ധയൂന്നുക. നിങ്ങൾക്കെന്താണ് ചെയ്യാൻ കഴിയുക? അടിസ്ഥാനപരമായി, നമുക്ക് നിയന്ത്രിക്കാൻ കഴിയുന്നത് നമ്മുടെ പ്രവർത്തികളും മാനസികാവസ്ഥയുമാണ്.

**നമ്മൾ തീരുമാനിക്കുന്നത് നമ്മുടെ :**

- ആഗ്രഹം
- നിലപാട്
- കണക്കുകൂട്ടലുകൾ
- നിശ്ചയദാർഢ്യം

അത്രയേയുള്ളൂ. മറ്റൊന്നും നമുക്ക് നിയന്ത്രിക്കാനാവില്ല. അതുകൊണ്ട്, നമ്മുടെ പരിധിയിലല്ലാത്ത കാര്യങ്ങളെക്കുറിച്ചോർത്ത് വിഷമിക്കുന്നത് വിഡ്ഢിത്തമാണ്.

സമചിത്തത സംബന്ധിച്ച ഒരു പരിശീലനമാണത്. നൂറ്റാണ്ടുകളായി പിന്തുടർന്നു പോരുന്ന ഒന്ന്. നല്ല കാര്യമെന്തെന്നാൽ, നിങ്ങൾക്ക് ഉടൻ തന്നെ ഇത് നിങ്ങളുടെ ജീവിതത്തിൽ പ്രായോഗികമാക്കാം. അടുത്ത തവണ നിങ്ങളൊരു വിഷമഘട്ടത്തിൽ അകപ്പെടുകയാണെങ്കിൽ, നിങ്ങൾക്ക് നിയന്ത്രിക്കാൻ കഴിയുന്നവയിൽ ശ്രദ്ധ ചെലുത്തൂ. ശരിയായ രീതിയിൽ പ്രവർത്തിക്കുന്നതാണ് പ്രധാനം, കാരണം, അതേ നമുക്ക് ചെയ്യാൻ അനുവാദമുള്ളൂ. നമുക്ക് ഫലങ്ങളുടെ മേൽ നിയന്ത്രണമില്ല. അല്ലേ?

1. തെറ്റ് സംഭവിച്ചോ? തിരുത്തൂ.
2. പ്രശ്നമായോ? പരിഹാരം കണ്ടെത്തൂ.

മാത്രമല്ല, മോശം സംഭവങ്ങൾ ഉണ്ടാകുമ്പോൾ ഒരിക്കലും സ്തംഭിച്ചു പോകരുത്. പകരം, അവ സംഭവിച്ചേക്കാമെന്ന് *പ്രതീക്ഷിക്കൂ*. നിസ്സഹായാവസ്ഥയിൽ അകപ്പെടുന്നതിൽ നിന്നും നിങ്ങളെയത് രക്ഷിക്കും.

അതുപോലെതന്നെ, ദൗർഭാഗ്യങ്ങൾ വരുമ്പോൾ, പഴിച്ചുകൊണ്ട് "എന്തുകൊണ്ട് എനിക്കിങ്ങനെ സംഭവിച്ചു?" എന്ന് പരാതിപ്പെടരുത്.

പകരം, അത് അംഗീകരിക്കുക. എന്നിട്ട് പരിഹാരം കണ്ടെത്തുന്നതിനായി ഊർജ്ജത്തെ വിനിയോഗിക്കുക. എപ്പോഴും ശുഭമായ മാനസികാവസ്ഥ നിലനിർത്തുക.

**എന്തുകൊണ്ടാണ് ഈ പരിശീലനം കാര്യക്ഷമത മെച്ചപ്പെടുത്തുന്നത്**

പലപ്പോഴും എന്നോട് പലരും ചോദിക്കാറുണ്ട്, "കാര്യക്ഷമതയുടെ

വിഷയത്തിൽ തത്വശാസ്ത്രത്തിന് എന്താണ് പ്രാധാന്യം?" കാര്യക്ഷമതയാണ് നിങ്ങൾക്കാവശ്യമെങ്കിൽ, നിങ്ങൾക്ക് ഏറ്റവും പ്രധാനമായും ഉണ്ടാകേണ്ടത് **സ്ഥിരതയാണ്.**

വിജയ നിമിഷങ്ങളോ, നേട്ടങ്ങളോ, ഒറ്റ രാത്രികൊണ്ടുള്ള ഫലങ്ങളോ, ദിവസം മുഴുവൻ ഊർജ്ജസ്വലതയുണ്ടാകുന്നതോ അല്ല കാര്യക്ഷമത. ജീവിതത്തിൽ നേട്ടങ്ങളുണ്ടാക്കണമെങ്കിൽ, ദിവസേനയുള്ള പുരോഗതിക്കായി ലക്ഷ്യമിടുക. ഓരോ ദിവസവും വ്യായാമം ചെയ്യണം, വായിക്കണം, ജോലി ചെയ്യണം, പഠിക്കണം, അറിവ് നേടണം.

## അസ്ഥിരതയാണ് അനുകൂലഫലങ്ങളുടെ ശത്രു

അതിനാണ് ഞാനെന്റെ മാനസികാരോഗ്യം മെച്ചപ്പെടുത്താനായി, സമചിത്തതാ തത്വവും പ്രായോഗികതാ തത്വവും പരിശീലിക്കുന്നത്. മാറ്റിവെക്കൽ ഒഴിവാക്കുക എന്ന എന്റെ വ്യക്തിപരമായ കാര്യക്ഷമതാ പദ്ധതിയിൽ വലിയ പങ്കുവഹിക്കുന്നതും അതാണ്.

എനിക്ക് ഉയർച്ച-താഴ്ചകളിൽ താൽപര്യമില്ല. കാരണം, കാര്യക്ഷമതയെ ബാധിക്കും. പകരം, വർഷം മുഴുവനും ദിവസേന 0.1% പുരോഗതി. വളരെ പ്രായോഗികമായ ഒരു ലക്ഷ്യമാണിത്. ശ്രമിച്ചു നോക്കൂ, നിങ്ങളുടെ ജീവിതത്തിലും മാറ്റങ്ങൾ ഉണ്ടായേക്കാം.

# നിങ്ങൾ സ്വന്തം സുരക്ഷിതമേഖലയിൽ നിന്നും പുറത്തുവരണമെന്ന് ആരാണ് പറഞ്ഞത്?

എനിക്കെന്റെ സുരക്ഷിതമേഖല ഇഷ്ടമാണ്. എന്റെ അഭിപ്രായത്തിൽ, അവിടെയാണ് ശരിക്കും അത്ഭുതം സംഭവിക്കുന്നത്. അവിടെ എന്റെ കുടുംബം, കൂട്ടുകാർ, ജോലി, സംഗീതം, പുസ്തകങ്ങൾ, ചലച്ചിത്രങ്ങൾ, ബൈക്ക്, ജിം, ഉദ്യാനം അങ്ങനെ എല്ലാമുണ്ട്. ഞാനിഷ്ടപ്പെടുന്ന എല്ലാം. ആ സുരക്ഷിതത്വത്തിൽ നിന്നും, കൂടുതൽ പുതിയ കാര്യങ്ങൾ ശ്രമിക്കാനും വെല്ലുവിളികൾ ഏറ്റെടുക്കാനും എനിക്ക് കഴിയുന്നു. ആ ബാലിശമായ വൃത്തത്തിൽ ഞാൻ ഒരിക്കലും വിശ്വസിച്ചിരുന്നില്ല. ഞാനെന്തിനെക്കുറിച്ചാണ് പറയുന്നതെന്ന് നിങ്ങൾക്ക് മനസ്സിലാകുന്നുണ്ടല്ലോ, അല്ലേ?

- "നിങ്ങളുടെ സുരക്ഷിത മേഖല." ഒരു ചെറിയ വൃത്തം.
- "അത്ഭുതങ്ങൾ സംഭവിക്കുമിടം." വിജയം സുനിശ്ചിതമെന്ന് ഉറപ്പുവരുത്തുന്ന ഒരു വലിയ വൃത്തം.

ആ വൃത്തത്തിനു പുറത്തു വന്നാലേ 'അത്ഭുതങ്ങൾ' സംഭവിക്കുള്ളൂ പോലും; വിഡ്ഢിത്തം. നമ്മൾ അതിനകത്തു തന്നെ നിലനിൽക്കുമ്പോൾ, എന്തിനാണ് അതിനെ കുറ്റം പറയുന്നത്? വലിയ "അത്ഭുത" വൃത്തത്തിനെതിരെ നിലകൊള്ളുകയാണ് ഈ ദയനീയ വൃത്തം.

ശരിയാണ്, ഞാൻ നിങ്ങളെ മുന്നോട്ടു കുതിക്കാനും, പുതിയ കാര്യങ്ങൾ ശ്രമിക്കാനും, സ്വയം മെച്ചപ്പെടാനും പ്രേരിപ്പിക്കുന്നുണ്ട്. പക്ഷേ, മറ്റുള്ള പ്രശസ്ത പ്രചോദനാത്മകമായ വ്യക്തികളെ പോലെ, സുരക്ഷിത മേഖല എന്നത് ഒരു മോശം സ്ഥലമാണെന്ന് ഞാൻ വിശ്വസിക്കുന്നില്ല.

എന്നെ പ്രതികൂലവാദിയെന്ന് വിളിച്ചോളൂ. വിരുതിയുള്ളവൻ

എന്നു വിളിച്ചോളൂ. പക്ഷേ അതിനെല്ലാമുപരി, ഞാനൊരു പ്രായോഗിക ചിന്താഗതിക്കാരനാണ്. പ്രായോഗികമായി പറയുകയാണെങ്കിൽ, നിങ്ങളുടെ സുരക്ഷിത മേഖലയിൽ നിന്നും നിങ്ങൾക്ക് പുറത്തു കടക്കണമെന്നുപോലുമില്ല. വാസ്തവത്തിൽ, "അത്ഭുതത്തിലേക്ക്" പതിയെ ചെല്ലുന്നതിലാണ് ഞാൻ വിശ്വസിക്കുന്നത്.

## ആളുകൾ പറയുന്ന ഈ അത്ഭുതം എവിടെയാണ്?

പണം, പുതിയ സുഹൃദ് വലയം സൃഷ്ടിക്കൽ, പുതിയ ചുറ്റുപാടുമായി പരിചയപ്പെടൽ, അങ്ങനെ എന്നും മാറിക്കൊണ്ടിരിക്കുന്നവയെ ക്കുറിച്ച് ചിന്തിക്കാതിരിക്കുമ്പോഴാണ്, എനിക്ക് മികച്ച രീതിയിൽ ജോലി ചെയ്യാൻ സാധിക്കുന്നതെന്ന് ഞാൻ മനസ്സിലാക്കി.

പക്ഷേ, തെറ്റിദ്ധരിക്കരുത്. മാറ്റങ്ങളില്ലാത്ത ജീവിതമാണ് എനിക്കിഷ്ടം എന്നല്ല ഞാൻ പറഞ്ഞുവരുന്നത്. നിശ്ചലത എനിക്ക് വധശിക്ഷയ്ക്ക് തുല്യമാണ്. ജീവിതത്തിൽ പല ഘട്ടങ്ങളുണ്ടെന്നാണ് ഞാൻ വിശ്വസിക്കുന്നത്. ചിലപ്പോൾ, നിങ്ങൾക്കത് നിസ്സാരമായി തോന്നാം, സ്വന്തം കഴിവുകളും പെരുമാറ്റരീതികളും മെച്ചപ്പെടുത്താം – നിങ്ങൾക്കായി തന്നെ സമയം ചെലവഴിക്കാം. ചിലപ്പോൾ, നിങ്ങൾ മുന്നിട്ടിറങ്ങി വെല്ലുവിളികൾ നേരിടാൻ തയ്യാറാകാം. ഭീരുവായി ജീവിച്ചുതീർക്കാനുള്ളതല്ല ജീവിതം.

പക്ഷേ, ഈ രണ്ട് സാഹചര്യങ്ങളും തമ്മിൽ ബന്ധമുണ്ട്. നിങ്ങൾ സ്വയം മെച്ചപ്പെടാൻ ശ്രമിച്ചില്ലെങ്കിൽ, നിങ്ങൾക്ക് ആത്മ വിശ്വാസം കുറവാണെങ്കിൽ, നിങ്ങളൊരിക്കലും വെല്ലുവിളികളെ നേരിടാൻ ധൈര്യപ്പെടുകയില്ല. ഞാനിപ്പോൾ ചെയ്യുന്ന കാര്യം ചെയ്യണമെന്ന് ഒരുപാട് വർഷം മുൻപ് ആഗ്രഹിച്ചിട്ടുണ്ട്. പക്ഷേ, സുരക്ഷിത മേഖലയിൽ നിന്നും പുറത്തു കടക്കുന്നതിനു പകരം (അതിന് പേടിയായിരുന്നു), ഞാൻ പതിയെ പുതിയതും വലുതുമായ വെല്ലുവിളികൾ നേരിട്ടു തുടങ്ങി.

ആദ്യം, ബിസിനസ്സ് വിഷയത്തിൽ ഞാൻ രണ്ട് ബിരുദങ്ങൾ നേടി. പിന്നീട്, അച്ഛനുമൊത്ത് ഒരു സ്ഥാപനം തുടങ്ങി. 2010-ൽ ആയിരുന്നു അത്. അടുത്ത രണ്ട് വർഷം, ആ ബിസിനസ്സിനായി ആഴ്ചയിൽ ആറോ ഏഴോ ദിവസം പ്രയത്നിച്ചു. അതിനുശേഷം ഞാൻ സ്വന്തമായി മാർക്കറ്റിംഗ് മേഖലയിൽ ജോലി ചെയ്യാനാരംഭിച്ചു. പിന്നെയും കുറച്ചു വർഷങ്ങൾക്കുശേഷം, സ്വന്തമായി കുറച്ചു ബിസിനസ്സുകൾ തുടങ്ങിയെങ്കിലും ഒന്നും വിജയിച്ചില്ല. പിന്നീട് ഞാനൊരു ഗവേഷണ ഉപദേശക

സ്ഥാപനത്തിൽ ചേർന്നു. ഒരു വലിയ സ്ഥാപനത്തിൽ ജോലി ചെയ്യേണ്ടുന്ന രീതിയെക്കുറിച്ച് അറിയുകയായിരുന്നു പ്രധാന കാരണം.

ഒന്നര വർഷം അവിടെ പ്രവർത്തിച്ചതിനുശേഷം, കാര്യക്ഷമത, ഉദ്യോഗം, സംരംഭകത്വം എന്നിവയെക്കുറിച്ച് ഇന്റർനെറ്റിലൂടെ സംസാരിക്കാമെന്ന തീരുമാനത്തിലെത്തി. അന്നു മുതൽ, ഞാനീ എഴുതുന്ന കാര്യങ്ങൾ ചെയ്യാൻ തുടങ്ങിയിട്ട് 10 വർഷം കഴിഞ്ഞു. എന്നിരുന്നാലും, എല്ലാത്തിനുമുള്ള ഉത്തരങ്ങൾ എന്റെ പക്കലില്ല – ഞാൻ പഠിച്ച കാര്യങ്ങൾ പങ്കുവെക്കുന്നു, അത്രയേയുള്ളൂ.

അതുകൊണ്ട്, "നിങ്ങൾക്ക് നേട്ടങ്ങളുണ്ടാകണമെങ്കിൽ, നിങ്ങൾ ചെയ്യേണ്ടത് സുരക്ഷിതമേഖലയുടെ പുറത്തു കടക്കുക എന്നതാണ്. **ഇപ്പോൾ തന്നെ!"** എന്ന് പറയുന്നവരുടെ കൂട്ടത്തിൽ കൂടുന്നത് മണ്ടത്തരമായിരിക്കും. ശരി, നിങ്ങൾ ഇതുവരെ സുരക്ഷിത മേഖലയിൽ നിന്നും പുറത്തു കടന്നിട്ടുണ്ടോ? കുറച്ചാണെങ്കിലും സാരമില്ല. എന്നിട്ടെന്താണ് കണ്ടെത്തിയത്? പണച്ചാക്കുമായി നിൽക്കുന്ന മാന്ത്രികനെയോ?

ഒന്നും നടക്കാൻ പോകുന്നില്ല.

സുരക്ഷിത മേഖല എന്നത് വെറും കഥയാണ്. ചിലർക്കത് പ്രചോദനമേകിയേക്കാം, പക്ഷേ നിങ്ങൾക്ക് താൽപര്യമില്ലെങ്കിൽ,

അതിൽ വിശ്വസിക്കേണ്ട കാര്യമില്ല. ചിലർ പറയാറില്ലേ, രാവിലെ നേരത്തെ എഴുന്നേറ്റാൽ മാത്രമേ വിജയിക്കാനാകൂ എന്ന്. അതു പോലെയാണിതും. ആരു പറഞ്ഞു? ഞാൻ വിശ്വസിക്കുന്നതിതാണ് : നിങ്ങൾ സുരക്ഷിത മേഖലയിൽ നിന്നും പുറത്തു വരികയാണെങ്കിൽ, അവിടെ നിങ്ങൾക്കായി കാത്തിരിക്കുന്നത് കൂടുതൽ ജോലി മാത്രമായിരിക്കും. തെറ്റിദ്ധാരണയൊന്നുമല്ല. ഒരു മന്ത്ര-തന്ത്രവുമല്ല. രക്തം, കണ്ണീർ, വിയർപ്പ് അത്രമാത്രം.

## അദ്ധ്വാനത്താൽ സുരക്ഷിത സ്ഥാനത്തുനിന്നും ഉയരങ്ങളിലേക്ക് ചേക്കേറൂ

ഇത്തരം ലേഖനങ്ങൾ വായിക്കുന്നവരിൽ പലരും എന്തെങ്കിലും നേടിയെടുക്കാൻ ആഗ്രഹിക്കുന്നവരാണെന്നാണ് ഞാൻ കരുതുന്നത്. ജോലി രാജി വെക്കുന്നതാവാം, പുതിയ സംരംഭം തുടങ്ങുന്നതാവാം, സ്വന്തം ബിസിനസ്സ് വളർത്തുന്നതാകാം, കലാകാരൻ ആകുന്ന താകാം, പുസ്തകം പ്രസിദ്ധീകരിക്കുന്നതാകാം, അങ്ങനെ എന്തും.

അത് എളുപ്പമുള്ളതല്ല എന്ന് നിങ്ങൾക്ക് തീർച്ചയായും അറിയുകയും ചെയ്യാം. പിന്നെന്തിനാണ് അസ്വസ്ഥതയുളവാക്കുന്ന കാര്യങ്ങൾ ചെയ്ത് ജീവിതത്തെ വീണ്ടും ദുരിതപൂരിതമാക്കുന്നത്? പകരം, ആദ്യം മുതൽ പ്രവർത്തിച്ചു തുടങ്ങൂ. ബലിഷ്ഠമായൊരു അടിത്തറയുണ്ടാക്കൂ. പുതിയ വെല്ലുവിളികൾ നേരിടുന്നതിനു മുൻപ് നിലനിൽപ്പ് ഉറപ്പിക്കൂ.

## "ആ അടിത്തറ എങ്ങനെയുള്ളതായിരിക്കും?"

സമ്മർദ്ദരഹിത ജീവിതം ലക്ഷ്യമിടുന്നുവെങ്കിൽ, അക്കൌണ്ടിൽ ആവശ്യത്തിന് പണമുണ്ടാകണം. കാരണം, എന്തെങ്കിലും പ്രശ്ന മുണ്ടായാൽ പോലും അടുത്ത ആറ് മാസത്തേക്ക് നിങ്ങൾക്ക് ജീവിക്കാനും ഭക്ഷണത്തിനുമുള്ള പണം അവിടെയുണ്ടാകും. തോൽവിയിലും സുരക്ഷിതത്വം ഉറപ്പുവരുത്തുന്ന പദ്ധതിയാണിത്. ഒന്നുകൂടെ പറയുന്നു, എന്റെ പ്രായോഗിക ബുദ്ധിയാണിത് നിർദ്ദേ ശിക്കുന്നത്. സാഹചര്യങ്ങൾ കണക്കുകൂട്ടി നിങ്ങൾക്കനുയോജ്യമായ അക്കങ്ങൾ കണ്ടെത്തു. അത്രയും പണം നീക്കിയിരിപ്പായി കരുതാനാകുംവരെ, പുതിയ സാധ്യതകൾ തേടിപ്പോകരുത്.

കൂടാതെ, ഉപകാരപ്പെട്ടേക്കാവുന്ന കുറച്ചു കഴിവുകൾ സ്വായത്തമാക്കി വെക്കുക. ഞാൻ പണത്തിന് അധികം പ്രാധാന്യം

കൊടുക്കാത്തതിന്റെ പ്രധാന കാരണം, ജോലി കണ്ടെത്താനുള്ള എന്റെ കഴിവിലുള്ള എന്റെ വിശ്വാസമാണ്. നാളെ ഞാൻ പാപ്പരായാലും, അതിനടുത്ത ദിവസം തന്നെയൊരു ജോലി കണ്ടെത്താനുള്ള വഴി കാണും. ഒരുപാട് വർഷങ്ങളും നൂറായിരം കണക്കിന് ഡോളറുകളും ഞാനെന്റെ വിദ്യാഭ്യാസത്തിനായി ഉപയോഗിച്ചിട്ടുണ്ട്. ചോദ്യമിതാണ്: എന്താണ് നിങ്ങളിലെ കഴിവ്? ഏത് രീതിയിലാണ് നിങ്ങൾക്ക് ലോകത്തേക്ക് സംഭാവന ചെയ്യാൻ കഴിയുക? എന്തൊക്കെ പ്രശ്നങ്ങൾക്ക് പരിഹാരം കാണാൻ നിങ്ങൾക്കാകും? നിങ്ങളുടെ അടിത്തറ പൂർണ്ണമാക്കുന്ന മറ്റു ഘടകങ്ങളിതാ :

1. **കുടുംബം.** നിങ്ങൾക്കൊരു കുടുംബമില്ലെങ്കിൽ, ഒന്ന് കെട്ടിപ്പടുക്കുക.
2. **സുഹൃത്തുക്കൾ.** എല്ലാവരെയും കൂട്ടുകാരാക്കാൻ കഴിയില്ല. നിങ്ങളോട് അടുപ്പം കാണിക്കുന്ന കുറച്ച് പേരോട് നിങ്ങളും ചേർന്നുനിൽക്കുക.
3. **നിങ്ങൾ തന്നെ.** നിങ്ങളുടെ ശരീരത്തെയും മനസ്സിനെയും ബോധപൂർവ്വം മെച്ചപ്പെടുത്തുക. ഓരോ രാത്രിയിലും കൂടുതൽ ശക്തനും സമർത്ഥനുമായി ഉറങ്ങാൻ തയ്യാറാകുക.

അവസാനമായി, നിങ്ങളല്ലാത്തൊരാളായി മാറാൻ ശ്രമിക്കരുത്. നിങ്ങളൊരു അന്തർമുഖനാണെങ്കിൽ, മറ്റുള്ളവരുമായി കൂട്ടുകൂടുന്നതിൽ എനിക്കൊരു കുഴപ്പവുമില്ല എന്ന രീതിയിൽ അഭിനയിക്കരുത്. നിങ്ങളൊരു ബഹിർമുഖനാണെങ്കിൽ, ഏകാന്തതയിലും ജോലി ചെയ്യാൻ നിങ്ങൾക്കാകുമെന്ന് ഭാവിക്കരുത്. നിങ്ങൾ നിങ്ങളോട് തന്നെ കൂട്ടുകൂടുക – ഒരു പരിധിയിലധികം പ്രവർത്തിക്കുന്നത് ജീവിതത്തെ തകർക്കും, അതിന്റെ ആവശ്യവുമില്ല.

ആത്യന്തികമായി, നമ്മളെല്ലാം ആഗ്രഹിക്കുന്നത് സ്വസ്ഥതയാണ് : മനുഷ്യനെന്ന നിലയിൽ, അത് നമ്മുടെ അടിസ്ഥാനപരമായ ആവശ്യങ്ങളിലൊന്നാണ്. പക്ഷേ, വളർച്ചയും പ്രധാനമാണ്. അതുകൊണ്ട്, എന്തു ചെയ്യുമ്പോഴും, ഒരുപാട് കാലം സുരക്ഷിതമേഖലയിൽ *തുടരാൻ* ശ്രമിക്കരുത്. ഓരോ ദിവസവും മുന്നോട്ടു നീങ്ങുക : വളരെ ചെറിയ ചുവടാണെങ്കിലും സാരമില്ല. മന്ത്രമല്ല, പരിശ്രമം മാത്രം.

# നിങ്ങളതിൽ വിശ്വസിക്കുന്നുണ്ടോ, എങ്കിലത് നേടാനും നിങ്ങൾക്ക് കഴിയും

നിങ്ങളെന്താണ് ചിന്തിക്കുന്നതെന്ന് എനിക്കറിയാം. "ഇയാൾ ഏതോ സാമൂഹിക മാധ്യമത്തിൽ നിന്നും ഒരു പ്രചോദനപരമായ വാചകവും വായിച്ചിട്ട്, സാധിക്കാത്തതായി ഒന്നുമില്ല എന്ന് ഞങ്ങളോട് വന്നു പറയുകയാണ്." അതെ, സത്യമാണ്. ലോകത്ത്, പ്രചോദനവുമായി ബന്ധപ്പെട്ട ലേഖനങ്ങൾ, പുസ്തകങ്ങൾ, വീഡിയോകൾ, ഫേസ്ബുക്ക് പോസ്റ്റുകൾ എന്നിവയ്ക്ക് ഒരു കുറവും ഇല്ല. #mondaymotivation-ന്റെ കുത്തിവെയ്പ്പൊന്നും നിങ്ങൾക്കാവശ്യമില്ല. കാരണമെന്തെന്നോ? അത്തരം പ്രചോദനങ്ങൾ പ്രായോഗികമല്ല. അത് ഫലം നൽകില്ല. അതുകൊണ്ട് ഉപകാരമൊന്നുമില്ല. റെഡ് ബുൾ കുടിക്കുന്നതുപോലെ തന്നെയാണതും, പെട്ടെന്ന് നിർവീര്യമാകും.

വിശ്വാസം എന്നത് മറ്റൊരു തരത്തിൽ പറഞ്ഞാൽ വളരെ ഉപകാരപ്രദമായ ഒരു ഉപാധി തന്നെയാണ്. പലരും ആവശ്യത്തിന് അത് ഉപയോഗപ്പെടുത്തുന്നില്ല. നമ്മളിൽ പലർക്കും വിശ്വാസം എന്നൊന്നില്ല എന്നതാണ് പ്രശ്നം. ഞാൻ പറയുന്ന വിശ്വാസം, പ്രായോഗികമായ വീക്ഷണത്തിലാണ്. പ്രത്യാശയോ പ്രതീക്ഷയോ അല്ല. നല്ലതു വരുമെന്ന് പ്രതീക്ഷിച്ച്, അത് ഫലിക്കും വരെ വെറുതെ കാത്തിരിക്കുന്നതിൽ എനിക്ക് വിശ്വാസമില്ല. പ്രതീക്ഷ ഒരു ജീവിതമാർഗ്ഗമല്ല. പ്രാഗ്മാറ്റികവാദികളെ പോലെ വിവരങ്ങളെ വിശകലനം ചെയ്ത് തീരുമാനത്തിലെത്തുന്നതാണ് എനിക്ക് മികച്ചതായി തോന്നിയിട്ടുള്ളത്. നിങ്ങൾക്ക് ഇഷ്ടപ്പെട്ടാലും ഇല്ലെങ്കിലും, നിങ്ങളുടെ തലയ്ക്കകത്ത് കറങ്ങിനടക്കുന്ന എല്ലാ കാര്യങ്ങളും അവിടുള്ളത്, നിങ്ങളവയെ വിശ്വസിക്കുന്നതുകൊണ്ടാണ്.

- "ജീവിതം വളരെ മോശമാണ്."

- "എന്റെ ജോലിയിൽ ഞാൻ സമർത്ഥനല്ല."
- "എനിക്കൊരിക്കലും എന്റെ ഇഷ്ടജോലി കണ്ടെത്താൻ സാധിക്കില്ല."
- "ഒരാൾക്കും എന്നെ ഇഷ്ടമല്ല."
- "ഞാനൊരിക്കലും വിജയിക്കില്ല."

കണ്ടോ? ഇതെല്ലാം നിങ്ങൾ വിശ്വസിക്കുന്നതുകൊണ്ടാണ് അവിടുള്ളത്. പ്രായോഗികവാദം എന്ന വിഷയത്തിലെ ആചാര്യന്മാരിൽ ഒരാളായ വില്ല്യം ജേംസ് കൃത്യമായി പറയുന്നു :

*"വസ്തുതകളെ രൂപപ്പെടുത്താൻ വിശ്വാസ്യത സഹായിക്കുന്നു."*

## വസ്തുതകളെ രൂപീകരിക്കുന്നതിനായി ഉപയോഗിക്കാവുന്ന പ്രായോഗികമായൊരു ഉപകരണമാണ് വിശ്വാസ്യത

നിങ്ങൾ എന്ത് വിശ്വസിക്കണമെന്ന് *നിങ്ങൾ* തീരുമാനിക്കും എന്ന വിഷയത്തെ നിങ്ങളെപ്പോഴെങ്കിലും പരിഗണിച്ചിട്ടുണ്ടോ? നിങ്ങളുടെ സുഹൃത്തുക്കൾ, സഹപ്രവർത്തകർ, കുടുംബം, അല്ലെങ്കിൽ മാധ്യമങ്ങൾ, ഇവരൊന്നുമല്ല. നിങ്ങളാണ് കാര്യങ്ങൾ നിരീക്ഷിച്ച് നിങ്ങൾ എന്തൊക്കെയാണ് *വിശ്വസിക്കേണ്ടതെന്ന്* തീരുമാനിക്കേണ്ടത്. അതാണ്, വിശ്വാസ്യത വസ്തുതകളെ രൂപപ്പെടുത്തുമെന്ന് പറയുന്നത്. ജീവിതമെന്നത് ആർ. കെല്ലിയുടെ ഗാനമല്ല. നിങ്ങളെത്ര വിശ്വസിച്ചാലും, നിങ്ങൾക്ക് പറക്കാൻ സാധിക്കില്ല. ഒരു പ്രായോഗികവാദി എല്ലാം ആ രീതിയിലേ കാണുകയുള്ളൂ.

- **പരിശ്രമിക്കാതെ,** നിങ്ങൾക്കൊരിക്കലും ബഹുമാന്യനായ ഒരു നേതാവാകാൻ കഴിയുകയില്ല.
- **പ്രവർത്തിക്കാതെ,** നിങ്ങളുടെ ജീവിതം ഒരിക്കലും മാറുകയില്ല.

പക്ഷേ, അതല്ല പ്രധാനം. നിങ്ങൾക്കറിയാവുന്നത് തന്നെയാണ്. പ്രവർത്തിയില്ലാതെ പ്രതിഫലവുമില്ല.

അവസാനം ഒരു കാര്യത്തിലേക്കാണ് എത്തിച്ചേരുന്നത് : നിങ്ങളാഗ്രഹിച്ച ജീവിതം നിങ്ങൾക്ക് നയിക്കാൻ കഴിയുമോ, ഇല്ലയോ? അത്രയേയുള്ളൂ. പക്ഷേ, നിങ്ങൾ ആത്മാർത്ഥമായി വിശ്വസിക്കേണ്ട ഒന്നാണത്. നിങ്ങൾ ഒരു കാര്യത്തിൽ വിശ്വസിക്കുന്നു എന്ന് പറയുന്നതും, ആ കാര്യത്തിൽ ശരിക്കും

വിശ്വാസമർപ്പിക്കുന്നതും തമ്മിൽ വളരെ വ്യത്യാസമുണ്ട്. എന്റെ ഒരു കഥയിലൂടെ അക്കാര്യം ഞാൻ നിങ്ങൾക്ക് വിശദീകരിക്കാം. എന്റെ ജീവിതത്തിന്റെ ഭൂരിഭാഗവും, ഞാൻ ഭയത്തോടെയാണ് ജീവിച്ചിരുന്നത്. സ്കൂളിൽ നിന്നുമാണ് അതിന്റെ ആരംഭം. ആളുകൾ എന്നോട് പറയും :

> *"പഠിച്ച് നല്ല മാർക്ക് വാങ്ങിയില്ലെങ്കിൽ, നല്ല കോളേജിൽ പഠിക്കാൻ ഇടം ലഭിക്കില്ല. നല്ലൊരു ബിരുദമില്ലാതെ നല്ല ജോലിയും കിട്ടില്ല. പിന്നെ നീ ഒന്നിനും കൊള്ളാതെ ഒറ്റയ്ക്ക് ജീവിച്ച് മരിക്കേണ്ടി വരും."*

അതു കേട്ടതും, പതിനേഴ് വയസ്സുള്ള എന്റെ തലച്ചോറിൽ ഭീതി നിറഞ്ഞുതുളുമ്പി. ഞാൻ ആ മണ്ടൻ കഥ വിശ്വസിച്ചു തുടങ്ങി.

### ആർക്കാണ് ഒന്നിനും കൊള്ളാത്തവനായി ഒറ്റയ്ക്ക് ജീവിച്ചു മരിക്കേണ്ടത്?

ആത്മവിശ്വാസമില്ലായ്മയെ ചൂണ്ടിക്കാട്ടുകയാണിവിടെ. എന്തൊക്കെയായാലും, ഏതൊരു നാണയത്തിനും ഇരുവശങ്ങളുണ്ടല്ലോ. അസാധാരണമായതോ വിജയസാധ്യത കുറവുള്ളതോ ആയ പ്രവർത്തികൾ ചെയ്യുമ്പോൾ, പൊതുവായി കേൾക്കുന്ന വാദമാണ് ആരും കൂടെയുണ്ടാകില്ല എന്നത്. ഭയത്തെ അടിസ്ഥാനമാക്കിയാണ് തങ്ങളുടെ ജീവിതത്തിലെ പ്രധാന തീരുമാനങ്ങളെല്ലാം എടുത്തതെന്ന് പറയുന്ന ഒരുപാട് പേരെ ഞാൻ പരിചയപ്പെട്ടിട്ടുണ്ട്.

- ചെയ്യുന്ന ജോലി ഇഷ്ടമല്ലെങ്കിലും, വീട് നഷ്ടപ്പെടുമെന്ന ഭയത്താൽ മറ്റൊരു ജോലി തേടാൻ പേടിയുണ്ടോ?
- പങ്കാളിയുമായുള്ള ബന്ധം പിരിയണമെന്നുണ്ട്, പക്ഷേ പിന്നീട് മരണം വരെ ഒറ്റയ്ക്കാകുമെന്ന് ഭയപ്പെടുന്നുണ്ടോ?
- പഠനം നിർത്തിയാൽ മാതാപിതാക്കൾ എന്തു പറയുമെന്ന ഭയത്താൽ മരണം വരെ പഠിക്കാനാണോ തീരുമാനം?
- നിങ്ങൾ പോരെന്നും ആളുകൾ വിമർശിക്കുമെന്നും കരുതി നിങ്ങളുടെ കഴിവ് വെളിപ്പെടുത്താതിരിക്കുകയാണോ?

ഇതെല്ലാം സംഭവിക്കാൻ സാധ്യതയുണ്ടോ? അതോ നിങ്ങൾ വെറുതെ ചിന്തിച്ചു കൂട്ടുന്നതാണോ? രണ്ടാമത് പറഞ്ഞതാവും ശരി. ഒരു എഴുത്തുകാരൻ ആവുക എന്നതായിരുന്നു എന്റെ

എക്കാലത്തെയും ആഗ്രഹം. സ്കൂൾ കാലഘട്ടത്തിൽ, എന്റെ കാമുകിക്കായി കവിതകൾ എഴുതുമായിരുന്നു ഞാൻ. വളരെ മോശമായിരുന്നു അവ, എന്നാലും അവളെന്റെ കവിതകളെ ഇഷ്ടപ്പെട്ടിരുന്നു. തമാശയൊക്കെ പിന്നെ, എനിക്ക് വായന വളരെ ഇഷ്ടമായിരുന്നു; മനസ്സിൽ തോന്നുന്നത് പേപ്പറിൽ കുറിച്ചിടുന്നതും ഞാൻ ആസ്വദിച്ചിരുന്നു.

പക്ഷേ, ഞാൻ ജീവിതത്തിൽ കണ്ടുമുട്ടിയ ഓരോ മുതിർന്ന വ്യക്തിയും എന്നെ വളരെയധികം ഭയപ്പെടുത്തിയിരുന്നു. "എഴുത്തുകാരനായാൽ ആവശ്യത്തിന് സമ്പാദിക്കാൻ കഴിയില്ല." അവർ ശരിയാണ് പറഞ്ഞത്. എഴുത്തിലൂടെ പണമുണ്ടാക്കുന്നത് അത്ര എളുപ്പമല്ല.

അതിനെന്താ? മൂല്യമേറിയതെല്ലാം കഠിനമേറിയതുമാണ്. എനിക്കന്ന് ഇക്കാര്യം മനസ്സിലായിരുന്നില്ല. അതിനാൽ, ഞാനെന്റെ ലക്ഷ്യം ഉപേക്ഷിച്ചു. ബിസിനസ്സിൽ ബിരുദം എടുക്കുക എന്ന സുരക്ഷിത പാത തിരഞ്ഞെടുക്കാൻ തീരുമാനിച്ചു. അതിൽ എനിക്ക് കുറ്റബോധമൊന്നുമില്ല. കാരണം, എനിക്കതിൽ നിന്നും ഒരുപാട് ഉപകാരമുണ്ടായി. പക്ഷേ, ആകെമൊത്തം എന്റെ അനുഭവങ്ങൾ എന്നെ ഒരു പേടിത്തൊണ്ടനാക്കി. കാരണം, സ്കൂളിൽ നടന്ന ആ സംഭവത്തിനു ശേഷം, എനിക്ക് എന്റെ മേലുള്ള വിശ്വാസം നഷ്ടപ്പെട്ടു. എഴുത്തും വായനയും ഞാൻ ഉപേക്ഷിച്ചു. എന്റെ കഴിവുകൾക്ക് മൂർച്ച കൂട്ടാനുള്ള സമയമാണ് ഞാനവിടെ നഷ്ടപ്പെടുത്തിയത്.

## നിങ്ങൾക്കെന്തും നേടാൻ സാധിക്കും (നിങ്ങൾക്കതിൽ വിശ്വാസമുള്ളതുവരെ)

നിങ്ങൾ ഒരിക്കൽ വിശ്വസിച്ചിരുന്നതും, പിന്നീട് ഭയത്താൽ വിശ്വാസം നഷ്ടപ്പെട്ടതുമായ കാര്യമെന്താണ്? നമ്മളെല്ലാം ആ അവസ്ഥയിലൂടെ കടന്നുപോയിട്ടുണ്ടാകും. ശ്രദ്ധിച്ചില്ലെങ്കിൽ, നമ്മളവിടെത്തന്നെ പെട്ടുപോകും.

എന്റെ കാര്യത്തിൽ, രണ്ടോ മൂന്നോ വർഷങ്ങൾക്കു മുൻപു വരെ, ലക്ഷ്യങ്ങളിലേക്കെത്താൻ സഹായിക്കുന്ന ഉപകരണമാണ് വിശ്വാസം എന്ന് എനിക്ക് അറിയില്ലായിരുന്നു. എങ്ങനെയോ പ്രായോഗികവാദത്തെക്കുറിച്ച് (ഒരു ചിന്താഗതിയാണത്) ഞാൻ വായിച്ചു തുടങ്ങി. അതെന്റെ ചിന്താഗതിയെ മൊത്തമായി മാറ്റിയെഴുതി. ആത്മവിശ്വാസമില്ലായ്മ നല്ലതല്ലെന്ന് ഞാൻ

മനസ്സിലാക്കി. അതിനാൽ, ആഗ്രഹിച്ച ജീവിതം നയിക്കാൻ *കഴിയുമെന്ന്* വിശ്വസിക്കാൻ ഞാൻ *തീരുമാനിച്ചു.*

സമ്മതിച്ചു, എഴുത്തിൽ നിന്നുമല്ല എന്റെ ജീവിതച്ചെലവിനുള്ള മുഴുവൻ പണവും ലഭിക്കുന്നത്. സ്വന്തമായി ബിസിനസ്സുണ്ട്, കൺസൾട്ടിംഗും ചെയ്യുന്നുണ്ട്. പക്ഷേ, ബ്ലോഗിലൂടെയും കുറച്ച് പണം സമ്പാദിക്കുന്നുണ്ട്. 17 വയസ്സുള്ള ഭൂതകാലത്തെ എന്നെ വെച്ച് താരതമ്യം ചെയ്യുമ്പോൾ, ഇത് വളരെ മികച്ചതാണ്. ആത്മ വിശ്വാസം ഉണ്ടാക്കുന്നത് എളുപ്പമാണ്. നിങ്ങൾക്കും സാധിക്കും. വിശ്വാസം എന്നത് ഒരു ഉപകരണമാണെന്ന് മനസ്സിലാക്കുക. ഈ ആശയം പുതിയതൊന്നുമല്ല. നൂറ് കണക്കിന് വർഷങ്ങളായി ഇത് ഇങ്ങനെതന്നെയാണ്. പലരും പല പേരുകളിൽ വിളിക്കുന്നു എന്നു മാത്രം.

നിങ്ങൾ എങ്ങനെ വേണമെങ്കിലും വിളിച്ചോളൂ. പക്ഷേ, ഞാൻ വിശ്വാസത്തെ ഉപകരണമായി കണ്ടുതുടങ്ങിയതു മുതൽ എന്താണ് സംഭവിച്ചതെന്നറിയാമോ? ഞാൻ വിശ്വസിച്ച പലതും ഇപ്പോൾ യാഥാർത്ഥ്യങ്ങളാണ്. ബാക്കിയുള്ള വിശ്വാസങ്ങൾ ഒരിക്കൽ യാഥാർത്ഥ്യങ്ങളാവുകയും ചെയ്യും.

അക്കാര്യത്തിൽ എനിക്കെന്താണിത്ര ഉറപ്പ്? കാരണം, എന്റെ മനസ്സിന് അത് ചിത്രീകരിക്കാൻ കഴിയുന്നുണ്ട്. നിങ്ങളുടെ മനസ്സിനും അതിനുള്ള കഴിവുണ്ടെങ്കിൽ, നിങ്ങൾക്കും അത് നേടാൻ സാധിക്കും. ഇതൊരു പ്രചോദന വാചകമല്ല. വസ്തുതയാണ്. നിങ്ങൾക്ക് വിശ്വാസമുണ്ടോ?

# മത്സരിക്കുകയല്ല വേണ്ടത്. സൃഷ്ടിക്കൂ!

നല്ലൊരു ജോലിക്കായോ ഓഹരി വിപണിയിൽ നേട്ടമുണ്ടാക്കാനായോ *മത്സരിക്കണം* എന്നാണ് നിങ്ങൾ കരുതുന്നതെങ്കിൽ, ആ ചിന്ത തെറ്റാണ്; ഞാനും അങ്ങനെയാണ് ചിന്തിച്ചിരുന്നത്. മത്സരബുദ്ധി എന്നത് നമ്മുടെ മനസ്സിൽ വേരുറച്ച ഒന്നാണ്. ഒരേ ജോലിക്കായി മറ്റുള്ളവരുമായി മത്സരിക്കണമെന്ന് നാം വിശ്വസിക്കുന്നു. ഒരാൾ ഒരു ജോലി ചെയ്യുന്നുവെങ്കിൽ, അതിനർത്ഥം നമുക്കങ്ങനെ ഒരു ജോലി കിട്ടില്ല. അതുപോലെ ഒരു സ്ഥാപനത്തിന് ഓഹരി വിപണിയിൽ ഒരു സ്ഥാനമുണ്ടെങ്കിൽ, അവരുടെ ഒരു പങ്ക് ലഭിക്കണമെങ്കിൽ, നമ്മളവരോട് മത്സരിക്കണം.

പരമ്പരാഗതമായ ഉപദേശങ്ങൾ പറയുന്നതങ്ങനെയാണ്. ബിസിനസ്സ് സ്കൂളിൽ ഞാൻ പഠിച്ചതും അതുതന്നെയാണ്. എന്റെ വിദ്യാഭ്യാസകാലം മൊത്തം ഞാൻ പഠിച്ചത്, മറ്റു ബിസിനസ്സുകളുമായി *മത്സരിക്കണം* എന്നാണ്. ബിസിനസ്സ് സംബന്ധമായി ഞാൻ വായിച്ച ഭൂരിഭാഗം പുസ്തകങ്ങളിലും എഴുതിയിരുന്നത്, ബിസിനസ്സിനെ മത്സരമായി കാണാനാണ്.

അവർ പറഞ്ഞതിലും വലിയ തെറ്റൊന്നുമില്ല. പണം, ജോലി, പദവി എന്നിവ നേടാനായി മറ്റുള്ള വ്യക്തികളുമായോ സ്ഥാപനങ്ങളുമായോ മത്സരിക്കണമെന്നാണ് നിങ്ങൾ കരുതുന്നതെങ്കിൽ, നിങ്ങളുടേത് നേരിയ ചിന്താഗതിയാണ്. പകരം, വിശാലമായൊരു മനസ്ഥിതിയാണ് നമുക്കാവശ്യം. വ്യക്തിവികസന വിഷയത്തിലെ എഴുത്തുകാരുടെ കൂട്ടത്തിൽ ആദ്യകാല പ്രശസ്തരിൽ ഒരാളായ വാലസ് ഡി. വാറ്റിൽസ് ഇങ്ങനെ പറയുന്നു :

> *"നിങ്ങൾ മത്സരബുദ്ധി ഉപേക്ഷിക്കൂ. നേരത്തെ സൃഷ്ടിക്കപ്പെട്ട ഒന്നിനായി മത്സരിക്കാനല്ല, പുതിയത് സൃഷ്ടിക്കാൻ നിങ്ങൾക്കാകും. ഒരാളിൽ നിന്നും ഒന്നും പറിച്ചെടുക്കേണ്ട ആവശ്യം നിങ്ങൾക്കുണ്ടാവുകയില്ല."*

പരമ്പരാഗത ബിസിനസ്സ് ചിന്തകരുടെ പ്രധാന പ്രശ്നം, അവശ്യ സാധനങ്ങളുടെ ലഭ്യത കുറവാണ് എന്ന ചിന്തയാണ്. പക്ഷേ, എപ്പോഴും അതല്ല സാഹചര്യം. ഇനി സാഹചര്യം അങ്ങനെയാണെങ്കിൽ പോലും, ഇത്തരം ചിന്താഗതി അപകടകരമാണ്. പല മനുഷ്യരുടെയും, സംരംഭകരുടെയും, ജോലിക്കാരുടെയും ഭയം, അവരുടെ "സ്ഥാനം" മറ്റൊരാളാൽ അപഹരിക്കപ്പെടുമെന്നുള്ളതാണെന്നാണ് എനിക്ക് തോന്നുന്നത്.

ശരിയല്ലേ? നമ്മുടെ ഉപഭോക്താക്കൾ, ബിസിനസ്സ്, ഇടപാടുകൾ, പദവി ഇതെല്ലാം നഷ്ടപ്പെടുമെന്ന് നമ്മൾ ഭയക്കുന്നു. തത്ഫലമായി, നമ്മൾ കഷ്ടപ്പെട്ട് നേടിയതെല്ലാം കൈവിട്ടു പോകുന്നു. ഭയം ഭയത്തെ സൃഷ്ടിക്കുന്നു. നിങ്ങൾക്ക് വളർച്ചയുണ്ടാകില്ലെന്ന് നിങ്ങൾ ഭയപ്പെട്ടാൽ എന്താണ് സംഭവിക്കുക? തീർച്ചയായും, നിങ്ങൾക്ക് വളർച്ചയുണ്ടാകില്ല!

## ജീവിതം വിശാലമാണ്

ചരിത്രങ്ങളിലേക്കൊന്ന് തിരിഞ്ഞുനോക്കൂ, മനുഷ്യരാശി മുന്നോട്ടു സഞ്ചരിക്കുന്നത് എപ്പോഴും നിർത്തിയിട്ടില്ല എന്നു കാണാം. അതെ, യുദ്ധങ്ങൾ ഉണ്ടായിട്ടുണ്ട്, സമ്പദ് വ്യവസ്ഥകൾ തകർന്നിട്ടുണ്ട്, പക്ഷേ നമ്മൾ അതെല്ലാം മറികടന്ന് വളർച്ചയുടെ പാത കണ്ടെത്തി. അതുകൊണ്ട്, ലോക സമ്പദ് വ്യവസ്ഥയിൽ വളർച്ചയുണ്ടാകില്ലെന്നാണ് നിങ്ങളുടെ വാദമെങ്കിൽ, നിങ്ങൾ മനുഷ്യരാശിയെ തന്നെ വെല്ലുവിളിക്കുകയാണ്! എനിക്ക് തോന്നുന്നില്ല. മനുഷ്യർ എല്ലാ കാലത്തും നിലനിൽപ്പിനും അഭിവൃദ്ധിക്കുമുള്ള വഴി കണ്ടെത്തും. അതാണ് നമ്മളും ചെയ്യാൻ പോകുന്നത്.

വിശാലമായ ഒരു ലോകത്താണ് നമ്മൾ ജീവിക്കുന്നതെന്ന് നിങ്ങൾ വിശ്വസിക്കണം. എല്ലാവർക്കും വേണ്ടുവോളം അവസരങ്ങളും സമ്പത്തും ഇവിടുണ്ട്. അതുകൊണ്ട്, എങ്ങുമെത്തിപ്പെടില്ല എന്ന ചിന്ത വളരാൻ ഒരിക്കലും അനുവദിക്കരുത്. ആ ചിന്തകൊണ്ട് എന്താണ് ഗുണം?

## ശരിയായ ഉദ്യോഗം കണ്ടെത്താൻ കഴിയുന്നില്ലെങ്കിൽ, ഒന്ന് സൃഷ്ടിക്കൂ

ജീവിതത്തിൽ കഷ്ടപ്പാടുകൾ ഉണ്ടാകും, നിങ്ങൾക്കും അതറിയാം. അതുകൊണ്ടുതന്നെ, നിങ്ങളെ മാനസികമായും സാമ്പത്തികമായും

തൃപ്തിപ്പെടുത്തുന്ന ഒരു ജോലി ലഭിക്കുക എന്നത് ബുദ്ധിമുട്ടാണ്. ലക്ഷക്കണക്കിനാളുകൾ ഈ അവസ്ഥ നേരിടുന്നുണ്ട്. പക്ഷേ എനിക്കറിയാം, ഒരു ഔദ്യോഗിക ജീവിതം സ്വന്തമായി ഉണ്ടാക്കാൻ കഴിയില്ലെന്ന ചിന്തയാൽ സ്വന്തം ചിന്താഗതിയെ നേർത്തതാക്കിയ വരാണ് അതിൽ പലരും.

സംരംഭകരും സ്ഥാപനങ്ങളും ഓഹരിച്ചന്തയിൽ ഇടം നേടുന്നതെങ്ങനെയാണോ, അതുപോലെതന്നെ ഓരോ വ്യക്തികളും സ്വന്തമായി ഒരു ഉദ്യോഗജീവിതം കെട്ടിപ്പടുക്കണം. ഈയിടെ ഒരു സ്ഥാപനത്തിൽ, "ചീഫ് ഹാപ്പിനെസ്സ് ഓഫീസർ (സി.എച്ച്.ഒ)" എന്ന തസ്തികയിലുള്ള ഒരു വ്യക്തിയെ പരിചയപ്പെട്ടു. അങ്ങനെ യൊരു സ്ഥാനം അസാധാരണമാണ്. ഞാൻ അത് സംബന്ധിച്ച് ഒന്ന് അന്വേഷിച്ചു. 2003-ൽ, റൊണാൾഡ് മക്ഡൊണാൾഡ് ആണ് ആദ്യമായി ഇങ്ങനെയൊരു സ്ഥാനം അലങ്കരിച്ചിരുന്നത്. അതിനുശേഷം, മറ്റു സ്ഥാപനങ്ങൾ ഈ ആശയം കടമെടുക്കാൻ ആരംഭിച്ചു. സംഭവം ഇത്രയേയുള്ളൂ. ആ സ്ഥാനത്തിരിക്കുന്ന വ്യക്തിക്കാണ്, ആ സ്ഥാപനത്തിലെ ജോലിക്കാരുടെ ആരോഗ്യ ത്തിന്റെയും സന്തോഷത്തിന്റെയും ചുമതല. ഞാൻ മറ്റൊന്നു കൂടി വായിക്കാനിടയായി. സാപ്പോസിന്റെ മേധാവിയായ ടോണി ഹസിയെ, ജോലിക്കാരുടെ സന്തോഷത്തെ വളരെ പ്രധാനമായി കാണുന്ന ഒരാളാണ്.

പക്ഷേ കാര്യമിതാണ് : പരമ്പരാഗത ചിന്താഗതിയുള്ള സ്ഥാപനങ്ങൾ ഇതിനെ ഉപയോഗശൂന്യതയായാണ് കാണുന്നത്. തുടക്കത്തിൽ, ഞാൻ നേരത്തെ പറഞ്ഞ സ്ഥാപനത്തിന്റെയും മനസ്ഥിതി ഇതുതന്നെയായിരുന്നു. അതുകൊണ്ടുതന്നെ, സി.എച്ച്.ഒ എന്ന സ്ഥാനവും അവിടുണ്ടായിരുന്നില്ല. അങ്ങനെയൊരു സ്ഥാനം അവിടെ *വേണമെന്ന്* അവരെന്നോട് പറഞ്ഞു. പണ്ടൊക്കെ മേലുദ്യോഗസ്ഥർ വിചാരിച്ചിരുന്നത്, ആളുകൾ നമുക്കായി ജോലി ചെയ്യുന്നതിന്റെ ഏക കാരണം ശമ്പളമാണെന്നാണ്. എത്രയധികം പണം വാഗ്ദാനം ചെയ്യുന്നുവോ, അത്രയും നല്ല ആളുകളെ ആകർഷിക്കാൻ കഴിയും.

ചിലയിടങ്ങളിൽ അത് സത്യമായിരിക്കാം. പക്ഷേ, അധിക പണം എപ്പോഴും ഉപകരിക്കണമെന്നില്ല. പലരും ജോലി സ്ഥലത്തു നിന്നും ആഗ്രഹിക്കുന്നത് രസകരമായ നിമിഷങ്ങളും, അംഗീകാരവും, സന്തോഷവുമാണ്. അത് എല്ലാവർക്കും ലഭിക്കുന്നുവെന്ന് ഉറപ്പ വരുത്തലാണ് സി.എച്ച്.ഒ ചെയ്യുന്നത്.

കാര്യമെന്തെന്നാൽ, മറ്റുള്ളവർ എന്തു ചിന്തിക്കുമെന്നതിൽ പ്രസക്തിയില്ല. നിങ്ങളൊന്നിൽ വിശ്വസിക്കുന്നുവെങ്കിൽ, അതിൽ നിന്നും *മൂല്യമുണ്ടാക്കാൻ* കഴിയുമെങ്കിൽ, മുന്നോട്ടു പോകൂ. ഇതുപോലെ പറഞ്ഞു നടക്കുന്നവർ എല്ലാ കാലത്തുമുണ്ടാകും :

- ഇതാർക്കു വേണം
- ഇത് വെറും പാഴാണ്
- നിങ്ങൾ വെറുതെ സമയം കളയുകയാണ്

അത്തരം പ്രതികൂലവാദികളുടെ വാക്കുകൾ ശ്രദ്ധിക്കണ്ട. അവർ തങ്ങളുടെ നേർത്ത ചിന്താഗതിയിൽ കുരുങ്ങിക്കിടന്നോട്ടെ. പകരം, ഇങ്ങനെ ചെയ്യൂ :

## *സൃഷ്ടിക്കൂ. സൃഷ്ടിക്കൂ. സൃഷ്ടിക്കൂ.*

എല്ലാവർക്കും ആവശ്യത്തിനുള്ള അവസരങ്ങൾ ഈ ലോകത്തുണ്ട്. പലരും അവസരങ്ങളെ *ഉപയോഗപ്പെടുത്താത്തതാണ്* പ്രശ്നം. വ്യക്തമായ ഒരു ഉദ്യോഗമാണ് നിങ്ങൾ ആഗ്രഹിക്കുന്നതെങ്കിൽ, ധൈര്യമായി ഇറങ്ങി അങ്ങനൊന്ന് സൃഷ്ടിക്കൂ. ബിസിനസ്സായാലും അതുതന്നെ ചെയ്യൂ. പരിധികളെയോ, പ്രതികൂലവാദികളെയോ, അതുപോലെ നിങ്ങളെ പിന്നോട്ടു വലിക്കുന്ന ഒന്നിനെയും *ശ്രദ്ധിക്കരുത്.* വിശാലമായ മനസ്ഥിതിയുണ്ടാക്കൂ. വളരെ പെട്ടെന്നു തന്നെ, എന്തു ചെയ്യണമെന്നറിയാത്തവിധം അത്രയും അവസരങ്ങൾ നിങ്ങൾക്കു മുന്നിൽ പ്രത്യക്ഷപ്പെട്ടും.

നെതർലാൻഡ്സിൽ, ഞങ്ങളിതിനെ “ആഡംബര പ്രശ്നം” എന്നാണ് വിളിക്കുന്നത്. വിശ്വസിക്കൂ; ഇത്തരമൊരു പ്രശ്നം മാത്രമേ നിങ്ങൾ നേരിടാവൂ.

# ആവർത്തനത്തിലൂടെയാണ് സകല ശക്തിയും ഉണ്ടാകുന്നത്

നിങ്ങളുടെ ജോലിയിലെ അടിസ്ഥാനപരമായ കാര്യങ്ങളെ അവഗണിക്കുന്നതാണ് നിങ്ങൾ ചെയ്യേക്കാവുന്ന ഏറ്റവും വലിയ അബദ്ധം. നിങ്ങൾ ആരാണെങ്കിലും, എവിടെയാണ് താമസിക്കുന്ന തെങ്കിലും, എന്താണ് ചെയ്യുന്നതെങ്കിലും, ഇതുതന്നെയാവും സത്യം.

നല്ലൊരു വ്യക്തി, കായികതാരം, സുഹൃത്ത്, സംരംഭകൻ, വിദ്യാർത്ഥി അങ്ങനെ ഏതൊരു സ്ഥാനത്തെയും മികച്ചതാക്കുന്ന അടിത്തറയെ അവഗണിക്കുമ്പോൾ, നമ്മുടെ സ്ഥിരത നഷ്ടപ്പെടുന്നു. കായികാഭ്യാസത്തിലൂടെ ഞാൻ പഠിച്ച ഏറ്റവും വലിയ പാഠങ്ങളി ലൊന്നാണത്. കായികമേഖല ജീവിതമാർഗ്ഗമായി കാണുന്ന ആളുകൾക്ക്, നല്ല പ്രകടനം കാഴ്ചവെക്കുന്ന കാര്യത്തിൽ സ്ഥിരമായി സമ്മർദ്ദം ഉണ്ടാകാറുണ്ട്.

നിലവിലെ യു.എഫ്.സി. ലൈറ്റ് ഹെവിവെയിറ്റ് ജേതാവും, പഴയ ഒളിമ്പിക് ഗുസ്തിക്കാരനുമായ ഡാനിയൽ കോർമിയറിന്റെ കാര്യമെടുക്കൂ. 38 വയസ്സായ അദ്ദേഹം, ഇതുവരെ നല്ല പ്രകടനമാണ് കാഴ്ചവെച്ചുകൊണ്ടിരിക്കുന്നത്. നിരവധി സ്വർണ്ണമെഡലുകൾ കരസ്ഥമാക്കിയിട്ടുണ്ട്. എം.എം.എ.യിൽ 22-ൽ 20 മത്സരവും വിജയിച്ചു. മികച്ച കായികതാരങ്ങളിൽ ഒരാളായാണ് അദ്ദേഹം കരുതപ്പെടുന്നത്.

എല്ലാത്തിലുമുപരി, കായിക, ഗുസ്തി രംഗത്തെ വിദഗ്ധനായും, ഫോക്സ് സ്പോർട്സിലെ യു.എഫ്.സി. ടുനൈറ്റ് എന്ന പരിപാടിയുടെ അവതാരകനായും പ്രവർത്തിക്കുന്നു. ഇപ്പോഴും അദ്ദേഹം വളരെ ഊർജ്ജസ്വലനാണ്. അദ്ദേഹത്തിന്റെ കാഴ്ചപ്പാടിൽ, അദ്ദേഹത്തിന്റെ വിജയരഹസ്യമെന്താണ്? അടിസ്ഥാന കാര്യങ്ങളിൽ ശ്രദ്ധ ചെലുത്തുക. അദ്ദേഹം പറയുന്നു :

*"അടിസ്ഥാന കാര്യങ്ങളെ കൃത്യമായി മനസ്സിലാക്കാതെ, നിങ്ങൾക്കൊരിക്കലും കായികരംഗത്ത് ഉന്നത നിലയിലേക്കുയരാൻ സാധിക്കില്ല."*

ഇത് കായികരംഗത്തിന് മാത്രമല്ല, ജീവിതത്തിലെ മറ്റെല്ലാ മേഖലകൾക്കും ബാധകമാണ്. എഴുത്ത്, പ്രസംഗം, വില്പന, നേതൃത്വം, അങ്ങനെ എന്തുമാകട്ടെ. അടിസ്ഥാനങ്ങളെക്കുറിച്ച് ബോധമില്ലെങ്കിൽ, ഒരിക്കലും ഉയരങ്ങൾ കീഴടക്കാനാവില്ല.

## അടിസ്ഥാന കാര്യങ്ങൾ ആവർത്തിക്കു

അടിസ്ഥാന കാര്യങ്ങളിൽ മികവ് നേടാൻ ഒരേയൊരു വഴി മാത്രമേയുള്ളൂ, ആവർത്തിച്ച് ചെയ്യുക. ഓരോ തവണ ഭാരമുയർത്തുമ്പോഴും, നിങ്ങൾ കൂടുതൽ ശക്തനാവുകയാണ്. വ്യായാമം ചെയ്യുന്നതിലൂടെ ശാരീരികക്ഷമതയുണ്ടാകുന്നു. അതെല്ലാവർക്കും അറിയാം. പക്ഷേ, നിങ്ങളുടെ മനസ്സിന്റെ കാര്യമോ? മാനസികാരോഗ്യം എങ്ങനെയാണ് മെച്ചപ്പെടുത്തുക? അതിന്റെ ഗുണമെന്താണ്? ഉത്തരം ലളിതമാണ് : എല്ലാം ആരംഭിക്കുന്നത് മനസ്സിൽ നിന്നുമാണ്. *സി വാർ ഓഫ് ആർട്ട്*-ന്റെ രചയിതാവായ സ്റ്റീവൻ പ്രെസ്സ്ഫീൽഡ് പറയുന്നു :

*"നമ്മൾ നമ്മുടെ ആന്തരിക ശക്തികളെ വളർത്തിയെടുക്കാൻ ആരംഭിക്കണം, ദീർഘകാലത്തേക്ക്. കമ്പ്യൂട്ടർ സാങ്കേതികത പോലെ, അത് വെറും പാടവമല്ല. ആത്മവിശ്വാസം, ആത്മപ്രചോദനം, സ്വയം ശക്തിപ്പെടുത്തൽ, ആത്മശിക്ഷണം, ആത്മനിയന്ത്രണം എന്നിവയുടെ പഴയകാല അടിസ്ഥാനങ്ങൾ തന്നെയാണ്."*

എങ്ങനെയാണിത് പ്രാവർത്തികമാക്കുക എന്നതായിരുന്നു എപ്പോഴും ഞാൻ വെല്ലുവിളി നേരിട്ടിരുന്ന ചോദ്യം. ശരീരിക ബലം മെച്ചപ്പെടുത്താനുള്ള വഴി എനിക്കറിയാമായിരുന്നു. പക്ഷേ മാനസികാരോഗ്യത്തിന്റെ കാര്യത്തിൽ, എനിക്ക് മാർഗ്ഗങ്ങളറിയില്ലായിരുന്നു. "അതൊക്കെ ജീവിതാനുഭവങ്ങളിൽ നിന്നുമുണ്ടാകണം" എന്ന് എപ്പോഴും മറ്റുള്ളവർ പറയുമ്പോൾ, അതിലും മികച്ചൊരു വഴിയുണ്ടെന്ന് എനിക്കുറപ്പായിരുന്നു. സത്യസന്ധമായി പറയൂ, മാനസികാരോഗ്യം മെച്ചപ്പെടാനായി 70 വയസ്സുവരെ ആരാണ് കാത്തിരിക്കാൻ തയ്യാറാവുക?

ചില കാര്യങ്ങൾ വേഗം ചെയ്യാൻ കഴിയും, പ്രത്യേകിച്ചും അടിസ്ഥാന കാര്യങ്ങൾ ആവർത്തിച്ചു പരിശീലിച്ചുകൊണ്ടിരുന്നാൽ. കാരണം, അവിടെയാണ് നമ്മൾ പലപ്പോഴും പരാജയപ്പെടുന്നത്. നമുക്കെല്ലാം അറിയാമെന്നാണ് നമ്മുടെ വിചാരം.

## എന്നും തുടക്കക്കാരനായിരിക്കുക

*"എനിക്ക് അക്കാര്യം നേരത്തെ അറിയാം"* എന്ന് എത്ര തവണ നിങ്ങൾ ചിന്തിച്ചിട്ടുണ്ടാകും? പലരെയും പോലെ ആണെങ്കിൽ, ഒരുപാട് തവണ. ഒരു കാര്യം എപ്പോഴും ഓർക്കുക, എല്ലാം അറിയാമെന്ന് സ്വയം ചിന്തിക്കുന്നവരാണ് ജീവിതത്തിൽ ഏറ്റവും വലിയ പരാജിതർ. അത്തരം മനുഷ്യരെ ഞാൻ എല്ലായിടത്തും കാണാറുണ്ട്. ഇന്റർനെറ്റിൽ ഞാൻ ആരെയും ചൂണ്ടിക്കാട്ടാറില്ല. ഓൺലൈൻ ആയി അഭിപ്രായം പറയുന്ന ഒരുപാട് ആളുകൾ, എപ്പോഴും തങ്ങളുടെ സാമർത്ഥ്യം തെളിയിക്കാൻ ശ്രമിക്കാറുണ്ട്. ഇത് സാധാരണയാണ്. പക്ഷേ, ഇങ്ങനെയല്ല ലോകത്തിലെ ശ്രേഷ്ഠ വ്യക്തികൾ കാര്യങ്ങളെ നോക്കിക്കാണുക. മുഹമ്മദ് അലി ഒരിക്കൽ പറഞ്ഞു :

> *"ആവർത്തിച്ച് ഉറപ്പിക്കലാണ് വിശ്വാസ്യതയിലേക്ക് നയിക്കുന്നത്. ഒരിക്കൽ ആ വിശ്വാസം സുദൃഢമാകുമ്പോൾ, കാര്യങ്ങൾ പ്രവർത്തിച്ചു തുടങ്ങും."*

അടിസ്ഥാന കാര്യങ്ങൾ ആവർത്തിക്കുന്നതിലൂടെ, നിങ്ങൾ ശ്രേഷ്ഠനാവുക മാത്രമല്ല; മഹത്വം നിലനിർത്തുക കൂടിയാണ്. നേട്ടം കൈവരിച്ചവരെല്ലാം നേരിടുന്ന വെല്ലുവിളിയാണത്. ഞാനെന്റെ ജീവിതത്തിലെ അടിസ്ഥാനങ്ങൾ ആവർത്തിച്ചു ചെയ്യാറുണ്ട് : ആരോഗ്യം, തത്വജ്ഞാനം, ദയ, ബിസിനസ്സ്, എഴുത്ത്. ഉദാഹരണത്തിന്, നിസ്സംഗതാവാദത്തെക്കുറിച്ചുള്ള എനിക്ക് പ്രിയപ്പെട്ട പുസ്തകങ്ങൾ ഞാൻ എല്ലാ മാസവും വീണ്ടും വായിക്കാറുണ്ട്, മനസ്സിന് വ്യായാമം നൽകുന്നതിനായി. സ്ട്രങ്ക്, വൈറ്റ് എന്നിവരുടെ പുസ്തകമായ *ദി എലമെന്റ്സ് ഓഫ് സ്റ്റൈൽ* എന്ന പുസ്തകം, ലളിതവും ഉപകാരപ്രദവുമായ എഴുത്തിന്റെ അടിസ്ഥാനങ്ങൾ മനസ്സിലാക്കുന്നതിനായി ഞാൻ സ്ഥിരമായി വായിക്കാറുണ്ട്.

ഇതൊന്നും ഞാൻ ആവർത്തിച്ചില്ലെങ്കിൽ, ജീവിതത്തെക്കുറിച്ചുള്ള തത്വശാസ്ത്രവും മികച്ച ലേഖനങ്ങൾ എങ്ങനെ എഴുതാമെന്നുള്ളതും ഞാൻ മറന്നുപോകും. അങ്ങനെയാണ് നമ്മുടെ ബുദ്ധി

പ്രവർത്തിക്കുന്നത്. ആവർത്തിക്കാതിരിക്കുന്നതിലൂടെ, എല്ലാം നമ്മൾ വേഗം മറക്കും. ഞാനെന്നെ ഒരു തുടക്കക്കാരനായിട്ടാണ് എപ്പോഴും കാണാറുള്ളത്. അതാണ് ഞാനെന്റെ ഗുരുവിൽ നിന്നും പഠിച്ച ആദ്യ (ഏറ്റവും പ്രധാനപ്പെട്ടതും) പാഠങ്ങളിൽ ഒന്ന്. അദ്ദേഹം ഇപ്പോൾ തന്റെ എഴുപതുകളിലാണ്, എങ്കിലും ജീവിതം പഠിക്കുന്ന ഒരു വിദ്യാർത്ഥിയായാണ് അദ്ദേഹം സ്വയം കാണുന്നത്.

ബിസിനസ്സിന്റെ കാര്യത്തിലും അതേ കാഴ്ചപ്പാടാണ് എനിക്കുള്ളത്. ഞാനെന്നും സ്വയം ചോദിക്കും, "എന്താണ് ബിസിനസ്സ് ചെയ്യുന്നതിന്റെ ലക്ഷ്യം?" "പണം ഉണ്ടാക്കാൻ" എന്നാണ് നിങ്ങളുടെ ഉത്തരമെങ്കിൽ, ഞാൻ പറയുന്നു, നിങ്ങൾ ഒന്നുകൂടെ അടിസ്ഥാനപരമായ കാര്യങ്ങളിലൂടെ കടന്നുപോകണം.

വളരെ ലളിതമാണ്: നിങ്ങളുടെ മേഖലയിലെ അടിസ്ഥാനങ്ങൾ എന്തൊക്കെയാണെന്ന് കണ്ടെത്തൂ. എന്നിട്ട് അവ ആവർത്തിക്കൂ. ലളിതമായി കാണൂ. മോശവും അനാവശ്യവും പ്രതികൂലവുമായ കാര്യങ്ങൾ ആവർത്തിക്കുന്നതു പോലെ സമയം പാഴാക്കുന്ന പ്രവർത്തി മറ്റൊന്നില്ല. ആ ഒരു കാര്യമാണ് എപ്പോഴും മനസ്സിൽ സൂക്ഷിക്കേണ്ടത്. സ്വന്തം ജീവിതത്തിനായി വിജയകരമായി ഒന്നും ചെയ്യാത്തവരിൽ നിന്നും ഒരിക്കലും ഉപദേശങ്ങൾ സ്വീകരിക്കരുത്.

## മഹാനാകൂ. മഹത്വം നിലനിർത്തൂ.

നിങ്ങൾ വളരെ സമർത്ഥനായിരിക്കാം, അദ്ധ്വാനിയായിരിക്കാം, വിനയശീലമുള്ളവനായിരിക്കാം. പക്ഷേ ഇവയൊന്നും നിങ്ങൾക്ക് *നിലനിർത്താനായില്ലെങ്കിൽ*, പിന്നെന്താണ് ഗുണം? പാഴാക്കാൻ വേണ്ടി മാത്രമായി വിജയം നേടുന്ന എത്ര പേരെയാണ് നമുക്ക് കാണാൻ കഴിയുക? ഒരൊറ്റ വിജയം മാത്രം നേടി മിന്നി മങ്ങിയ എത്ര പേരെ കണ്ടിട്ടുണ്ടാകും നമ്മൾ? തീർച്ചയായും. മഹാന്മാർക്ക് മാത്രമേ നിലനിൽക്കാൻ സാധിക്കുകയുള്ളൂ.

നിങ്ങൾക്കും നിലനിൽക്കണമെങ്കിൽ, ആവർത്തനത്തിന്റെ അനിവാര്യതയെ നിസ്സാരമായി കാണരുത്. എല്ലാം നേടിക്കഴിഞ്ഞെന്നോ, വലിയ സമർത്ഥനാണെന്നോ സ്വയം ചിന്തിക്കരുത്. കാരണം, ചിന്താഗതിയാണ് നിങ്ങളെ മഹാനായി *നിലനിർത്തുന്നത്.*

# ഞാനെങ്ങനെയാണ് സ്വന്തം ജീവിതം വിലയിരുത്തുന്നത്

നിങ്ങൾക്ക് ഒരു ബിസിനസ്സിനെ വിലയിരുത്താൻ അതിലെ അക്കങ്ങൾ നോക്കിയാൽ മതി. വിറ്റുവരവ്, ലാഭം, ചെലവ്, ജോലിക്കാർ, ഉത്പാദനം എന്നിങ്ങനെ. പക്ഷേ, നിങ്ങൾ സ്വന്തം ജീവിതം എങ്ങനെ വിലയിരുത്തും? അതിനായി പൊതുവായ ഒരു അളവുകോൽ ഇല്ല. അതുകൊണ്ടുതന്നെ, ഓരോ വ്യക്തിക്കും തങ്ങൾ ജീവിതത്തിൽ എവിടെയാണ് നിൽക്കുന്നതെന്ന് മനസ്സിലാക്കാനായി സ്വന്തമായി ഒരു അളവുകോൽ തിരഞ്ഞെടുക്കാം. ചിലർ തങ്ങളുടെ കൂട്ടത്തിലുള്ളവരുടെ സമ്പാദ്യവുമായി തങ്ങളുടേത് താരതമ്യം ചെയ്യും. ചിലർ തങ്ങളുടെ ഉദ്യോഗ ജീവിതത്തിൽ എത്ര ഉയരത്തിൽ എത്തി എന്ന് നോക്കും. മറ്റു ചിലർ തങ്ങളുടെ ബാഹ്യരൂപത്തെ അളവുകോലാക്കും.

നമ്മുടെ കാലഘട്ടത്തെ മഹാന്മാരായ ചിന്തകർ എങ്ങനെയാണ് തങ്ങളുടെ ജീവിതങ്ങളെ വിലയിരുത്തിയതെന്ന് ഞാൻ ഒരു പഠനം നടത്തി. അത്ഭുതകരമായ ഉത്തരമാണ് ലഭിച്ചത്. ജീവിത വിജയം നേടിയ മനുഷ്യർ തങ്ങളുടെ ജീവിതം അളക്കുന്നത് അവരുടെ ധന സമ്പാദ്യത്തെയോ മറ്റു പരമ്പരാഗത അളവുകോലുകൾ കൊണ്ടോ ആയിരിക്കില്ല. പകരം, സമൂഹത്തിന്റെ കണ്ണിൽ വിജയിച്ചവരെന്ന് മുദ്രകുത്തപ്പെട്ടവർ, ഈ മൂന്ന് ഘടകങ്ങളാണ് നോക്കുക :

1. ഊർജ്ജം
2. ജോലി
3. ബന്ധങ്ങൾ

മേൽപ്പറഞ്ഞ മൂന്ന് കാര്യങ്ങളും മെച്ചപ്പെടുത്തി ഞാൻ പരീക്ഷണം നടത്തിയിട്ടുണ്ട്. അവയെല്ലാം ഒന്നിനോട് പിണഞ്ഞു കിടക്കുന്നതായാണ് ഞാൻ കണ്ടെത്തിയത്. എന്റെ ഊർജ്ജം ഉയർന്ന

അളവിലുള്ളപ്പോൾ, എന്റെ മനോനിലയും മികച്ചതായിരിക്കും. മനോനില മികച്ചതാകുമ്പോൾ, പ്രവർത്തികളും മെച്ചപ്പെടും. പ്രവർത്തികൾ മെച്ചപ്പെടുമ്പോൾ, ഞാനെന്റെ ജീവിതത്തിൽ സംതൃപ്തനാവും. അപ്പോൾ, എനിക്ക് ചുറ്റുമുള്ളവർക്ക് കൂടുതൽ സംഭാവന ചെയ്യാനും എനിക്ക് കഴിയും. അതെന്റെ ബന്ധങ്ങളെ ശക്തിപ്പെടുത്തും. നല്ലൊരു ജീവിതത്തിലേക്കുള്ള വിജയവഴി എന്താണ്? നല്ല ബന്ധങ്ങൾ. ഹാർവാർഡ് ബിസിനസ്സ് സ്കൂളിലെ പ്രൊഫസറും, *ഹൌ വിൽ യൂ മെഷർ യുവർ ലൈഫ്* എന്ന പുസ്തകത്തിന്റെ രചയിതാവുമായ ക്ലേയ്റ്റൺ എം. ക്രിസ്റ്റെൻസൺ എഴുതുന്നു :

> *"നമ്മുടെ ദീർഘകാല സന്തോഷത്തിന്റെ ഒരേയൊരു പ്രധാനപ്പെട്ട ഘടകം, കുടുംബവുമായും ഉറ്റ സുഹൃത്തുക്കളുമായുമുള്ള നമ്മുടെ ബന്ധമാണ്."*

ബന്ധങ്ങളുടെ കാര്യത്തിൽ, എണ്ണത്തേക്കാൾ പ്രധാനം അടുപ്പമാണ്. സാമൂഹ്യ മാധ്യമങ്ങളാൽ സ്വാധീനിക്കപ്പെട്ടവരോട് ഒന്ന് പറഞ്ഞേക്കാം: ഫോളോവേഴ്സിന്റെയും ഓൺലൈൻ സുഹൃത്തുക്കളുടെയും എണ്ണത്തിൽ ഒരു കാര്യവുമില്ല.

യഥാർത്ഥ ബന്ധങ്ങൾ വളരാൻ സമയമെടുക്കും. അവയെല്ലാം നിരുപാധികവുമാണ്. പല ബന്ധങ്ങളും യാഥാർത്ഥ്യങ്ങളല്ല. പല ബന്ധങ്ങളും ഹ്രസ്വകാല ജീവനുള്ളവയാണ്. ഉദാഹരണത്തിന്, കാഴ്ചപ്പാടുകൾ മാറുന്നതുവരെ, കുറച്ച് ഭാരം കൂടുന്നതുവരെ. അല്ലെങ്കിൽ, നമ്മൾ അവരോടൊത്ത് പുറത്തു പോവുകയും മദ്യപിക്കുകയും ചെയ്യുന്നതുവരെ മാത്രമായിരിക്കും. അത് നിലച്ചാൽ, അവരുടെ പിറന്നാളിനു പോലും നമ്മളെ ക്ഷണിക്കുകയില്ല.

ഉപാധികളോടെയുള്ള ഇത്തരം ബന്ധങ്ങൾ അർത്ഥശൂന്യമാണ്. യഥാർത്ഥ സൗഹൃദവും പ്രണയവും അതിനേക്കാൾ എത്രയോ വലുതാണ്. നിങ്ങൾ ഇഷ്ടപ്പെടുന്നവരെ ഏതു സാഹചര്യത്തിലും നിങ്ങൾ ചേർത്തുനിർത്തും. അതാണ് ജീവിതത്തെ സമ്പന്നമാക്കുന്നത്.

## 1. ഊർജ്ജം അളക്കുന്നത്

നിങ്ങളുടെ ഊർജ്ജം അളക്കുന്നത് എളുപ്പമാണ്. ശാരീരികമായുള്ള കാര്യങ്ങൾ മാത്രം വിലയിരുത്തിയാൽ മതിയാകും. ഇതിനെക്കുറിച്ച് മാത്രമായി ഞാൻ ഈയിടെ എഴുതിയിരുന്നു. ഊർജ്ജം വർദ്ധിപ്പി

ക്കാനുള്ള വഴികൾ കണ്ടെത്തുന്നതിലാണ് കാര്യം. ഈ ചോദ്യം സ്വയം ചോദിക്കുന്നതിലൂടെ നിങ്ങൾക്ക് ആരംഭിക്കാം : എന്റെ ഊർജ്ജത്തെ സാരമായി സ്വാധീനിക്കാൻ കഴിയുന്ന എന്ത് ചെറിയ കാര്യമാണ് എനിക്കിന്ന് ചെയ്യാൻ കഴിയുക? എല്ലാവരിലും സംഭവിക്കുന്ന കാര്യങ്ങൾ ഇതാ :

1. **എന്നും വ്യായാമം ചെയ്യുക** – ഞാൻ ആഴ്ചയിൽ നാല് തവണ ഭാരമുയർത്തി വ്യായാമം ചെയ്യും, ഇടവേളകൾ നിശ്ചയിച്ച് രണ്ട് തവണ ഓട്ടം, വ്യായാമം ചെയ്യാത്ത ദിവസങ്ങൾ 30 മിനിറ്റെങ്കിലും വേഗത്തിൽ നടക്കുമെന്ന് ഉറപ്പ് വരുത്തും.
2. **നന്നായി ഭക്ഷണം കഴിക്കും** – കൃത്യമായ ഒരു ഭക്ഷണരീതിയല്ല ഞാൻ പിന്തുടരുന്നത്. മാംസ്യം, റൊട്ടി, പാസ്ത, ശരീരത്തിന് നല്ലതല്ലാത്ത മറ്റു പല ഭക്ഷ്യവസ്തുക്കളും ഞാൻ കഴിക്കാറുണ്ട്. പക്ഷേ, ഞാൻ ആരോഗ്യവാനാണ്. സംസ്കരിച്ച ഭക്ഷ്യവസ്തുക്കൾ ഞാൻ കഴിക്കാറില്ല. പഞ്ചസാരയുടെ ഉപയോഗവും കുറവാണ് (ചോക്കലേറ്റ് ഇഷ്ടമാണ്). ഞാൻ വ്യായാമം ചെയ്തു കളയുന്ന അളവിൽ കൂടുതൽ കലോറികൾ ഭക്ഷണത്തിൽ ഉൾപ്പെടുത്തുകയില്ല.

അതാണ് കണക്കിന്റെ ഒരു വശം. ഇക്കാര്യങ്ങൾ എന്നും ചെയ്യുമ്പോൾ, ഞാൻ വളരെ ഉന്മേഷവാനാണ്. എന്റെ ഊർജ്ജവും വളരെ മികച്ചതാണ്. വ്യായാമം നിർത്തുകയോ ആരോഗ്യകരമല്ലാത്ത ഭക്ഷണം കഴിക്കുകയോ ചെയ്താൽ, എനിക്ക് തളർച്ച തോന്നും. അതാണ് അതിന്റെ രീതി. നന്നായി വ്യായാമം ചെയ്യുന്നതിലൂടെയും നല്ല ഭക്ഷണങ്ങൾ കഴിക്കുന്നതിലൂടെയും നിങ്ങൾക്കും എളുപ്പത്തിൽ ഊർജ്ജം മെച്ചപ്പെടുത്താൻ സാധിക്കും.

## 2. ജോലി അളക്കുന്നത്

ജോലിയുടെ കാര്യത്തിൽ, വരുമാനമോ പദവിയോ മറ്റു പൊതുവായ അളവുകോലുകളോ അല്ല ഞാൻ നോക്കുക. പകരം, ഇനിയും എനിക്കെത്ര പഠിക്കാനാകും എന്നാണ്. മറ്റൊരു തരത്തിൽ പറഞ്ഞാൽ : നിങ്ങൾ, പഠിക്കാനുള്ള നിങ്ങളുടെ കഴിവിന്റെ പരമാവധി ഉപയോഗപ്പെടുത്തിയോ? എന്തുകൊണ്ടാണ് ഞാൻ വരുമാനത്തേക്കാൾ പഠിക്കുന്നതിനെ പ്രധാനമായി കാണുന്നത്? കാരണം, അതുതന്നെയാണ് പ്രാധാന്യമർഹിക്കുന്നതും. *ഹൗ വിൽ യൂ മെഷർ യുവർ ലൈഫ്* എന്ന തന്റെ പുസ്തകത്തിൽ, ക്രിസ്റ്റെൻസൺ പറയുന്നു :

*"നിങ്ങൾക്ക് ശരിക്കും സന്തോഷം കണ്ടെത്തണമെന്നു ണ്ടെങ്കിൽ, പുതിയ കാര്യങ്ങൾ പഠിക്കാനും, നേടാനും, കൂടുതൽ കൂടുതൽ കടമകൾ സ്വീകരിക്കാനും നിങ്ങളെ പ്രാപ്തമാക്കുന്ന, അർത്ഥവത്തായവ എന്ന് നിങ്ങൾ വിശ്വസിക്കുന്ന അവസര ങ്ങൾക്കായി നിരന്തരം നിങ്ങൾ തേടൽ തുടരണം."*

ഉദ്യോഗവും ജീവിതവിജയവും, നിങ്ങളെത്ര അറിവ് നേടുന്നു എന്നതുമായി നേരിട്ട് ബന്ധപ്പെട്ടു കിടക്കുന്നു. ഏറ്റവും പ്രധാനമായി : നിങ്ങൾ എത്രത്തോളം പഠിക്കുന്നു. ഒരിക്കലും അവസാനിക്കുന്ന ഒന്നല്ല വിദ്യാഭ്യാസം. മാത്രമല്ല, നിങ്ങളുടെ പഠന മികവും വരുമാനവും തമ്മിൽ ബന്ധമുണ്ട്. എത്രയധികം അറിവ് നേടുന്നുവോ, അത്രയ ധികം സമ്പാദിക്കും. സത്യമാണ്. ഈ പ്രസ്താവനയ്ക്ക് തീർച്ചയായും പരിമിതികളുണ്ട്. അറിവുകൾ എപ്പോഴും പ്രായോഗികമായി ഉപയോഗപ്പെടുത്തണം.

സ്വന്തം കഴിവുകൾ ഉപയോഗിക്കാതെ പാഴാക്കിയ സമർത്ഥ രായ മനുഷ്യരെക്കുറിച്ച് നമ്മൾ കേട്ടിട്ടുണ്ട്. നേട്ടങ്ങളുണ്ടാകണമെങ്കിൽ, നിങ്ങളുടെ അറിവുകൾ പ്രയോജനപ്പെടുത്തണം. പ്രവർത്തനമില്ലെ ങ്കിൽ, അറിവുകൾ കൊണ്ട് ഉപയോഗമില്ല. പക്ഷേ പൊതുവായി പറയുകയാണെങ്കിൽ, നിങ്ങൾ എത്രത്തോളം അറിവ് നേടിയിട്ടുണ്ടോ (വിദ്യാഭ്യാസത്തിൽ നിന്നും, അനുഭവങ്ങളിൽ നിന്നും), അത്രത്തോളം നിങ്ങൾക്ക് സംഭാവന നൽകാനാകും; സ്ഥാപനത്തിന്, സഹപ്രവർ ത്തകർക്ക്, ഉപഭോക്താക്കൾക്ക്. ആ സംഭാവനകളാണ് നിങ്ങൾക്ക് വരുമാനമായി തിരികെ ലഭിക്കുന്നത്.

## 3. ബന്ധങ്ങൾ വിലയിരുത്തുന്നത്

നിങ്ങൾ എത്രത്തോളം മറ്റുള്ളവരുടെ ജീവിതത്തിലേക്ക് സംഭാവന ചെയ്യുന്നുവോ, അവരുമായുള്ള ബന്ധം അത്രത്തോളം ശക്തിപ്പെടുമെന്ന് നിങ്ങൾ മനസ്സിലാക്കും. ആ അവസാന ചേരുവയാണ് ജീവിതചക്രം പൂർണ്ണമാക്കുന്നത്. ബന്ധങ്ങളെ വിലയിരുത്തുമ്പോൾ, നിങ്ങളുടെ വശം മാത്രം നോക്കുക. നമ്മളെല്ലാവരും വരുത്താറുള്ള ഏറ്റവും വലിയ തെറ്റ് ഒഴിവാക്കുക : നമുക്ക് വേണ്ടി അവരെന്തു ചെയ്തു എന്ന് നോക്കുന്നത്. അല്ലെങ്കിൽ, നിങ്ങൾ താരതമ്യം ചെയ്തുകൊണ്ടി രിക്കേണ്ടി വരും.

പരേതനായ വേയ്ൻ ഡൈയർ പറഞ്ഞതനുസരിച്ച് :

*"അവരെങ്ങനെ നിങ്ങളോട് പെരുമാറുന്നു എന്നത് അവരുടെ*

*കർമ്മമാണ്; നിങ്ങളെങ്ങനെ പ്രതികരിക്കുന്നു എന്നത് നിങ്ങളുടെയും."*

മറ്റുള്ളവർ നിങ്ങളോട് എങ്ങനെ പെരുമാറുന്നു എന്ന് നോക്കുന്നതിനു പകരം, നിങ്ങളുടെ ബന്ധങ്ങൾക്കായി *നിങ്ങളെത്ര* സമയവും ഊർജ്ജവും ഉപയോഗിച്ചു എന്ന് വിലയിരുത്തൂ. അത് മാത്രമാണ് നിങ്ങളുടെ നിയന്ത്രണത്തിലുള്ളത്. നിങ്ങൾക്ക് അടുപ്പം തോന്നുന്നവർക്കായി നിങ്ങൾ സമയം ചെലവഴിക്കുകയാണെങ്കിൽ, ബന്ധങ്ങൾ ശക്തിപ്പെടും എന്നാണ് എന്റെ അനുഭവം എനിക്ക് പഠിപ്പിച്ചു തന്നത്. അങ്ങനെ സംഭവിച്ചില്ലെങ്കിൽ, ആ ബന്ധം ഉടലെടുക്കാൻ പാടില്ലാത്തതായിരുന്നു. അത് ഒഴിവാക്കി മുന്നോട്ടു പോകുന്നതാണ് നല്ലത്. പ്രധാന പാഠമെന്തെന്നാൽ, നമ്മുടെ നിയന്ത്രണത്തിലുള്ള കാര്യങ്ങളിൽ മാത്രം എപ്പോഴും ശ്രദ്ധ ചെലുത്തുക.

നമ്മുടെ ഊർജ്ജം, ജോലിയിലെ നമ്മുടെ പ്രയത്നം, ബന്ധങ്ങൾക്കായി നാം ചെയ്യുന്നവ – ഇവയെല്ലാമാണ് നമ്മുടെ നിയന്ത്രണത്തിലുള്ളത്. ലോകം മുഴുവനുമുള്ള, എല്ലാ കാലഘട്ടത്തിലേയും തത്വചിന്തകരെല്ലാം പഠിപ്പിക്കുന്ന ഏറ്റവും പ്രധാനപ്പെട്ട പാഠങ്ങളിലൊന്നാണിത്.

നിങ്ങളുടെ ജീവിതം ശ്രദ്ധിക്കൂ. നിങ്ങളുടെ അനുഭവങ്ങളെ വിലയിരുത്തൂ. അത് മെച്ചപ്പെടുത്തുകയാണ് നിങ്ങളുടെ ഇപ്പോഴത്തെ ഏക ഉദ്യമം.

# എന്തുകൊണ്ട് നിങ്ങൾ ഒരു അനശ്വരനെപ്പോലെ ജീവിക്കണം

തൃപ്തികരമായ ഒരു ജീവിതം നയിക്കാൻ കഴിയാത്തതിന് കാരണം യുവാവായിരിക്കുന്ന എന്ന ആശയമുള്ള ഒരു മുടന്തൻ ന്യായമാണ് എന്റെ കൂട്ടുകാർക്കിടയിൽ നിലനിൽക്കുന്നത് എന്നാണ് ഞാൻ കരുതുന്നത്. പക്ഷേ, ഈ കാലഘട്ടത്തിൽ ജനിച്ചവർ മാത്രമല്ല ഒഴിവുകഴിവുകൾക്ക് പിന്നിൽ ഒളിക്കുന്നവർ. എല്ലാവരും അങ്ങനെതന്നെ. എനിക്കു മനസ്സിലാകും. ജീവിതത്തിൽ ഉത്തരവാദിത്വങ്ങൾ ഏറ്റെടുക്കുക എന്നത് ഭയാനകം തന്നെയാണ്. ഉല്ലസിച്ച് നടക്കുന്നതല്ലേ എത്രയോ ഭേദം. പക്ഷേ, അതിലും ഭേദം എന്താണ്?

- സ്വയം അഭിമാനിക്കാൻ തക്കതായ അർത്ഥവത്തായ ഒരു ഔദ്യോഗിക ജീവിതം കെട്ടിപ്പടുക്കുന്നത്.
- മറ്റുള്ളവരുടെ ജീവിതത്തിലേക്ക് സംഭാവന ചെയ്യുന്നത്.
- ഉപകാരപ്രദമായ ഒരു സേവനമോ വസ്തുവോ നിർമ്മിക്കുന്നത്.
- വിശ്രമ ജീവിതത്തിനായി പണം നിക്ഷേപിക്കുന്നത്.

*"അതെ, പക്ഷേ എനിക്കത്രയൊന്നും വയസ്സായിട്ടില്ല." "ഭാവിയിൽ നോക്കാം!"* എന്തായിത്? മറ നീക്കി പുറത്തു വരൂ! ഇനിയും എന്തിനാണ് കാത്തിരിക്കുന്നത്? സംതൃപ്തി ലഭിക്കാത്ത എല്ലാവർക്കുമായി, എന്റെ പക്കൽ ഒരു ആശയമുണ്ട് :

### അനശ്വരനെപ്പോലെ ജീവിച്ചു തുടങ്ങൂ

അതെ, കേൾക്കുമ്പോൾ വിചിത്രമായി തോന്നാം. രണ്ട് നിമിഷം തരൂ, ഞാൻ വിശദീകരിക്കാം. കാലാകാലമായി പകർന്നു കിട്ടിയ അറിവ് പ്രകാരം, ജീവിതം എന്നെന്നേക്കുമായുള്ളതല്ല എന്നാണല്ലോ?

- "ജീവിതം ഹ്രസ്വമാണ്!"
- "ജീവിതം ഒന്നേയുള്ളൂ!"
- "ഈ നിമിഷം ജീവിക്കൂ!"

ഞാനും സമ്മതിക്കുന്നു. പക്ഷേ, ഇത്തരം തത്വങ്ങളിൽ അധിഷ്ഠിതമായി ജീവിക്കുകയാണെങ്കിൽ, പ്രതിഫലത്തിനായി ദീർഘകാല പ്രവർത്തികൾ ചെയ്യുന്നതിൽ പിന്നെന്ത് അർത്ഥമാണുള്ളത്? ജീവിതം ഹ്രസ്വമാണെങ്കിൽ, പിന്നെന്തിനാണ് നിങ്ങൾ കഠിനമായ പ്രവർത്തികളിലേർപ്പെടുന്നത്? എനിക്ക് മനസ്സിലാകുന്നില്ല. അങ്ങനെ ചിന്തിക്കുകയാണെങ്കിൽ, പണം ധൂർത്തടിച്ച്, എല്ലാ ആഴ്ചയും കറങ്ങിനടന്ന്, പരമാവധി മദ്യപിച്ച്, ആഘോഷിച്ച് ജീവിക്കുന്നതല്ലേ നല്ലത്.

## സ്വയം ചോദിക്കൂ : "അവയെല്ലാം എന്തിലേക്കാണ് നയിക്കുന്നത്?"

ഒരു ശാസ്ത്രജ്ഞനും ഇതിനുത്തരം നൽകാനാവില്ല. ഉത്തരമിതാണ്, "എവിടേക്കുമില്ല." ഇനി, ജീവിതത്തിന് മറ്റൊരു മറ്റൊരു വീക്ഷണകോണും കൂടിയുണ്ട് : നിങ്ങൾ എന്നും ഇവിടെയുണ്ടാകും.

ചിന്തിച്ചു നോക്കൂ. നിങ്ങൾ ഒരിക്കലും മരിക്കുകയില്ല എന്ന് ഞാൻ പറയുകയാണെങ്കിൽ, എത്ര വ്യത്യസ്തമായിരിക്കും നിങ്ങളുടെ ജീവിതം? ഞാനെന്നെ തന്നെ നോക്കുമ്പോൾ, ഒരു അനശ്വരനാണെന്ന രീതിയിലാണ് ഞാൻ ജീവിച്ചിരുന്നത്. വസ്തുങ്ങൾക്കും, ഉപകരണങ്ങൾക്കും, അവധികൾക്കുമായി ഞാൻ പണം ചിലവഴിച്ചു. പക്ഷേ, എനിക്ക് ധൃതിയുമുണ്ടായിരുന്നു. എനിക്ക് ജീവിതത്തിൽ ഒരുപാട് നേടണമെന്നുണ്ടായിരുന്നു. അതും വളരെ വേഗത്തിൽ.

ഒരേ സമയം ഒരുപാട് കാര്യങ്ങൾക്കായി പ്രയത്നിച്ചു, ഒരു നായയെപ്പോലെ. മിന്നുന്നതിനെയെല്ലാം പിന്തുടർന്നു. എന്റെ വിവിധ ആശയങ്ങൾക്കു പിന്നാലെയും ഞാൻ പാഞ്ഞു. പക്ഷേ പിന്നീട്, ഒരു വ്യത്യസ്തമായ ചിന്താഗതി ഞാൻ കൈക്കൊണ്ടു. "ഞാനൊരു അനശ്വരനായിരുന്നെങ്കിൽ...?" എന്നതായിരുന്നു ആ ആശയം. എനിക്കറിയാം, അനശ്വരമായ ജീവിതം പ്രദാനിക്കുന്ന ഏതോ മായിക ലോകത്തുള്ള പോലെയാണ് ഞാൻ സംസാരിക്കുന്നതെന്ന്. പക്ഷേ വിശ്വസിക്കൂ, ഞാനത്ര വലിയ മിഥ്യാവിശ്വാസിയൊന്നുമല്ല. ആലങ്കാരികമായി പറഞ്ഞെന്നേയുള്ളൂ. മാർക്കസ് ഔറേലിയസിന്റെ

ചിന്തനങ്ങളിലൊന്ന് വായിക്കുമ്പോഴാണ് എനിക്കാദ്യമായി ഇങ്ങനെയൊരു ആശയം തോന്നിയത് :

> *"നിങ്ങൾ മരിച്ചെന്ന് കരുതുക. നിങ്ങൾ ജീവിതം ജീവിച്ചു തീർത്തു. ഇനി മിച്ചമുള്ളതുപയോഗിച്ച് ഉചിതമായി ജീവിക്കൂ."*

അവസാന ഭാഗമാണ് ഞാൻ വ്യക്തമായി ഉദ്ദേശിച്ചത് : ഉചിതമായി ജീവിക്കുക. എന്താണതിനർത്ഥം? പലർക്കും പല കാഴ്ചപ്പാടുകളാണ്. എന്റെ അഭിപ്രായത്തിൽ, ഉചിതമായി ജീവിക്കുക എന്നാൽ, എന്റെ ജീവിതത്തിൽ ഞാൻ സംതൃപ്തനാണ് എന്നാണ്. എനിക്ക് കണ്ണാടിയിൽ നോക്കി സത്യസന്ധമായി പറയാം, "എനിക്കെന്റെ ജീവിതം ഇഷ്ടമാണ്." വർത്തമാനത്തിൽ ജീവിക്കുമ്പോൾ ഞാനെന്റെ ജീവിതത്തിൽ ശരിക്കും സംതൃപ്തനായിരുന്നോ? അല്ല, ഒരിക്കലുമല്ല. നല്ലൊരു ഉദ്യോഗമോ, ഒരു വീടോ, അഭിമാനിക്കാൻ തക്കവണ്ണം ഒന്നുമുണ്ടായിരുന്നില്ല. എന്തുകൊണ്ടാണത്? വർത്തമാനകാലത്തിലായിരുന്നു എന്റെ പൂർണ്ണ ശ്രദ്ധയും. എല്ലാം പെട്ടെന്ന് നടക്കണമെന്ന് ഞാൻ ആഗ്രഹിച്ചു.

*"അത് മനസ്സിലാക്കും മുൻപു തന്നെ, നിങ്ങൾ മരിച്ചിട്ടുണ്ടാകും!"* അങ്ങനൊരു ചിന്താഗതി ഉണ്ടായിത്തുടങ്ങുന്നത് നല്ലതാണ്. പിന്നിൽ നിന്നും ഒരടി കൊടുത്തിട്ട് നിങ്ങൾ മരിക്കാൻ പോവുകയാണെന്ന് പറഞ്ഞ് ഭയപ്പെടുത്തുന്നതുപോലൊരു പ്രചോദനം മറ്റൊന്നുമില്ല. പക്ഷേ, ഒരു **ജീവിതം** കെട്ടിപ്പടുക്കാനാണ് നിങ്ങൾ ശ്രമിക്കുന്നതെങ്കിൽ, ഈ ചിന്ത ഉപകരിക്കില്ല. ഇന്നിൽ ജീവിക്കുന്നത് വളരെ നല്ലതാണ്. പക്ഷേ, ജീവിതത്തിലെ മറ്റു പല കാര്യങ്ങളെയും പോലെ, ഇതും അധികമാകരുത്.

**അതുകൊണ്ടാണ് അനശ്വരനായി ജീവിക്കാൻ ഞാൻ ഇഷ്ടപ്പെടുന്നത്. കാരണം, നിങ്ങൾ എന്നെന്നേക്കുമായി ജീവിക്കുകയാണെങ്കിൽ...**

- എന്തെങ്കിലുമൊന്ന് കെട്ടിപ്പടുക്കാനായി ആവശ്യത്തിന് സമയം ലഭിക്കും.
- തെറ്റുകളിൽ നിന്നും പഠിക്കാൻ കഴിയും.
- പെട്ടെന്ന് കാര്യങ്ങൾ ചെയ്തുതീർക്കണമെന്ന സമ്മർദ്ദമുണ്ടാവുകയില്ല.

- നിങ്ങൾ മറ്റുള്ളവരോട് ബഹുമാനത്തോടെ പെരുമാറും, കാരണം അവരും എപ്പോഴും നിങ്ങളുടെ കൂടെയുണ്ടാകും.

എന്റെ ചിന്താഗതിയിലുണ്ടായ ഈയൊരു ചെറിയ മാറ്റം, ഞാൻ ജീവിതത്തെ നോക്കിക്കാണുന്ന രീതിയെ തന്നെ മാറ്റിമറിച്ചു. പത്തോ ഇരുപതോ വർഷങ്ങൾ മുന്നോട്ടു നോക്കാനും എനിക്ക് ഭയമില്ല. **ഇന്ന്** നല്ല തീരുമാനങ്ങളെടുക്കാൻ അതെന്നെ സഹായിക്കും. ഉദാഹരണത്തിന്, പണം ചെലവഴിക്കുന്നതിനു പകരം ഞാനത് നിക്ഷേപിക്കുകയോ മിച്ചം പിടിച്ചുവെക്കുകയോ ചെയ്യും. കാരണം, "ഭാവിയിലെ എനിക്ക്" അത് ഉപകാരപ്പെടുമെന്ന ചിന്ത എന്നിലുണ്ട്.

**"പക്ഷേ ഇപ്പോഴത്തെ കാര്യമോ,** ഡാരിയസ്?"

അതുശരി, ഞാൻ സംതൃപ്തനാവുന്നതിനെക്കുറിച്ച് പറഞ്ഞിരുന്നു, അല്ലേ? വിചിത്രം തന്നെ, പണം **കരുതിവെക്കുമ്പോഴാണ്** എനിക്ക് കൂടുതൽ തൃപ്തി ലഭിക്കുന്നത്. പിന്നെ, ആരോഗ്യകരമായ ഭക്ഷണം കഴിക്കുമ്പോഴും, ദിവസേന വ്യായാമം ചെയ്യുമ്പോഴും.

ഞാൻ ഈ ആശയത്തെക്കുറിച്ച് ചിന്തിക്കുമ്പോൾ, ഇതിന്റെ പ്രായോഗികത എന്നെ പ്രലോഭിപ്പിക്കുന്നു. നമ്മൾ മരിക്കുമെന്ന് എല്ലാവർക്കുമറിയാം (അതിനെക്കുറിച്ച് ഞാൻ ഈയിടെ ഒരു ലേഖനം എഴുതിയിരുന്നു). അത് നല്ല കാര്യവുമാണ്; മോശം കാര്യവുമാണ്.

- നല്ലതാണ്, കാരണം അത് നമ്മളിൽ ഒരു ത്വര ഉണ്ടാക്കുന്നു.
- മോശമാണ്, കാരണം നമ്മൾ വിശാലമായി ചിന്തിക്കുന്നില്ല.

നിങ്ങളെങ്ങനെയാണ് ജീവിക്കുന്നത്? മർത്യനായോ, അനശ്വരനായോ? എങ്ങനെയാണെങ്കിലും, സ്വന്തം ജീവിതത്തിൽ നിങ്ങൾ *സംതൃപ്തനാണെന്ന്* ഞാൻ വിശ്വസിക്കുന്നു. കാരണം, എല്ലാത്തിനുമുപരി, അതാണ് ഏറ്റവും പ്രധാനം.

# സംയുക്തത്തിന്റെ ശക്തി : എല്ലാം ചെയ്യാൻ ശ്രമിക്കുന്നത് നിർത്തിയാൽ, നിങ്ങൾക്കെന്തും നേടാൻ സാധിക്കും

ജീവിതത്തിൽ ഒരുപാട് ലക്ഷ്യങ്ങളും ആഗ്രഹങ്ങളും ആവശ്യങ്ങളും നിങ്ങൾക്കുണ്ടോ? കൂടുതൽ പഠിക്കണമെന്നുണ്ടോ? കൂടുതൽ സമ്പാദ്യം? കഴിവുകൾ മെച്ചപ്പെടുത്തൽ? മികച്ച ബന്ധങ്ങൾ? നല്ല ജീവിതം?

അവയെല്ലാം നല്ലതാണ്. മുന്നോട്ടു പോകലും സ്ഥിരമായ പുരോഗതിയുണ്ടാക്കലുമാണ് ജീവിതം. എന്നിരുന്നാലും, അദ്ധ്വാനം, തിരക്കുകൂട്ടൽ, മത്സരിക്കൽ, കൂടുതൽ നേട്ടമുണ്ടാക്കൽ എന്നിവയിലെല്ലാം പ്രധാനപ്പെട്ട ഒരു കാര്യമുണ്ട് : ഇവയെല്ലാം നിങ്ങൾക്ക് ഒരുമിച്ച് ചെയ്യാൻ സാധിക്കില്ല.

അതാണ് സാമാന്യ ബോധം, അല്ലേ? നിങ്ങളുടെ പക്കൽ ഒരുപാട് സമയവും ഊർജ്ജവും ഇല്ല. അതുകൊണ്ടുതന്നെ, ഒരേ സമയം പല പ്രവർത്തികളിലേർപ്പെട്ടാൽ, എല്ലാത്തിനും ലഭിക്കുന്ന സമയത്തിന്റെ പങ്ക് വളരെ ചെറുതായിരിക്കും. പകരം, നിങ്ങളുടെ പ്രയത്നം ഒരു കാര്യത്തിലേക്ക് മാത്രമായി നിക്ഷേപിക്കുന്നത് വളരെ ഉപയോഗപ്രദമായിരിക്കും.

## വിജയങ്ങൾ വന്നുചേർന്നുകൊണ്ടിരിക്കും

ഒരു സമയം ഒരു കാര്യത്തിൽ ശ്രദ്ധ ചെലുത്തുമ്പോൾ മാത്രമേ ശരിയായ വിജയം കൈവരിക്കാൻ കഴിയുകയുള്ളൂ. ഹൈസ്കൂൾ പഠനകാലത്താണ് എനിക്ക് ഈ ആശയം ആദ്യം മനസ്സിലുദിച്ചത്. അന്തിമ പരീക്ഷകൾക്കായി തയ്യാറെടുക്കുമ്പോൾ, ഒരു സമയത്ത് ഒരു വിഷയം മാത്രം പഠിക്കാൻ ഞാൻ തീരുമാനിച്ചു. അത് പൂർണ്ണമായും പഠിച്ച ശേഷം മാത്രമേ അടുത്തത് നോക്കിയുള്ളൂ.

ഒരു കാര്യത്തിൽ തന്നെ കുറച്ചു ദിവസം മുഴുവനായും ശ്രദ്ധിച്ചാൽ, പഠനം വേഗത്തിൽ നടക്കുമെന്ന് ഞാൻ മനസ്സിലാക്കി. എന്റെ കൂട്ടുകാരിൽ പലരും, ഒരു ദിവസം തന്നെ പല വിഷയങ്ങൾ പഠിക്കുന്നുണ്ടായിരുന്നു. എനിക്കങ്ങനെ ചെയ്യുന്നത് ഇഷ്ടമല്ല, കാരണം എന്റെ ശ്രദ്ധ ചിതറിപ്പോകുമായിരുന്നു.

ജോലിക്കാര്യത്തിലും അങ്ങനെ തന്നെയായിരുന്നു. ഒരു ഉദ്യമം ഏറ്റെടുത്താൽ, മറ്റു വലിയ ഉദ്യമങ്ങളൊന്നും ഞാൻ സ്വീകരിക്കുകയില്ല. ബ്ലോഗിനായുള്ള ഒരു പുതിയ പാഠ്യവിഷയത്തിൽ പ്രവർത്തിക്കുന്ന സമയത്ത്, ഒരു പുസ്തകം എഴുതിത്തുടങ്ങുകയില്ല. ഈ തന്ത്രം എന്റെ പ്രവർത്തികളെ വേഗത്തിലും മികച്ചതുമാക്കിത്തീർക്കാൻ സഹായിച്ചു. തത്ഫലമായി, ഒരു കാര്യത്തിൽ മാത്രമായി ശ്രദ്ധ ചെലുത്തിയപ്പോൾ, കൂടുതൽ നേട്ടങ്ങളുണ്ടാക്കാൻ കഴിഞ്ഞു.

ഇതേ ആശയത്തെക്കുറിച്ചുള്ള മികച്ച ഒരു പുസ്തകമായ *ദി വൺ തിംഗ്*-ന്റെ രചയിതാക്കളായ ഗേരി കെല്ലർ, ജേയ് പാപസാൻ എന്നിവർ പറയുന്നു :

> *"എവിടെയെല്ലാം ഞാൻ വലിയ വിജയങ്ങൾ നേടിയിട്ടുണ്ടോ, അവിടെയെല്ലാം എന്റെ ഏകാഗ്രത ഞാൻ ഒന്നിലേക്ക് മാത്രമായി കേന്ദ്രീകരിച്ചിരുന്നു. എവിടെയൊക്കെ എന്റെ വിജയങ്ങളിൽ മാറ്റം വന്നിട്ടുണ്ടോ, അവിടെയെല്ലാം എന്റെ ഏകാഗ്രതയിലും അങ്ങനെ സംഭവിച്ചിട്ടുണ്ട്."*

നിങ്ങൾ ഒരുപാട് കാര്യങ്ങളിൽ പ്രവർത്തിക്കുന്നുണ്ടോ? ഒരു കാര്യത്തിൽ മാത്രമല്ലേ നിങ്ങളുടെ ശ്രദ്ധ? നിങ്ങൾക്ക് മികച്ച ഫലങ്ങൾ ലഭിക്കാനുള്ള സാധ്യത വളരെ കുറവാണ്. അല്ലെങ്കിൽ അതിലും മോശം : ഒരേ സമയം പല കാര്യങ്ങൾ നേടാൻ ശ്രമിച്ചാൽ, ഒന്നിലും വിജയിക്കുകയില്ല. കാരണം ലളിതമാണ് : വിജയം ഒരിക്കലേ ഉണ്ടാകൂ എന്നാണ് നമ്മളിൽ പലരുടെയും വിശ്വാസം. യഥാർത്ഥ ജീവിതം വ്യത്യസ്തമാണ്. കെല്ലറും പാപസാനും പറഞ്ഞിട്ടുണ്ട് :

> *"വിജയം ഒന്നിനു പുറകെ ഒന്നായി വരുന്നതാണ്, ഒരേ സമയം ഉണ്ടാകുന്നതല്ല."*

കാര്യങ്ങൾ വന്നുചേർന്നുകൊണ്ടിരിക്കും. നിങ്ങൾ ഒരു കഴിവ് സ്വായത്തമാക്കുക. പിന്നെ മറ്റൊന്ന്. നിങ്ങൾ ഒരു ഉദ്യമം പൂർത്തിയാക്കുക. പിന്നെ അടുത്തത്. കാലക്രമേണ, നിങ്ങളുടെ നേട്ടങ്ങളെല്ലാം ഒത്തുചേർന്ന് വലിയൊരു വിജയമായിത്തീരും.

പ്രത്യേകിച്ചും, പണത്തിന്റെ കാര്യത്തിൽ ഇത് ശരിയാണ്. പലരും കാലക്രമേണയാണ് സമ്പാദ്യം ഉണ്ടാക്കിയെടുത്തത്. വളരെ ചുരുക്കം ചിലർക്കു മാത്രമേ ഒറ്റയടിക്ക് വലിയ സമ്പാദ്യം ലഭിച്ചിട്ടുള്ളൂ. കോണോർ മക്ഗ്രിഗർസ്, ഇവാൻ സ്പീജെൽസ് എന്നിവരെ മറക്കൂ. ഇവർക്കാണ് വലിയ ഭാഗ്യം സിദ്ധിച്ചത്. പക്ഷേ, ജീവിതവിജയം നേടാനായി പ്രത്യേക കഴിവോ വാസനയോ ആവശ്യമില്ല. നിങ്ങൾ പതിയെ പരിശ്രമിച്ചാണ് നീങ്ങുന്നതെങ്കിൽ, ഒന്നിനു പുറകെ ഒന്നായിട്ടാണ് നേട്ടങ്ങൾ കൈവരിക്കുന്നതെങ്കിൽ, പതിയെ പതിയെ ആണ് സമ്പത്ത് സ്വരൂപിക്കുന്നതെങ്കിൽ, നിങ്ങൾ നല്ലൊരു ജീവിതം നയിക്കാനുള്ള സാധ്യത വളരെ കൂടുതലാണ്, ലളിതമാണ്, എല്ലായ്പ്പോഴും ഫലപ്രദവുമാണ്. അങ്ങനെയല്ലെന്ന് പറയുന്നവർക്ക്, ഇത് പ്രാവർത്തികമാക്കാനുള്ള ക്ഷമയുണ്ടാകില്ല.

എന്റെ ഗുരുക്കന്മാരിൽ ഒരാൾക്ക് ഡസൻ കണക്കിന് വസ്തുക്കളുണ്ട്, ലക്ഷങ്ങൾ വിലമതിക്കുന്നവ. അദ്ദേഹം കാലക്രമേണയാണ് സമ്പാദ്യമുണ്ടാക്കിയത്. തന്റെ അറുപതുകളിലാണിപ്പോൾ അദ്ദേഹം. കണ്ടോ, നേട്ടങ്ങളുണ്ടാക്കാൻ സമയമെടുക്കും. ക്ഷമയെ സംയുക്തവുമായി സംയോജിപ്പിക്കുകയാണെങ്കിൽ, ഏറ്റവും മികച്ച ഫലങ്ങൾ തന്നെ ലഭിക്കും. അസാമാന്യമായതൊന്നുമല്ല ഇത്. 2020 ഒളിമ്പിക്സിൽ സ്വർണ്ണമെഡൽ ലഭിക്കുമെന്നോ, അടുത്ത സുക്കർബർഗ് ആകാമെന്നോ അല്ല ഞാൻ പറയുന്നത്. പണം കരുതിവെക്കാനും, കഴിവുകൾ മെച്ചപ്പെടുത്താനും, സമ്പത്തുണ്ടാക്കാനും *എല്ലാവർക്കും* കഴിയും.

## ദീർഘകാല സംയുക്തത്തിന്റെ സ്വാധീനം

തീർത്തും കേട്ടുപഴകിയ ഉദാഹരണമാണെങ്കിലും, വാറൻ ബഫറ്റിന്റെ കാര്യമെടുക്കാം. കാലക്രമേണ അദ്ദേഹം സമ്പാദ്യമുണ്ടാക്കിയത് ഇങ്ങനെയാണ്.

ഗ്രാഫുകളിൽ ശ്രദ്ധിക്കുക. ആനുപാതികമായ വളർച്ച നോക്കൂ. തന്റെ 32 മുതൽ 44 വയസ്സിനിടയിൽ, ബഫറ്റിന്റെ ആസ്തിയുടെ വർദ്ധനവ് 1257 ശതമാനമാണ്. 12 വർഷം കൊണ്ട് അസാമാന്യ വളർച്ച, അല്ലേ? പ്രത്യേകിച്ചും, തന്റെ നാൽപ്പതുകളിൽ അദ്ദേഹത്തിന് ഒരുപാട് പണം നഷ്ടം വന്നിരുന്നു. പക്ഷേ, അതല്ല ഇവിടുത്തെ വിഷയം. ഇത് നോക്കൂ. അതേപോലെ 12 വർഷങ്ങളിൽ, അതായത് 44 മുതൽ 56 വയസ്സിനുള്ളിൽ, ബഫറ്റിന്റെ ആസ്തി ഉയർന്നത് 7268 ശതമാനമാണ്. തീർച്ചയായും, ഇതാണ് അദ്ദേഹത്തിന്റെ ആസ്തി, അതിൽ ഭാഗ്യത്തിന്റെ സ്പർശവുമുണ്ട്.

കൂടാതെ, അദ്ദേഹത്തിന്റെ ആസ്തി ആശ്രയിച്ചിരിക്കുന്നത് ഓഹരി വിലകളിലാണ് – അതിനർത്ഥം, നാളെത്തന്നെ അദ്ദേഹത്തിന് ഇതിന്റെ വലിയൊരു ഭാഗം നഷ്ടമായേക്കാം. പക്ഷേ എന്തൊക്കെയായാലും, ഇത്രയും കാലം കൊണ്ട് അദ്ദേഹമുണ്ടാക്കിയ വളർച്ചയാണ് പ്രധാനം.

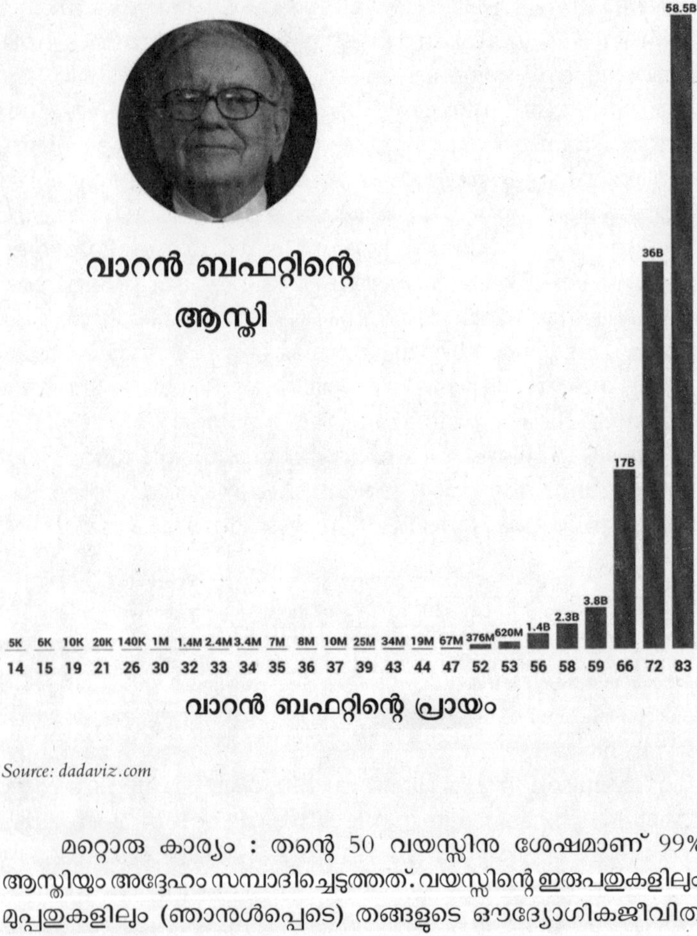


*Source: dadaviz.com*

മറ്റൊരു കാര്യം : തന്റെ 50 വയസ്സിനു ശേഷമാണ് 99% ആസ്തിയും അദ്ദേഹം സമ്പാദിച്ചെടുത്തത്. വയസ്സിന്റെ ഇരുപതുകളിലും മുപ്പതുകളിലും (ഞാനുൾപ്പെടെ) തങ്ങളുടെ ഔദ്യോഗികജീവിത പുരോഗതിയുടെ പതിയെപ്പോക്കിനെ പഴിക്കുന്ന യുവാക്കളെ ഓർക്കുന്നു. ഇത് നിങ്ങളുടെ കാഴ്ചപ്പാട് മാറ്റാൻ സഹായിക്കും.

എന്തായാലും, വാറൻ ബഫറ്റിനെ കുറിച്ച് ഒരുപാട് കാര്യങ്ങൾ ഇന്റർനെറ്റിൽ ലഭ്യമാണ്. മാത്രമല്ല, ഓഹരി വിപണിയിൽ

നിക്ഷേപിക്കുന്നതിലൂടെ വലിയ സമ്പത്തുണ്ടാക്കാം എന്ന് പലരും ഭാവിക്കും. നിങ്ങൾ ചെയ്യേണ്ടത് ഇത്രമാത്രം, സമ്പത്തിലേക്കുള്ള രഹസ്യവഴികൾ മാത്രം അവരിൽ നിന്നും കടമെടുക്കുക. അതെ, അങ്ങനെയല്ല അത് പ്രവർത്തിക്കുന്നത്. വ്യക്തിപരമായി, ഓഹരി വിഷയത്തോട് എനിക്ക് താൽപര്യമില്ല. സാധാരണക്കാർ വാൾ സ്ട്രീറ്റിൽ നിന്നും മാറി നടക്കണമെന്നാണ് എന്റെ അഭിപ്രായം. റിയൽ എസ്റ്റേറ്റിലാണ് എനിക്ക് താൽപര്യം. എന്നിരുന്നാലും, ക്രമേണ നേട്ടമുണ്ടാക്കാം എന്ന വിഷയത്തിൽ നല്ലൊരു ഉദാഹരണ മാണ് ബഫറ്റ്. കാലക്രമേണ ഒത്തുചേരുന്ന ചെറിയ പ്രവർത്തികളി ലൂടെ നിങ്ങൾക്ക് വലിയ വിജയങ്ങൾ നേടാൻ കഴിയും.

പണത്തിന്റെ കാര്യത്തിൽ മാത്രമല്ല. കഴിവുകൾ, ആരോഗ്യം, ബന്ധങ്ങൾ എന്നിവയിലും ഈ ആശയം ഫലപ്രദമാണ്. ഒറ്റ ദിവസം കൊണ്ടോ, മാസം കൊണ്ടോ, വർഷം കൊണ്ടോ ആരോഗ്യ പൂർണ്ണമായ ഒരു ശരീരം ഉണ്ടാക്കിയെടുക്കാൻ പറ്റില്ല. വർഷങ്ങളുടെ സുസ്ഥിര പ്രയത്നം അതിന് അനിവാര്യമാണ്. നിങ്ങൾ എത്ര 'സമർത്ഥൻ' ആണെങ്കിലും, കുറുക്കുവഴികൾ ഫലവത്താവുകയില്ല. ഉദാഹരണത്തിന്, 28 വയസ്സിനു താഴെയുള്ള സൈക്ലിസ്റ്റുകൾ ടൂർ ഡി ഫ്രാൻസ് പോലെയുള്ള വലിയ മത്സരങ്ങളിൽ വിജയിക്കുന്നത് വളരെ വിരളമായിരിക്കും. കാരണം, ജയിക്കാനുള്ള ശക്തിയും ഊർജ്ജവും മാനസികാവസ്ഥയും കെട്ടിപ്പടുക്കണമെങ്കിൽ വർഷങ്ങളുടെ പരിശ്രമം അത്യാവശ്യമാണ്.

സ്വന്തം ജീവിതത്തിൽ സംയുക്തത്തിന്റെ സ്വാധീനം കാണണ മെങ്കിൽ, ഒരു സമയത്ത് ഒരു കാര്യത്തിൽ മാത്രം ശ്രദ്ധ ചെലുത്തുക (ജീവിതത്തിലെ ഏത് മേഖലയിലായാലും); കാര്യങ്ങളെ തുറന്ന ചിന്താഗതിയോടെ കാണുക. കാര്യമിതാണ് : പരിശ്രമിച്ചാൽ ലക്ഷ്യത്തിലെത്താൻ സാധിക്കും. നാളെയായാലും 20 വർഷം കഴിഞ്ഞിട്ടായാലുമെന്താ? *ലക്ഷ്യത്തിലെത്തും*. അതാണ് പ്രധാനം.

# അനുബന്ധം

കഴിഞ്ഞ മൂന്ന് വർഷത്തെ എന്റെ ലേഖനങ്ങൾ വായിക്കാനും എഡിറ്റ് ചെയ്യാനുമായി മണിക്കൂറുകൾ ചെലവിട്ടപ്പോൾ എനിക്ക് മനസ്സിലായത്, അതിൽ ഒരുപാട് വൈരുദ്ധ്യങ്ങൾ ഉണ്ടായിരുന്നു എന്നാണ്. എനിക്കതിൽ വളരെ സന്തോഷം തോന്നി. തന്നെത്തന്നെ എതിർക്കാത്തവൻ വിഡ്ഢിയാണ്.

നിങ്ങൾക്ക് എന്ത് അറിയാം എന്നതല്ല ജീവിതം, നിങ്ങൾക്ക് എന്ത് അറിയില്ല എന്നതാണ്. നമുക്കൊരിക്കലും എല്ലാമറിയാൻ കഴിയില്ല. അത് നമ്മൾ രണ്ടു പേർക്കും നല്ല വാർത്തയാണ്. അതിനർത്ഥം, മരിക്കുന്ന ദിവസം വരെ, നമുക്ക് പഠിക്കാനുള്ള അവസരമുണ്ടെന്നാണ്.

ഞാൻ മനസ്സിലാക്കിയ മറ്റൊരു കാര്യം, ഞാൻ എഴുതിയ ചില കാര്യങ്ങൾ ഞാൻ മറന്നിരിക്കുന്നു. "ഞാനാണോ ഇത് എഴുതിയത്?" എന്റെ എഴുത്തിൽ എനിക്ക് മതിപ്പ് തോന്നിയോ എന്നതല്ല. അതിനുമപ്പുറം. എത്ര അറിവുകളാണ് നാം മറന്നു പോകുന്നത് എന്നത് എന്നെ അതിശയിപ്പിച്ചു. നല്ല വശമെന്തെന്നാൽ, മനുഷ്യസഹജമായ ഈ ന്യൂനതയെക്കുറിച്ച് എനിക്ക് അറിയാമായിരുന്നു. ഒരുപാട് വായിക്കുന്നതിനാൽ, ഒരുപാട് അറിവ് നമുക്കുണ്ടെന്നാണ് നമ്മൾ കരുതുന്നത്. പക്ഷേ വാസ്തവത്തിൽ, നമ്മൾ ഓർക്കുന്നതിനേക്കാൾ കൂടുതൽ മറക്കുകയാണ് ചെയ്യുന്നത്.

പഠിച്ച കാര്യങ്ങൾ തന്നെ ഞാൻ വീണ്ടും വീണ്ടും പൊടിതട്ടിയെടുക്കാറുണ്ട്. ഏതെങ്കിലുമൊരു വിഷയത്തിൽ പ്രാവീണ്യം നേടിയെന്ന് ഞാൻ സ്വയം ചിന്തിക്കുകയില്ല. കാരണം, എപ്പോഴും കൂടുതൽ പഠിക്കാനുള്ള സാധ്യതയുണ്ട്.

ഈ പുസ്തകം വായിച്ചതിന് നന്ദി.

നിങ്ങളുടെ അഭിപ്രായങ്ങൾ അറിയിക്കൂ : dariusforoux@gmail.com.

—ഡാരിയസ്

# സൗജന്യ വാർത്താക്കുറിപ്പ്

എല്ലാ ആഴ്ചയിലും, dariusforoux.com-ന്റെ സബ്സ്ക്രൈബർമാർക്ക് ഞാനൊരു മെയിൽ അയയ്ക്കാറുണ്ട്. അതിൽ ഉൾപ്പെടുത്തുന്നത്:

- ബ്ലോഗിലെ പുതിയ പോസ്റ്റുകൾ, പോഡ്കാസ്റ്റുകൾ, പുസ്തകങ്ങൾ എന്നിവയെക്കുറിച്ചുള്ള നിർദ്ദേശങ്ങൾ
- പുറത്തിറങ്ങാൻ പോകുന്ന എന്റെ പുസ്തകങ്ങളെയും പാഠ്യ പദ്ധതികളെയും കുറിച്ചുള്ള പ്രത്യേക വിവരങ്ങൾ
- ബന്ധം മെച്ചപ്പെടുത്താനുള്ള അവസരം

എന്റെ വാർത്താക്കുറിപ്പുകൾ വായിക്കുന്ന അംഗങ്ങൾ ചേർന്ന് ഒരു കൂട്ടായ്മയുണ്ടാക്കി അറിവുകളും അഭിപ്രായങ്ങളും പങ്കുവെക്കുന്നു.

നിങ്ങൾക്കും അതിൽ ചേരണമെങ്കിൽ, http://dariusforoux.com/newsletter സന്ദർശിച്ച് അംഗമാകൂ. അല്ലെങ്കിൽ, dariusforoux@gmail.com-ലേക്ക് 'Newsletter' എന്ന തലക്കെട്ടോടെ എനിക്ക് മെയിൽ ചെയ്യൂ.

വൈകാതെ സംസാരിക്കാം,

ഡാരിയസ്

# രചയിതാവിനെക്കുറിച്ച്

**ഡാരിയസ് ഫോറോക്സ്** ഒരു സംരംഭകനും ബ്ലോഗറും പോഡ്കാസ്റ്ററുമാണ്. 2015 മുതൽ, ജീവിതം, വ്യാപാരമേഖല, ഉത്പാദനക്ഷമത തുടങ്ങിയവയെക്കുറിച്ചുള്ള അദ്ദേഹത്തിന്റെ ചിന്തകൾ അദ്ദേഹം ബ്ലോഗിലൂടെ പങ്കുവെക്കുന്നു. ഇതുവരെ, നാല് ദശലക്ഷത്തിലധികം പേർ അദ്ദേഹത്തിന്റെ ലേഖനങ്ങൾ വായിച്ചിട്ടുണ്ട്. 2010-ൽ മാർക്കറ്റിംഗിൽ ബിരുദാനന്തരബിരുദം പൂർത്തിയാക്കുന്നതിനൊപ്പം തന്നെ, തന്റെ പിതാവുമായി ചേർന്ന് ലോൺഡ്രി ടെക്നോളജി കമ്പനിയായ 'വാർട്ടെക്സ്'' ആരംഭിച്ചു. *'ദി ഡാരിയസ് ഫോറോക്സ് ഷോ'* എന്ന തന്റെ പരിപാടിക്കായി, റയാൻ ഹോളിഡേ, റോബർട്ട് സട്ടൺ, ജിമ്മി സോണി തുടങ്ങി ഒരുപാട് ചിന്തകരെ അദ്ദേഹം അഭിമുഖം ചെയ്തിട്ടുണ്ട്.

പ്രസിദ്ധീകരിക്കപ്പെടുന്ന അദ്ദേഹത്തിന്റെ മൂന്നാമത്തെ പുസ്തകമാണിത്.

മറ്റു പുസ്തകങ്ങൾ :

*വിൻ യുവർ ഇന്നർ ബാറ്റിൽസ്: ഡിഫീറ്റ് ദി എനിമി വിതിൻ ആൻഡ് ലിവ് വിത് പർപ്പസ്*

*തിങ്ക് സ്ട്രെയിറ്റ്: ചേഞ്ച് യുവർ തോട്ട്സ്, ചേഞ്ച് യുവർ ലൈഫ്*

**രഘുരാജ് പനങ്ങാട്ട്**

പാലക്കാട് ജില്ലയിലാണ് ജനനം. ബിസിനസ്സ് അഡ്മിനിസ്ട്രേഷനിൽ ബിരുദാനന്തര ബിരുദം. 'ലെറ്റേർസ് ബെ കൺസൾട്ടൻസി'യുടെ സീനിയർ എഡിറ്ററായി പ്രവർത്തിച്ചിട്ടുണ്ട്. ഇപ്പോൾ ഒരു സ്വകാര്യ ബാങ്കിൽ ജോലി ചെയ്യുന്നു.

*"സംയുക്ത പ്രഭാവം"* എന്ന പേരിൽ, ഡാരൻ ഹാർഡിയുടെ *ദി കോമ്പൌണ്ട് എഫക്റ്റ്* എന്ന പുസ്തകത്തിന്റെ വിവർത്തനം പ്രസിദ്ധീകരിക്കപ്പെട്ടിട്ടുണ്ട്.